Cuối Tầng Địa Ngục
Hồi ký của một người lính Việt Nam từng trải
mười năm trong các trại tù Cộng Sản

Kính dâng hương hồn những
Chiến sĩ Việt Nam
đã hy sinh trong cuộc chiến đấu cho
Tự do và Dân chủ
Kính tặng các bạn tù các trại
từ Bắc vào Nam sau 1975
Tặng Kim Hoa và các con

Trình bày: Đỗ Văn Phúc
Tranh bìa: Hoàng Việt (nhóm Vietland)
Minh họa của Hoạ Sĩ Nín (KBC Hải Ngoại)

*Đời có gian lao mới rạng danh hào kiệt,
Tù không đày đọa sao rõ mặt anh hùng.*

"A certain readiness to perish is not so very rare, but it is seldom that you meet men whose souls, steeled in the impenetrable armor of resolution, are ready to fight a losing battle to the last"
Joseph Conrad

Mục Lục

Lời Giới Thiệu 8
Đôi lời của tác giả 15
Lịch Sử Sang Trang 16

Trại Tù Long Khánh

Lệnh tập trung, mười lăm ngày học tập 21
Ngày thứ nhất 21
Ba bebop, một slow 24
Ghẻ từ miền Bắc vô Nam 28
Ai cũng đáng tội chết 30
Chính sách 12 điểm của "Chính Phủ
Lâm thời Cộng Hoà Miền Nam Việt Nam" ... 39
Một phát giác động trời 47
Hết mơ ngày về 55

Trại Tù Suối Máu

Một nơi không có màu xanh 68
Ai dám giỡn mặt bác Hồ 70
Lò nướng người 74

Trại Tù Hàm Tân

Bò vàng vs. bò xanh 61
Âm mưu trốn trại 85
Ngoại xâm và nội thù, anh bênh ai? 90
Lời thề trong ngục tối 95

Trại Tù Xuân Phước

♦ Cuối Tầng Địa Ngục   5

Trong lòng thung lũng Kỳ Lộ	100
Người tù, chiếc lon gô, và nhà kỷ luật	109
Những ngày cùm biệt giam	115
Hai muỗng cơm, hai muỗng nước	122
Hung thần trong trại giam	125
Gương bất khuất trong tù	131
No eat, no work	138
Hạt vàng trong bãi bùn đen	141
Những khuôn mặt đáng nhớ	143
Tết trong tù	149
Tù trong tù	152
Mưu sinh trong trại tù	159
Không nơi ẩn nấp	166
Án cải tạo!	169
Một Chuyến Thăm Anh	175

Phụ Lục

Ai giết cha tôi?	185
Bạn ơi, xin đừng quên mình là người tị nạn chính trị	192
Phỏng vấn của đài truyền hình New 8 Austin.	202
Phỏng vấn của Đài Việt Nam Hải Ngoại	204
Chân dung một HO	215
Giới Thiệu của Phạm Kim	223
Nhận xét của thân hữu và độc giả	226
Hai bản nhạc của Phan Công Danh và Vũ Đức Nghiêm	239
Đôi dòng về tác giả	243
Hình ảnh lưu niệm và các bạn đồng tù	245

Lời Giới Thiệu
của Tiến Sĩ Nguyễn Đình Thắng

Cách đây khoảng một tháng, tác giả, cựu tù nhân "Cải Tạo" Đỗ Văn Phúc, ngỏ ý muốn tôi viết lời tựa cho quyển hồi ký đời tù nhan đề Cuối Tầng Địa Ngục. Tôi đón nhận với một chút ngỡ ngàng trộn lẫn cảm giác đồng cảm thật mênh mang.

Ngỡ ngàng vì thực ra tôi chỉ biết tác giả qua một vài bài viết đăng trên Internet, đặc biệt là lời kêu gọi quan tâm đến những cựu tù nhân "cải tạo" vẫn còn kẹt ở Việt Nam. Ngỡ ngàng vì kinh nghiệm mỏng manh của tôi đối với chủ đề của tập sách. Năm 1975, khi miền Nam rơi vào tay cộng sản, tôi chưa đến tuổi động viên, chưa một ngày cầm súng và dĩ nhiên chưa một ngày đi tù. Thế thì lấy tư cách gì để viết lời tựa cho một quyển sách ăm ắp ký ức của 10 năm đầy đoạ trong các trại tù?

Mặt khác, đây cũng lại chính là một đề tài thu hút tôi từ cả chục năm nay, một đề tài mà nói bao nhiêu cũng không đủ, kể bao nhiêu cũng không hết; một đề tài mà đến nay nhiều người vẫn chưa biết đến hay chưa biết rõ; chưa kể những nỗ lực ở bên này và bên kia địa cầu nhằm tẩy xoá nó khỏi lịch sử của nhân loại, như người ta cố tẩy đi vết máu loang lổ trên mảnh vải trắng. Năm 1985, cũng là năm tác giả ra khỏi tù, hai học giả Hoa Kỳ xoá đi huyền thoại mà giới truyền thông thiên tả vẽ vời về cộng sản Việt Nam. Hai vị học giả này, Jacqueline Desbarats và Karl Jackson của Đại Học Berkeley, phủ nhận lập luận nguỵ biện hay giả trá của một số ký giả rằng bộ đội tiếp thu miền Nam lịch thiệp như du khách và không hề có cuộc tắm máu như người ta lo sợ. Qua hàng trăm cuộc phỏng vấn các thuyền nhân đã định cư ở Hoa Kỳ và Pháp, hai học giả này khám phá ra rằng cuộc tắm máu đã và đang âm thầm diễn ra sau bức màn tre của các trại tù cải tạo. Kết quả của cuộc nghiên cứu tạo xao xuyến lớn trong tôi lúc bấy giờ và âm ỉ mãi đến ngày hôm nay. Tôi luôn cảm thấy nhu cầu thôi thúc phải ghi lại những kinh nghiệm tù cải tạo, một giai đoạn u ám nhất của sử Việt cận đại. Chúng ta, những người đã vượt thoát ra với thế giới tự do có nghĩa vụ vén bức màn tre ấy lên để làm bài học cho nhân loại, cho hậu thế đừng tái diễn. Chính sự thôi thúc ấy đã rung lên nhịp đồng cảm sâu đậm nơi tôi với từng chữ, từng câu trong Cuối Tầng Địa Ngục.

Nhưng những con số thống kê, các bài tính xác suất của cuộc nghiên cứu không thể nào mô tả được chiều sâu thăm thẳm của tâm trạng người tù, cứ sâu hoắm thêm trong chuỗi ngày vô tận. Bằng lời lẽ đơn sơ, không văn hoa bóng bẩy, tác giả đã mở hé ra cho người đọc thoáng nhìn vào cái thế giới nội tâm u uất đã một thời vây bủa và có lẽ sẽ mãi mãi ám ảnh người tù.

"Tuần lễ đầu tiên sau Tết Bính Thìn (1976), chúng tôi được gặp gia đình sau bảy tháng xa cách. Buổi thăm gặp được giới hạn trong ba mươi phút. Tôi gặp đủ Mẹ, vợ và các con. Cháu bé nhất sinh vào giữa tháng tư 1975 nay bụ bẫm, hồng hào. Khi tôi đưa tay ra bế cháu, cháu đã chồm về phía tôi như có sự thôi thúc của tình máu mủ. Chúng tôi cầm tay nhau mà nghẹn ngào một hồi; chẳng biết nói điều gì trước, điều gì sau…" (Trang 56).

Giây phút đoàn tụ thật ngắn ngủi chắc hẳn ăm ắp mừng tủi, quyến luyến, nhớ nhung. Mân mê những ngón tay chai của vợ, vuốt mái tóc bạc phơ của mẹ, bồng ẫm đứa con thơ trên tay, những điều mà con người bình thường nhiều khi không còn để tâm đến thì lại là cả một trời hạnh phúc cho người tù cải tạo. Phút chia tay chắc hẳn chan chứa những giọt nước mắt, những gởi gắm, bịn rịn. Và người tù đã vội ghi vào ký ức hình ảnh của người mẹ già, cảm giác da thịt của người vợ yêu, mùi thơm của đứa con thơ để dành làm ngọn gió mát trong cơn nắng cháy của ngày lao động, hay để nuôi mộng tái ngộ khi đêm lạnh về trên núi rừng hoang vu.

Chế độ khắc nghiệt đã giết chết cả những giấc mơ nhỏ bé nhất của người tù. Tết năm sau, Đinh Tỵ (1977), tác giả lại được gia đình thăm nuôi, nhưng với một tin sét đánh.

"Sau vài phút trấn an, vợ tôi đã mếu máo kể cho tôi nghe rằng cháu út bị sốt xuất huyết và không bệnh viện nào nhận cháu vì là con của người đang cải tạo, tiêu chuẩn cao nhất là các trạm y tế phường. Cháu qua đời vì không có thuốc men và chữa trị đúng mức." (Trang 71).

Còn đau đớn nào hơn. Còn bất hạnh nào hơn.
Nhưng ở cuối tầng địa ngục vẫn có những đoá hoa rực rỡ; giữa bùn đen vẫn có những hạt vàng lóng lánh. Tác giả viết về một Nguyễn Thị Ẩn luôn chia sớt phần ăn cho bất kỳ ai xin hỏi, một Nguyễn Văn Phước sẵn sàng liều mạng nhảy hàng rào xà lim tiếp tế cho các bạn tù... Tác giả cũng viết về một số cán bộ quản trại lớn lên giữa bầy lang sói nhưng không đánh mất lương tâm loài người, như "anh Ngà, anh Hoa chẳng bao giờ để cho chúng tôi làm việc quá sức. Các anh hàng ngày

chạy ngược chạy xuôi kiếm cho chúng tôi giỏ khoai lang, nồi rau muống. Họ muốn trò chuyện và học hỏi nơi chúng tôi."

Trên bức tranh vân cẩu, tác giả không quên điểm tô dăm nét chấm phá khôi hài, như khi kể về tượng bán thân của "Bác Hồ" ngày nào không thuốc rê cắm vào trên miệng thì cũng có cục đàm trét trên má hay sợi lông xoắn phất phơ trên đầu; đến nỗi cán bộ phải mếu máo: *"Bác Hồ là người ai cũng yêu quý, kính trọng... Thế mà có anh lại dám bứt lông dái bỏ lên đầu Bác."* (trang 78) Và cũng có những mẩu chuyện cười ra nước mắt, như khi chính tác giả đang lén nấu nước bằng chiếc lon guigoz thì bị cán bộ bất thần khám xét, bèn vội ngồi lên che "lò" giả bộ đang đánh cờ tướng và cứ thấp thỏm sợ cháy quần, cháy cả mông.

Rải rác khắp quyển sách là những cảnh tra tấn, nhốt conex, còng chân, bỏ đói, bỏ khát, đánh đập, cấm thăm nuôi, lao động khổ sai, doạ bắn, hạ nhục... Thực ra tôi đã biết khá rõ về các hình thức tra tấn dùng trong tù cải tạo của Cộng Sản Việt Nam qua các tài liệu nghiện cứu của Bác Sĩ Richard Mollica và các cộng sự viên ở Đại Học Harvard. Đây là nhóm bác sĩ đầu tiên, và có thể độc nhất trên thế giới, đã để tâm chữa trị những vết thương tâm hồn cho cựu tù cải tạo Việt Nam. Họ tỉ mỉ phân loại 29 hình thức tra tấn cùng với mức độ thông dụng của chúng, và phân tích cũng như đo lường hậu quả lâu dài để lại nơi nạn nhân. Mục đích hiểm độc của các hình thức tra tấn là vừa bầm dập thể xác vừa đục khoét tâm hồn.

Người đọc không khỏi cảm thấy bùi ngùi, xót xa cho những người tù nằm xuống không thân nhân thăm viếng, không kèn trống tiễn đưa, không mộ bia, hương khói; cho những người tù bị cán bộ bóp cổ chết, bị xử bắn trong trại, bị hạ sát trên đường đào thoát, hay chết vì khát, vì kiệt sức. Như hai nhà học giả Desbarats và Jackson từng khẳng định sau nhiều năm nghiên cứu, cuộc tắm máu âm thầm đã xẩy ra. Cộng đồng người Việt ở các vùng trời tự do có nghĩa vụ ghi lại tất cả những cái chết trong trại tù cải tạo, như một sự tưởng nhớ đối với người quá cố và tri ân đến những thân nhân còn sống. Những cái chết oan nghiệt ấy chắc chắn đã để lại những vết hằn không thể nào phai cho người thân còn sống, với rất nhiều câu hỏi mà không có câu trả lời.

Và người đọc cũng không khỏi phấn chấn trước tinh thần bất khuất của đại đa số tù nhân cải tạo, như Hạ sĩ Đèn dám tuyên bố *"ngày nào còn Cộng Sản, tôi còn chống"* và phanh ngực ra thách thức cán bộ bắn, như Quách Dược Thanh từ chối không hãm hại đồng đội để đổi lấy mạng sống, như hàng trăm người tù lãng công và tuyệt thực để phản đối cán bộ đánh trọng thương hai người bạn tù. "Họ là những con đại bàng dù sa cơ vẫn không để bị lẫn lộn trong đám gà què." Trong quyển sách mới xuất bản, nhan đề Chữa Lành Các Vết Thương Vô Hình (Healing Invisible Wounds), Bác Sĩ Mollica của Đại Học Harvard nhắc nhở rất nhiều đến nghị lực của những tù cải tạo Việt Nam, mà ông xem là những bậc thầy về lòng dũng cảm, về ý chí sống thoát, và về khả năng hồi phục. Theo Ông, có ba yếu tố ảnh hưởng rất lớn: lòng vị tha, lý tưởng, và tinh thần xốc vác. Những mẩu chuyện tự thuật và về các bạn tù xuyên suốt quyển Cuối Tầng Địa Ngục đã minh chứng điều này.

Sau khi đọc xong bản thảo, tôi gọi điện thoại nói chuyện với tác giả--lần đầu tiên nói chuyện với nhau.

Tôi kể về sự đồng cảm sâu sắc và nhận xét về văn phong đơn giản, trong sáng, và thăng bằng đến lạ. Không thấy hận thù, nguyền rủa mà chỉ thấy một cố gắng lớn để ghi lại trung thực sự kiện và cảm nghĩ. Tác giả đã bỏ ra 15 năm để viết. Tôi đoán tác giả đã nhiều lần, rất nhiều lần, duyệt đi duyệt lại để gạn lọc những lời lẽ thái quá, hay điều chỉnh những thiên kiến. Kết quả là một cố gắng dựng lại toàn cảnh của xã hội trại tù, với đầy đủ ác và thiện, ti tiện và hướng thượng, hèn yếu và dũng cảm, bóng tối và ánh sáng; đủ các mầu sắc của cầu vồng. Tôi nói với tác giả rằng sự thăng bằng ấy đã nâng tính chất sử liệu của quyển sách. Tôi đề nghị tác giả viết thêm, đào sâu hơn; cả viết hộ cho những người không quen viết, để từ từ xây dựng một tủ sách về các trại tù cải tạo--đúng hơn, một bảo tàng viện về các trại tù cải tạo, như người Do Thái có bảo tàng viện về cuộc thảm sát bởi Đức Quốc Xã (Holocaust Museum). "Chỉ mươi năm nữa chúng ta sẽ cạn kiệt nhân chứng sống", tôi chia sẻ với tác giả.

Điều tôi không nói ra là nỗi ái ngại cho chính tác giả. Tôi hình dung Cựu Tù Nhân "Cải Tạo" Đỗ Văn Phúc, mỗi lần đặt bút là mỗi lần ôn lại những đau đớn, dày vò, mất mát. Không biết mỗi khi đọc lại đoạn viết về người con út chết vì thiếu thuốc men, hay những ngày tháng biệt giam trong conex, hay cảnh bơ vơ của người vợ trẻ, hay những cái chết tức tưởi của bạn bè… tác giả nghĩ sao, cảm giác thế nào? Hãy hình dung một người phải xem đi xem lại cuốn phim không bao giờ dứt về những khổ đau, bất hạnh của đời mình; liệu người ấy sẽ đối phó, ứng xử ra sao khi cơn xúc động dâng trào? Câu trả lời nằm ngoài sức tưởng tượng của phần lớn chúng ta mà thuộc về thế giới tâm linh ẩn kín và riêng tư của người trong cảnh. Nhưng có một điều tôi biết: khả năng đàn hồi của những cựu tù nhân cải tạo Việt Nam thật phi thường. Một chuyên gia tâm lý người Mỹ dày kinh nghiệm về các trại giam của Đức Quốc Xã và các xứ Nam Mỹ có lần nhận xét với tôi rằng ông ta chưa hề gặp nhóm tù nhân nào lại chịu sự tra tấn liên tục và kéo dài như tù cải tạo Việt Nam; và ông ta rất ngạc nhiên về khả năng chịu đựng, sống thoát và hồi phục của họ.

Trong những ngày tháng cuối cùng của cuộc chiến, tôi tìm đọc quyển Một Ngày Trong Đời Của Ivan Denisovitch của văn hào Alexander Solzhenitsyn, để chuẩn bị tinh thần nhỡ phải sống dưới chế độ Cộng Sản sắp phủ chụp lên miền Nam. Nếu so sánh, thì Gulag của Nga là ngưỡng cửa bước vào địa ngục, còn trại tù cải tạo của Cộng Sản Việt Nam nằm ở tầng cuối.

"Nếu có một địa ngục như lời các tôn giáo thường răn đe, thì chắc hẳn địa ngục đó cũng không sánh được với cái địa ngục mà Cộng Sản đã dành cho người quốc gia và những ai không theo chúng." (Trang 198)

Thế giới cần biết điều này, cho bây giờ và cho mai sau.

Nguyễn Đình Thắng
Virginia, Ngày Mùng Ba Tết Năm Mậu Tý

Đôi lời của tác giả:

Hơn hai trăm ngàn quân nhân, cán bộ, chính quyền VNCH đã bị Cộng Sản lừa bịp đưa vào các trại tập trung mà họ gọi bằng mỹ từ "Trại Cải Tạo". Ba năm, sáu năm, mười năm hay lâu hơn... Không ai biết thân phận mình sẽ ra sao. Những khủng bố, cực hình, lao động khổ sai nhằm giết dần giết mòn ý chí, nghị lực và thân xác người lính miền Nam.

Sau khi loạt bài về trại A-20 Xuân Phước được phổ biến, nhiều độc giả đã gửi thư về yêu cầu viết thành một tập hồi ký từ ngày đầu để làm tài liệu, chứng tích cho một giai đoạn đen tối, đau khổ của người lính miền Nam. Cũng có bạn yêu cầu dịch ra Anh Ngữ để người ngoại quốc và thế hệ nối tiếp tại hải ngoại biết đến sự chịu đựng những nỗi nhục nhằn một cách anh dũng của cha anh mình.

Chúng tôi thấy mình có trách nhiệm viết lại một cách hoàn toàn trung thực các sự kiện, gạn bỏ những tình cảm hận thù cá nhân – mà đã tràn ắp trong tâm trí chúng tôi những năm mới vượt thoát ra khỏi nước và đã gửi gắm vào trong những bài viết về trại tù trước đây – Vì kẻ thù chính của chúng ta là cái chủ nghĩa Cộng Sản vô nhân và những người du nhập, áp dụng nó tại quê hương chứ không hẳn là những anh cán bộ, bộ đội cấp nhỏ là những người sinh ra, lớn lên trong chế độ vô nhân đó. Chính họ, xét cho cùng, cũng là nạn nhân của cái chế độ đó.

Sự việc, nhân vật trong hồi ký là thật. Trong trường hợp không nhớ được tên nhân vật nào đó, hay không muốn nói ra tên những người lầm lỡ, tác giả sẽ dùng các mẫu tự X Y Z hay viết tắt.

Những nhân vật trong hồi ký, nếu tác giả biết được đang cư trú ở đâu, sẽ được ghi chú ở cuối trang.

Tác giả cũng mong ước những chiến hữu nào thấy cần bổ túc hay đính chính những sai sót, xin nhanh chóng và thẳng thắn gửi thư về cho tác giả theo địa chỉ ở bìa sau hay emai về:

md46usa@yahoo.com.

Vô vàn cảm tạ.

Phần mở đầu: Lịch Sử Sang Trang

Oái Oăm của Lịch Sử: Khi Man Dã, Hung Tàn Lại Thắng Văn Minh, Nhân Nghĩa.

Khi trời rạng sáng, tiếng súng lớn nhỏ từ các ngoại ô, nhất là hướng phi trường Tân Sơn Nhất, đã rời rạc dần và chấm dứt hẳn vào khoảng xế trưa; sau khi Đài Phát Thanh Sài Gòn loan truyền lệnh buông súng của Tổng Thống ba ngày Dương Văn Minh. Dân chúng bắt đầu rời các nơi trú ẩn ùa ra đường. Người ta đã thấy các binh sĩ Cộng Sản miền Bắc tràn vào các ngõ nghách. Khi chạy lúp xúp qua những xóm nhà dân, họ chỉa súng quát tháo om sòm để biểu lộ quyền uy của kẻ thắng trận. Bên ngoài đường phố, đã thấy những đoàn xe đủ loại: từ xe buýt chở khách đến các xe đò đường dài, xe tải lẫn trong những chiếc xe Molotova màu cứt ngựa. Trên xe là các du kích, lính địa phương Việt Cộng miền Nam. Sự phân biệt lính Việt Cộng miền Nam và bộ đội miền Bắc rất dễ dàng. Vì lính Việt Cộng miền Nam thì ăn mặc lộn xộn, đủ kiểu đủ màu. Từ bộ bà ba đen cho đến chiếc quần ka ki xanh cũ, cái áo người thì trắng đã ngả sang màu cháo lòng; người thì xanh, đỏ tím vàng… Họ đội những chiếc nón tai bèo và quàng quanh cổ chiếc khăn rằn hoặc xanh hoặc đỏ; chân mang đôi dép cao su cắt từ vỏ xe hơi và đặc biệt là họ có cùng một khuôn mặt đầy sát khí. Lính Bắc Việt thì khác hẳn. Họ là những thanh thiếu niên còn rất trẻ; khuôn mặt xanh xao có vẻ ngờ nghệch, nhưng trang bị vũ khí đầy người. Họ mặc những bộ binh phục xanh lá cây thùng thình cắt may vụng về, quá khổ so với thân thể ốm đói nhỏ thó của họ.

Thỉnh thoảng, người ta thấy vài chiếc xe díp mui trần còn nguyên vẹn huy hiệu của quân đội miền Nam chạy qua. Trên xe là các thanh niên bặm trợn, và các thầy tu mặc áo nâu sồng. Họ mang băng đỏ bên cánh tay và cầm những khẩu súng M16 của Mỹ mới lượm được bên đường do quân miền Nam vứt bỏ. Đó là bọn đón gió trở cờ mà người ta gọi là bọn "cách mạng 30 tháng tư"

Hoà bình! Hoà bình!

Như một dòng nước trong mát đối với những kẻ lữ hành trên sa mạc đã nhiều ngày và sắp quỵ gục. Như một chấm xanh xanh phía chân trời đối với người thủy thủ đang lạc hướng ngoài biển khơi. Đó là ước vọng sâu sắc nhất của những người Việt Nam cả hai bên bờ vĩ tuyến 17 sau 30 năm chiến tranh điêu linh, nếu tính từ khi chiến tranh Pháp Việt bắt đầu. Hoà bình! Trên quê hương vốn đã điêu tàn sẽ không còn nghe tiếng súng nổ, bom rơi. Vành khăn sô sẽ ngưng quấn trên mái đầu xanh các thiếu phụ. Những người cha chinh chiến bao năm sẽ trở về săn sóc dạy dỗ đàn con. Các bà mẹ sẽ không phải nhòa mắt đứng trước cửa ngày ngày ngóng tin con từ những chiến trường mờ mịt nào đó.

Sau một cuộc chiến dài đăng đẳng và quá tàn khốc, người Việt Nam đã quá kiệt lực. Họ mong mỏi hoà bình, và sẵn sàng chấp nhận trả với bất cứ giá nào. Đối với người dân thường miền Nam, họ biết sẽ có cuộc đổi thay sâu sắc dẫn đến nhiều mất mát. Nhưng ở mức độ nào thì họ không thể đoán ra được. Những người miền Bắc đã di cư vào Nam năm 1954 thì biết là sẽ khốn khổ, khốc liệt có thể đổ nhiều máu. Những quân nhân, cán bộ chính quyền miền Nam thì đau đớn biết rằng từ đây sẽ mất tất cả. Một tương lai ảm đạm đang chờ đón họ và gia đình. Nhưng họ chẳng còn sự lựa chọn nào khác. Họ đã mất các cơ hội leo lên những chuyến bay vội vàng hay những con tàu nêm kín người rời bến trong những giây phút hỗn loạn cuối tháng tư. Những người cầm đầu đã nhanh chân tẩu thoát. Giờ này không ai chỉ bày cho họ phương hướng nữa. Họ chờ đợi một cách bi hùng những gì sắp xảy đến cho đời mình.

Khi chiếc xe tăng T-54 của Nga sô chế tạo cán sập chiếc cổng sắt của dinh Độc Lập và đám quần thần Dương Văn Minh ríu rít bước ra đứng sắp hàng như những tù nhân chờ giải giao thì coi như "Lịch sử đã sang trang!"

Một trang tương đối huy hoàng của chế độ Cộng hoà đã bị xếp lại.

Một trang u tối ảm đạm của chế độ Cộng Sản đang được mở ra.

Đó là cảm nhận đau xót của tôi, một người lính có nhiều kinh nghiệm thực tế về cuộc chiến và những kiến thức về lý thuyết, sách lược Cộng Sản được trang bị trong bốn năm ở Đại học vừa dân chính, vừa quân sự.

Tuy nhiên, nhiều người miền Nam – trong đó, than ôi!, có cả chúng tôi – rán nuôi một ảo tưởng rằng sau chiến tranh, những người Cộng Sản của cuối thế kỷ Hai mươi khi có chính quyền sẽ xử sự công chính và độ lượng hơn những tên Cộng Sản man dã của thập niên 1950. Cuộc tắm máu mà báo chí phương Tây dự đoán chắc sẽ không xảy ra. Mà dù có xảy ra, thì âu cũng là số phận vậy.

Chương 1
Trại Tù Long Khánh

Phần 1: Lệnh Tập Trung: mười lăm Ngày Học Tập

Vài ngày sau, trong lúc thành phố Sài Gòn vẫn còn hoang mang và hỗn loạn, tôi thu xếp đưa vợ và bốn cháu về lại Vũng Tàu. Cầu Cỏ May bị đánh sập trước đó khoảng một tuần, hành khách phải xuống xe dùng đò qua sông. Hai vợ chồng tôi và bốn cháu bé – có một cháu sơ sanh - vất vả vô cùng, loay hoay với mớ tài sản thu gọn trong hai chiếc vali lớn. Đến nhà, gặp lại Mẹ tôi mừng rỡ vì thấy con cháu đều bình yên. Những đêm 28, 29 tháng Tư, Việt Cộng pháo kích bằng hoả tiễn vào khu nhà thờ Tân Sa Châu, là nơi tiểu gia đình chúng tôi đang thuê nhà trú ngụ trong thời gian tôi làm việc cho hãng thầu LSI chuyên bảo trì phi cơ C-130 của Không Đoàn 53 Chiến Thuật. Đã quá quen với bom đạn, tôi bảo vợ con cứ ngủ yên trên giường. Bom rớt trúng chỗ thì núp đâu cũng chết; còn rớt xa thì còn mảnh văng theo vòng cầu đã có vách tường cản bớt sức công phá.

Tuy ở Vũng Tàu đã lâu, nhưng tôi ít bạn. Thời còn ở bộ binh thì mỗi năm về phép có một lần, ru rú ở nhà. Thời gian phục vụ trong quân chủng Không quân thì cả gia đình di chuyển theo ra Phan Rang. Vì thế, tôi chẳng có ai để hỏi han tình thế và bàn chuyện. Ông Sáu Khương, một người thợ hớt tóc gần nhà đến thăm, khuyên lơn an ủi. Hoá ra ông là cán bộ cơ sở của Việt Cộng tại địa phương. Ông biết quá nhiều về tôi, từ cá tính đến quan điểm lập trường. Bây giờ, trong chế độ mới, ông là khóm trưởng khóm Rẫy, phường Thắng Tam rồi. Sẽ phải vất vả vì ông này thôi.

Loanh quanh ở nhà được gần một tháng thì bắt đầu nghe có thông cáo gọi anh em hạ sĩ quan binh sĩ đi học tập ba ngày tại địa phương. Lớp này vừa về thì có lệnh cho sĩ quan cấp tá đi "học tập" một tháng. Kế đó là sĩ quan cấp úy trong mười lăm ngày. Xét ra cũng hợp lý thôi. Cấp nhỏ "học" ít ngày; cấp trung "học" nhiều hơn một chút; cấp cao thì "học" dài ngày. Thế là giải toả hết âu lo về việc "tắm máu"; ai nấy thở phào như cất bớt một gánh lo âu. Bây giờ chỉ còn câu hỏi của bản thân tôi. Thế thì những người đã giải ngũ "học" bao lâu? Sao không thấy nhắc đến trong thông cáo?

Ông Sáu Khương nhanh nhẩu góp ý:

- *Đã tham gia quân đội "nguỵ" thì bề gì cũng phải "học" thôi. Đi sớm thì về sớm. Đi trễ thì về trễ.*

Thế là tôi thu xếp một túi hành trang gọn, bọc theo một ít tiền vừa đủ chi dùng trong mười lăm ngày; tạm biệt mẹ, hôn vợ và các con rồi quảy quả ra đi.

- *Mười lăm ngày cũng nhanh. Em ráng tiêu xài dè xẻn chút tiền còn lại, chờ anh về.*

Tuy đã quen nếp sống xa nhau từ những năm tôi đi chiến đấu xa nhà, vợ tôi cũng cảm thấy ái ngại. Có một điều trùng hợp ngẫu nhiên. Trước đó mấy hôm, rảnh rang không làm gì, tôi lôi cuốn "Giờ Thứ Hai Mươi Lăm" của C. V. Georghiu ra đọc. Câu chuyện anh chàng Ian Moritz ở xứ Romania cũng từ giã người vợ đang mang bầu để theo lệnh tập trung đi làm lao động trong mười lăm ngày ở phòng tuyến biên giới Romania và Hungaria. Rồi biền biệt mười lăm năm, anh phải trải qua hàng chục trại tù khổ sai của nhiều nước khác nhau trước khi được quân đội Mỹ cứu thoát ở Đức khi Thế Chiến thứ hai kết thúc. Tôi vô tâm không hề suy nghĩ và so sánh đến hoàn cảnh của mình. Vì nếu thật biết vậy, ai trong trường hợp này cũng thà trốn đi chứ có ngu gì đút đầu vào cái bẫy gian dối kia!

Ngày Thứ Nhất của Mười Lăm Ngày "Học Tập Cải Tạo"

Chúng tôi được những chiếc xe đò dân sự đưa về hướng Bắc trên con đường tỉnh lộ, qua các địa danh Bình Ba, Bình Giã nổi tiếng một thời. Xe dừng ở "Trại Lê Lợi" trên một ngọn đồi nhỏ, nơi trước đây là căn cứ Tiếp Vận của Tiểu Khu Long Khánh. Tên trại vẫn còn là tên cũ của Quân Lực VNCH mà Việt Cộng chưa kịp thay đổi. Mấy trăm con người được đưa vào trong bốn dãy nhà tôn tiền chế trước đây làm nhà kho; nhưng nay đã trống trải ngoại trừ bốn dãy sạp gỗ mới làm xong để làm chỗ ngủ cho "cải tạo viên". Nơi đây có một đơn vị quân chính quy Bắc Việt trú đóng. Bao bì, thùng bọng của quân Cộng hoà vương vãi đó đây, nhưng hàng hoá, quân dụng chắc đã bị cộng quân thanh toán gọn gàng hết rồi. Một sĩ quan Cộng Sản đọc tên từng mười người, phiên chế thành một A (tiểu đội); bốn A thành một B (trung đội); bốn B thành một C (đại đội) và hướng dẫn mỗi C vào một căn nhà. Nhiều người tìm những bạn bè quen biết để chiếm các chỗ ngủ kế nhau. Riêng tôi, không quen ai, nên chẳng bận tâm mấy. Nằm đâu cũng thế; chỉ mười lăm ngày thì cũng nhanh thôi. Trong đoàn chúng tôi có một nữ Trung Úy, - chị Lê Thị Huệ - phục vụ ở Đặc Khu Vũng Tàu. Chị Huệ là vợ của anh Hồ Văn Khởi[1], năm 1971 là trưởng ban Hai kiêm Trung đội trưởng Quân Báo của Tiểu đoàn 4/8 nơi tôi đang chỉ huy Đại đội 15. Sau trận Snuol, anh được chuyển về trường

---

[1] Hai vợ chồng anh Khởi hiện ở San Jose

Thiếu Sinh Quân Vũng Tàu. Tôi không quen với chị Huệ, nên cũng không tiện tiếp xúc. Chị thu vén một góc cuối căn nhà để làm chỗ ngủ vì biết chắc sẽ không có chỗ nào khác đặc biệt cho phụ nữ tại một nơi mà chỉ toàn nam giới. Trên chiến trường Miền Đông Nam Phần, tôi đã nhiều lần phát giác các căn cứ du kích gồm một tổ hợp những hầm chìm dưới đất. Trong các hầm đều có lương thực dự trữ và đặc biệt có đủ quần áo, đồ lót phụ nữ. Tra vấn tù binh mới biết rằng họ sống chung đụng gái trai như thế (hai nam một nữ trong một hầm), Có lẽ quen việc chung đụng như thế, nên họ không nhìn thấy và thông cảm cho một tình huống rất khó khăn cho những nữ binh miền Nam, và cho ngay cả mấy trăm bạn nam đồng cảnh.

Buổi chiều đầu tiên, mấy anh lính Bắc Việt nhìn chúng tôi có vẻ dò xét; và một phần nào e sợ. Thì ra các chính trị viên Cộng Sản đã nhồi nhét vào đầu óc họ hình ảnh người lính miền Nam chuyên giết người để ăn gan uống mật, "cực kỳ" hung ác. Có anh, khi bất ngờ chạm mặt chúng tôi, đã tỏ ra hốt hoảng. Sau này mới biết là họ tưởng quân nhân miền Nam ai cũng giỏi võ nên họ sợ bị tấn công.

Một anh, có lẽ là hậu cần, cầm một cuốn sổ đến gặp chúng tôi. Anh lính này trông có vẻ cục mịch, nhưng hiền lành. Anh hỏi anh em chúng tôi cần mua thức ăn, thức uống hay món linh tinh gì không, thì anh sẽ đạp xe xuống phố mua ngay. Thế là anh em chúng tôi lấn tới, hỏi anh có thể ra bưu điện gửi giùm thư của chúng tôi về gia đình không. Anh bối rối trả lời: "Chúng tôi chưa có lệnh gì về việc liên lạc với gia đình các anh." Chừng hơn một giờ sau, anh lọc cọc đạp xe trở về. Sau yên xe là một bao tải to lớn mà anh cột chằng chịt những loại dây khác nhau, kể cả cọng dây tước từ cây chuối tươi. Trên áo anh mồ hôi nhễ nhại; anh thở dốc từng cơn ra vẻ rất nhọc nhằn vì phải đạp xe lên đồi. Chúng tôi thấy ái ngại và phần nào cũng tự an ủi rằng: "họ cũng đối xử tốt với chúng ta."

Trong lúc chờ anh bộ đội đi mua hàng về, chúng tôi được lệnh cử mỗi tiểu đội một hai người để đi lấy nước. Họ chỉ cho chúng những thùng đạn đại liên 30 và ống đạn 105 ly chất đống trong sân để làm vật liệu chuyển nước. Chúng tôi đi theo hai anh bộ đội võ trang đi ra khỏi trại, vào một khu vườn lớn của dân cách đó chừng một cây số, nơi có một giếng nước. Đi, về như thế nhiều chuyến, chúng tôi đã đổ đầy các thùng phuy ở mỗi góc nhà và tại nhà bếp của trại.

Người ta đã đào sẵn hai dãy nhà cầu bên ngoài giữa hai lớp hàng rào kẽm gai. Không có cách ngăn giữa các hố xí, chỉ có một tấm bình phong sơ sài che phía trước làm bằng tre và lá chuối. Hai dãy hố, phía trên có các thanh sắt - loại cọc sắt ấp Chiến lược – làm chỗ ngồi. Lần đầu tiên trong đời chúng tôi phải làm công tác vệ sinh trong loại nhà cầu như thế này và cũng không cần che đậy nhau thứ gì! Trước còn ngượng ngập, rồi cũng quen dần đi.

Đêm đầu tiên trong "trường cải tạo", ít ai ngủ được dù rất mệt mỏi. Tâm tư còn bao vương vấn về gia đình. Chúng tôi chưa thấy quá lo lắng cho tương lai mình, nhưng ưu tư về cách nào mà các bà vợ chân yếu tay mềm có thể bươn chải sống qua những ngày đổi đời sắp tới. Trong cái yên ắng của một đêm không trăng nơi xứ lạ, tôi nghe nhiều tiếng thở dài và âm thanh của những người đang trăn trở trên cái sàn gỗ còn mới với những vệt bào nham nhở.

Đâu ngờ rằng đó là cái "thiên thu" đầu tiên của hàng ngàn cái "thiên thu" dằng dặc của những người càng ngày càng đi sâu vào những tầng địa ngục trần gian!

Phần 2: Ba Bebop, Một Slow

Tờ mờ sáng hôm sau, giấc ngủ ngon lành bị đánh thức bởi một hồi kẻng. Chúng tôi được lệnh ra sân để tập thể dục. Nhớ lại thời ở quân trường Đà Lạt, trời lạnh, những anh lười tập có thể trốn bằng cách ôm mền gối leo lên trần nhà nằm nướng thêm vài mươi phút. Ở đây thì không trốn được. Ngày thứ hai của mười lăm ngày "học tập" đó, chúng tôi được gọi lên nộp tiền ăn mười lăm ngày và đã có toán được phân công nấu bếp. Các toán khác thì làm tạp dịch thu dẹp trong trại. Tôi bắt đầu làm quen với các anh trong tiểu đội mà từ nay chúng tôi sẽ gọi là A. Anh A trưởng là Nguyễn Tấn Thành (trường Truyền Tin), kế đó theo thứ tự chỗ nằm là Nguyễn Văn Sơn (Truyền Tin), tôi, Nguyễn Văn Tấn (Địa Phương Quân), Lê Văn Toàn (Hải Quân), Đào Hoàng Đức (Bác sĩ Quân Y), Nguyễn Văn Bộ (Địa Phương Quân/Vũng Tàu), Lưu Văn Ngôi (Quân Y Viện Nguyễn Văn Nhứt), Đỗ Văn Tấn (Địa Phương Quân), Nguyễn Duy Quế (Truyền Tin). Trong tất cả trăm người, Nguyễn Văn Sơn nổi bật nhất vì anh thường mặc bà ba đen còn mới, quàng khăn rằn, và mang đôi dép râu cứ như là du kích thứ thiệt. Nguyễn Văn Bộ thì cao mập, vui tính và thích khôi hài. Anh là người đặt tên cho Hồ Chí Minh là "quả Pắc Bó". Đào Hoàng Đức thì có vẻ vô tư. Lưu Văn Ngôi, bệnh loét bao tử, nên lúc nào khuôn mặt cũng nhăn nhó. Lúc này chúng tôi chưa thấy e ngại nhau, nên ăn nói có phần phóng túng, không kềm chế mấy.

Anh cán bộ đội trưởng đội tôi tên Lê Thế Sự, dường như cấp chuẩn úy quân đội Bắc Việt, người Bắc, nhỏ con, có vóc dáng ẻo lả như một cô gái mới lớn. Anh ăn nói nhỏ nhẹ khác hẳn với anh đội trưởng đội 9 là một người miền Nam, cục mịch, thô lỗ như một tên lơ xe đò. Anh Việt Cộng người Nam này nhặt đâu được hai chiếc giày da của quân đội ta. Nhưng cả hai chiếc đều cùng một chân trái, nên hai mũi giày cùng quẹo về một hướng. Lại thêm việc anh ta không biết cột dây. Vì thế, các đầu dây dài thòng ra quẹt xuống mặt đất vung vẩy mỗi lần anh ta bước trông thật buồn cười. Trưởng trại là Thượng Úy Lê Tranh thì có vẻ nhanh nhẹn, pha chút đểu cáng, thâm hiểm. Chúng tôi có dịp vào tận phòng ở của những đội trưởng, thấy cũng sơ sài chiếc giường tre, bộ bàn ghế ăn cơm kiểu thông dụng như thường thấy ở thôn quê. Trên bàn lúc nào cũng có cái ấm trà, dăm ba cái ly đã cáu bẩn, và không thể thiếu ống điếu thuốc lào bằng tre. Họ là những người trong một đơn vị mà gốc là của Mặt trận Giải phóng Miền Nam, nhưng đã hao hụt nặng về quân số từ sau các trận Mậu Thân, Hè 72, nên được bổ sung thêm quân chính quy miền Bắc. Nhưng quyền chính ủy thì do hoàn toàn cán bộ đảng Cộng Sản miền Bắc. Ở trại này, các anh vệ binh ăn mặc rất lộn xộn. Ngoài những người Bắc mặc quân phục và đội nón cối màu xanh lá mạ, một số khác người Nam mặc quân phục và nón cối màu vàng đất rất đậm. Họ đều rất trẻ - tưởng như còn tuổi vị thành niên – nhưng rất hung hăng. Họ quát tháo và sẵn sàng lên đạn rôm rốp và chĩa nòng AK-47 vào chúng tôi đe dọa.

Bữa cơm đầu tiên, cứ mỗi A mười người một mâm. Cơm đựng trong một cái thúng, một thau nhôm đựng canh cà chua đậu hũ nấu với thịt chà bông và một thau khác có rau muống luộc. Tôi mới xong chén thứ hai, vừa lưng bụng, thì nhìn thúng cơm đã cạn, các thau đồ ăn cũng sạch sẽ. Vài anh khác cũng chưng hửng như thế. Chẳng là chúng tôi mang theo những cái chén nhỏ, mà lại ăn chậm. Nhìn qua anh X. thấy anh cầm một cái bát to như bát đựng canh, cơm và thức ăn đầy gần miệng bát. Trong khi những anh em khác buông đũa dọn dẹp với cái bụng chưa no, thì anh X. mang bát cơm về chỗ

♦ Cuối Tầng Địa Ngục   25

mình, tiếp tục ăn một cách nhẩn nha. Sau này mới nghe anh tiết lộ công thức "ba Bebop, một Slow" mà anh đã có kinh nghiệm qua những bữa ăn tập thể đâu đó. Quý vị đi nhảy đầm chắc phân biệt nhịp nhanh của điệu Bebop và nhịp khoan thai của điệu slow. Ba Bebop, nghĩa là xới lưng lưng bát, ăn thật nhanh cho đến khi cơm trong thúng gần cạn, thì xới hết cho đầy bát rồi ăn chậm lại. Thế là chẳng bao giờ chịu đói cả. Từ sau đó, chúng tôi cũng rán ăn nhanh lên, và thú thực, bắt đầu cảm thấy xấu hổ ngầm với kiểu ăn như thế. Sức ăn của dân nhà binh, mỗi bữa cơm phải bốn năm chén đầy thì làm sao chịu đựng nổi với lưng hai chén. Tuy nhiên vì lòng tự trọng, không anh nào có can đảm mở miệng than phiền với nhau. Đó là trong thời gian đầu, cơm và thức ăn tương đối chưa đến nỗi thiếu thốn thê thảm như những năm về sau khi dưới sự quản lý của Công An.

Những ngày đầu tiên, chưa thấy ai nhắc chuyện "học hành". Chỉ thấy các công tác tạp dịch và khai báo lý lịch. Nhờ có nét chữ đẹp, tôi được giao cho giấy bút để ghi lý lịch. Bản lý lịch đầu tiên, gọi là lý lịch trích ngang, cũng đơn giản chỉ khoảng năm bảy cột, gồm tên họ, cấp bậc, chức vụ, đơn vị cuối cùng, ngày tháng, nơi sinh, tôn giáo. Gần như hầu hết trong đội đều là những quân nhân làm việc văn phòng, quân trường và tiểu khu quanh quẩn vùng Bà Rịa Vũng Tàu. Sợ mình bị nổi lên trong đám những anh em văn phòng đó, tôi bèn khai thuộc Đơn Vị Quản Trị Không Quân là nơi quản lý quân số của tôi trong thời gian nằm điều trị tại Tổng Y Viện Cộng Hoà và làm thủ tục để giải ngũ cuối năm 1973.

Nóng ruột vì hết ngày qua đêm lại đã được một tuần lễ, vài anh em bắt đầu la cà kiếm cách hỏi han các anh bộ đội cấp sĩ quan để hy vọng moi ra được chút tin tức gì không. Sau cùng, một sĩ quan Cộng Sản thông báo

- Các anh sẽ được viết thư về cho gia đình mỗi tháng một lần.

Tin như sét đánh ngang tai! Cả trăm người nhìn nhau thất vọng. Một anh can đảm đứng lên hỏi:

- Chúng tôi nghe thông cáo của Ủy ban Quân quản là đi học trong mười lăm ngày mà?

Anh sĩ quan Cộng Sản ôn tồn giải thích:

- Thông cáo nói mang theo tiền ăn cho mười lăm ngày, chứ không phải thời gian học tập là mười lăm ngày. Chính sách nhân đạo khoan hồng của đảng và nhà nước trước sau như một. Các anh phải an tâm, tin tưởng và ra sức học tập để sớm trở về với gia đình. Thời gian dài ngắn là do ở kết quả học tập của các anh.

Nghe có tiếng xì xào trong đám đông, đâu đó vọng lên hai chữ "tù, giam". Anh sĩ quan vội nói:

- Không, không, các anh không phải là tù. Tù là có nhà giam, có chuồng cọp... Các anh là trại viên, đến đây để cải tạo qua lao động, học tập và chấp hành nội quy để xoá bỏ những quá khứ sai trái. Chúng tôi là những người quản lý, giáo dục các anh trở thành công dân tốt của chế độ mới.

Trong nỗi hoang mang về thời gian cải tạo đó, tôi không dằn được sự uất hận, đã rỉ tai bạn bè, nhắc đến câu nói bất hủ của cựu Tổng Thống Nguyễn Văn Thiệu :"**Đừng nghe những gì Cộng Sản nói, mà hãy nhìn kỹ những gì Cộng Sản làm!**"

Lại một đêm thật dài, trầm tư về cuộc sống. Giờ này vợ và các con tôi đang làm gì? Số tiền nhỏ nhoi mà tôi để lại may ra chỉ dùng đi chợ một hai ngày. Mẹ tôi, sau khi sang lại cửa hàng cộng tiền dành dụm suốt đời đã đem gửi hết vào công khố phiếu. Tờ biên nhận hàng triệu đồng VNCH nay trở thành tấm giấy loại vô giá trị. Căn nhà rộng rãi khang trang mặt tiền đường Nguyễn Tri Phương, có để hai bàn bi da may ra kiếm sống tạm qua ngày. Nhưng rõ ràng chúng tôi chỉ biết suy đoán, mỗi người một cách. Không ai biết hơn ai về những gì sẽ xảy ra bên ngoài cũng như ngay cho chính mình bên trong ba lớp hàng rào kẽm gai này.

Ghẻ từ miền Bắc vô Nam…

Chữ ghẻ, mà miền Nam đã hoàn toàn quên từ lâu ngoài tĩnh từ để ghép thành các chữ "chó ghẻ, chiên ghẻ" ám chỉ loại người phản phúc, nay trở nên phổ biến trong trại.

Giữa mùa hè nắng gắt. Các giếng ngoài xóm cạn dần. Nước trở nên khan hiếm đến nỗi gạo chỉ vo một lần rồi cho vào chảo nấu. Mỗi người được chia một lon guigoz nước cho một ngày, vừa uống, vừa làm vệ sinh cá nhân. Những người mới ngày nào vào trại, còn tươm tất, gọn gàng, phần nào tươi tắn. Chỉ sau mấy tuần đã trở nên những người mới: xộc xệch, nhăn nhó, cáu bẩn. Và dĩ nhiên, tâm tính cũng dần dần đổi thay.

Trong hoàn cảnh thay đổi đột ngột môi trường sống, điều kiện vệ sinh tệ hại vì thiếu nước dùng để tắm rửa, một vài anh đã phát hiện các nốt ghẻ trên người. Bắt đầu từ hai cánh tay, bàn tay rồi lan dần ra lưng, bụng. Đã thấy nhiều anh bị ghẻ toàn thân, khổ sở vô cùng vì lúc nào cũng thọc hai bàn tay vào áo, vào quần để gãi. Trước còn e dè, che dấu. Sau thì chẳng thể nín, nên đứng đâu cũng thấy gãi sồn sột. Mà càng gãi thì càng lan thêm ra, lở loét trông rất ghê rợn. Trại không có trạm y tế, thuốc men gì cả. Chúng tôi cũng chẳng ai mang theo thuốc men gì theo ngoại trừ vài ba chai dầu Nhị Thiên Đường hay củ là Mac Psu. Anh bộ đội được nhờ kiếm mua thuốc ghẻ cũng lắc đầu không biết mua ở đâu vì tình hình chợ búa đang hỗn loạn. Anh chỉ kiếm được vài cây xà phòng loại dùng để giặt giũ ở thôn quê trước đây.

Những anh bị ghẻ phải pha nước muối xoa rửa hàng ngày. Trong A của tôi, đã có ba anh bị ghẻ hành hạ. Tôi bị kẹt nằm bên cạnh anh S.. Thỉnh thoảng anh lên cơn ngứa, không nén được, đã cọ nguyên cánh tay vào chiếc mền của tôi để gãi gây cho tôi một cảm giác kinh hãi mà không nỡ trách bạn. S. thường ngồi cởi trần, phơi lưng ra nắng. Tấm lưng mấy hôm trước trắng trẻo mịn màng, nay thấy ứa ra những mủ vàng từ các đốm nâu vừa tróc vảy.

Ngoài bệnh ghẻ, lác đác một số anh đã bị bệnh đường ruột như tiêu chảy, kiết lị mà phương cách điều trị duy nhất là ăn cháo trắng và xức dầu cù là. Hôm trước đây, trại cho tập trung chích ngừa. Chẳng ai biết chích ngừa bệnh gì. Chỉ thấy một anh y tá bộ đội với một cây kim tiêm độc nhất và một ly nước lã và cục bông gòn to bằng trái táo tàu. Anh chấm cục gòn vào ly nước, quẹt lên cánh tay chúng tôi để "khử trùng" trước và sau khi tiêm. Cục gòn dùng cho hơn hai trăm người ngả sang màu xám đen mà chẳng thấy thay cục khác hay thay nước trong ly, Chúng tôi không rõ thứ thuốc gì trong cái lọ con con mà anh rút ra để chích. Chích được vài chục anh, thì mũi kim đã hết bén nhọn, nên đâm vào da đau đớn vô cùng. Thôi thì cứ phó mặc số mệnh, vì không ai trốn tránh việc chích ngừa được. Tuy nhiên, khi nhận được hai viên thuốc nhỏ màu vàng vàng, thì nhiều anh đã làm bộ nuốt rồi dấu vào góc miệng để nhỏ ra sau khi đã ra khỏi phòng y tá. "Biết đâu họ đầu độc mình đây?"

Ngày thứ mười lăm đã đến! Trên khuôn mặt mọi người, vẻ thất vọng chán chường hiển lộ ra. Từng nhóm nhỏ bàn tán nhau, hỏi dò nhau dù rằng chẳng ai biết điều gì hơn ai. Bây giờ thì chúng tôi tự đặt một cái mốc mới là vài ba tháng. Dù thế, chẳng ai muốn nghe đến chữ "vài ba".

♦ Cuối Tầng Địa Ngục

Chỉ trong tháng đầu tiên, chúng tôi đã chứng kiến một thảm cảnh gia đình mà nguyên nhân chính là ranh giới ý thức hệ. Anh Thạc (Lê Văn Thạc?) ở đội bảy, một hôm được ban Chỉ huy trại gọi lên văn phòng để gặp người cha là một đại tá Cộng Sản. Ông này người Trung, tập kết ra Bắc sau Hiệp định Geneve; để lại vợ con ở miền Nam. Nay người cha trở về theo đoàn quân chiến thắng thì đứa con trai đầu lòng đang bị tập trung vì là sĩ quan miền Nam. Qua bao nhiêu năm chiến tranh, không biết có bao lần cha con đối đầu trên chiến địa, nhắm mũi súng vào nhau để rình giết nhau? Tuy nhiên, Thạc đã khẳng khái từ chối ân huệ của cha khi ông này khuyên con rán "học tập" để ông có thể xin cho về sớm hơn mọi người. Thạc đã yêu cầu ông không tìm cách đến thăm lần nữa; vì "tôi sẽ không ra gặp nữa đâu."

Cũng ở trại này, đã nổi bật lên những người mà trong suốt quá trình mười năm tiếp, vẫn luôn luôn là tấm gương sáng ngời của lòng bất khuất và nghị lực kiên cường trước bao thử thách, đe dọa của kẻ thù. Trong tập hồi ký này, quý vị sẽ nhiều lần gặp gỡ Phạm Đức Nhì là người mà tôi biết nhiều nhất từ các trại Long Khánh cho đến Suối Máu, Hàm Tân và Xuân Phước.

Phạm Đức Nhì có lẽ là người khánh thành conex biệt giam tại trại tù Long Khánh vì anh là người đã sớm biểu lộ sự chống đối ra mặt trong lúc hàng trăm anh em khác còn giữ thái độ dè dặt nghe ngóng. Mỗi chiều sau lúc ăn tối, chúng tôi thường nghe tiếng la hét của anh vọng ra từ conex lấn át tiếng bịch bịch của những trận đòn thù của những tên vệ binh đang xúm vào đánh hôi.

Không nói ra, nhưng tất cả anh em chúng tôi đã nhận thức được hoàn cảnh của mình trong cái mà chính quyền mới gọi bằng mỹ danh Trại Cải Tạo.

Phần 3: Ai Cũng Đáng Tội Chết

Sau khoảng hai tháng, từ Trại Lê Lợi, vốn là khu Tiếp vận của Tiểu khu Long Khánh, chúng tôi được di chuyển qua một khu gia binh cũ của Trung đoàn 48, Sư đoàn 18 BB. Nơi đây có danh số là Trại 2, Liên trại 2, đoàn 775.

Trại mới này chỉ có một hai hàng rào đơn sơ bên ngoài. Có nhiều dãy nhà xây táp lô chia từng căn cho các gia đình binh sĩ trước đây. Chúng tôi được phiên chế thành bốn Đội (C), Mỗi đội có bốn B, mỗi B có bốn A. Mỗi A mười người ở một căn. Căn nhà có một phòng phía trước bề ngang chừng ba mét, sâu khoảng mười mét. Tiếp đến là khoảng trống làm nơi gia đình giặt rửa, sau đó là cầu tiêu và bếp. Họ lót một sạp gỗ bào thô sơ suốt chiều dài căn phòng chính làm chỗ nằm cho chúng tôi. Lấy lý do dân miền Nam ăn ở dơ dáy *"Các anh ỉa cả trong nhà"*, trại trưởng ra lệnh đập phá hết các cầu tiêu, rồi ra bên ngoài vòng rào thứ nhất của trại để đào các hố cầu có gác hai thanh sắt dùng để ngồi. Thế là chúng tôi học được bài học thứ nhất: chế độ Cộng Sản đưa miền Nam từ văn minh cơ giới (nhà cầu con thỏ giật nước) xuống hàng văn minh trung cổ (nhà cầu hố lộ thiên)

Chúng tôi phải tự đào giếng mà dùng. May thay, chỉ đào khoảng năm mét là có nước. Thật không ngờ anh em sĩ quan - trước khi đi lính chỉ là sinh viên, học sinh – mà lại tháo vát vô cùng. Với hai bàn tay không, chúng tôi đã tự chế ra các công cụ như dao chặt thép, cưa bào, đục, gầu múc nước, ròng rọc để kéo nước giếng… Chúng tôi cắt được cả những tấm vỉ hợp kim nhôm pha magnesium dày bốn, năm cm mà ngày xưa dùng lót các phi đạo nó cứng đến độ nào. Mà đường cắt lại thẳng băng như cắt bằng máy. Chúng tôi làm gầu múc, thùng chứa nước bằng bất cứ thứ vật liệu gì có thể kiếm được. Chúng tôi lượm các đai niềng các kiện hàng. Khi băm một mặt dẹp thì dùng làm dũa, khi băm phần cạnh thì dùng làm cưa. Mấy tay cán bộ miền Bắc thấy thế, hỏi:

- Các anh trước đây là kỹ sư à?

Tại trại tù này, chúng tôi được trấn an rằng:

- Các anh không phải là tù. Các anh là "học viên" được tập trung ngắn hạn để "học" chính sách đường lối của "cách mạng".

Hoặc:

- Các anh phải tỏ ra "hồ hởi, phấn khởi", Cách mạng đã đưa các anh vào đây cho ăn học. Cớ gì mà phải lo âu, buồn bã. Học tiến bộ rồi thì về với gia đình, xã hội tạo cuộc sống mới ấm no hạnh phúc.

Khi có người cắc cớ hỏi rằng:

- Trường học sao kẽm gai giăng đầy?

Một tên cán trả lời:

- Các anh vẫn có tự do chứ. Tự do đi lên xuống từ nhà đến nhà bếp, quanh quẩn trong khu của mình. Các anh được tự do nói lên những điều sai trái của Mỹ Ngụy, hay nói những điều hay đẹp của bác Hồ, của "cách mạng". Đừng tự cho mình là tù nhé!

Tuy thế, chúng tôi đã sớm chứng kiến những hành vi dã man của tên Trưởng trại hung ác như Thượng úy Lê Tranh, và một tên Đội trưởng đội 6 – đã rút súng bắn chết tươi anh Diệp Lang (Lâm?) Sơn trên đường đi lấy củi từ chân núi Chứa Chan về; chỉ vì anh bạn xấu số chưa kịp đứng lên theo lệnh y. Chỉ mới trong thời gian 6 tháng đầu, đã có vài anh trốn trại. Khi bị bắt lại, các anh đã bị đánh đập dã man. Bọn cai tù treo ngược các anh trong conex trong nhiều tuần lễ. Đêm nào cũng có vài tên vào đánh đập các anh. Phía sau dãy nhà đội 8, có một căn phòng u ám. Chúng tôi thường nghe tiếng rên rỉ mỗi ngày một yếu dần của một người nào đó. Một hôm, chúng tôi đánh bạo mon men lại gần và đã thấy một người bị xiềng cả hai tay hai chân vào vách tường. Anh ta lê lết như một con thú trên đống nhầy nhụa vừa phân, vừa nước tiểu trộn với cơm nước vương vãi. Sau này, mới biết đó là một quân nhân VNCH bị bắt tại mặt trận Long Khánh và bị đối xử như một con dã thú.

Vì là thời gian đầu, với thông cáo lừa bịp kêu gọi tập trung cải tạo trong mười lăm ngày, anh em sĩ quan vẫn còn tin tưởng chắc cũng vài tuần, vài tháng; nên rán chờ đợi. Bên cạnh đó, bọn quản lý trại giam không ngừng đưa ra những lời đồn đại nhằm gây cho anh em tù càng tin rằng ngày về chẳng còn xa. Một thí dụ, là khi anh em trồng những loại rau quả; các cán bộ đội trưởng chép miệng:

- *Chớ trồng làm gì, mất công. Các anh không kịp ăn đâu.*

Trong thời gian học tập mười bài đầu tiên, mỗi bài được ấn định thời lượng là một tuần. Lên lớp một ngày, còn lại ba ngày để thảo luận trong tổ, một ngày để viết "thu hoạch", và một ngày để đọc bản "thu hoạch" để anh em trong tổ phê bình, bổ túc. Thời lượng này được áp dụng đúng cho đến bài thứ tư thì cán bộ triệu tập các đội trưởng tù ra lệnh vận động anh em tù góp tiền mua bóng đèn để học đêm vì:

- *Thời gian GẤP RÚT nắm, các anh phải "chanh thủ" học mỗi bài ba ngày thôi. Vì thế phải học và thảo nuận ngày đêm cho kịp*

Đến bài thứ sáu, thì:

- *Mỗi bài chỉ một ngày thôi. Sáng nên nốp, chiều và tối thảo nuận. "Khẩn chương" nên lào.*

Đối với hầu hết anh em, thì đó là dấu hiệu sắp "mãn khoá". Vì thế ai nấy vui hẳn lên, bàn tán, chuẩn bị tư trang cho ngày về đã kề cận!

Chúng tôi không rõ là bọn vệ binh cấp thấp có biết đến chính sách lừa bịp hay không; nhưng đã có anh vệ binh còn rỉ tai thân mật:

- *Mai mốt đây rồi các anh về sẽ gia nhập vào bộ đội nhé!*

Chương trình học mười bài xong. Hoàn tất trong khoảng một tháng thay vì hơn ba tháng như dự trù. Sắp về rồi, anh em lại tỏ ra rất hân hoan hơn bao giờ hết. Các nhà, đâu đâu cũng là những lời chào hỏi, trao đổi địa chỉ, nhắn tin. Cứ như là ngày mai sẽ xách khăn gói ra khỏi trại.

Thế nhưng!

Một buổi sáng đầu tuần, chúng tôi thấy rất nhiều bộ đội lạ mặt, áo quần mới toanh. Mỗi anh vào một căn nhà dành cho một A (tiểu đội gồm mười người). Anh ta tự giới thiệu là cán bộ cấp trên về để tham dự phần thảo luận "tổng kiểm điểm, tổng thu hoạch" sau khoá học.

Mười anh trong tiểu đội ngồi xếp bằng trên sạp gỗ, mỗi người có một bản tổng thu hoạch vừa hoàn tất đêm trước. Lần lượt từng người đọc bản thu hoạch của mình trong đó có phần nhận thức cũ và mới (trước và sau khi đợt học tập) về "Mỹ Ngụy", về "Cách Mạng" và cuối cùng là tự xác định tội lỗi của bản thân đối với đất nước và dân tộc.

Dĩ nhiên có vài anh rán viết thật hay để khoe tài văn chương. Nhưng tựu trung, nội dung vẫn là các luận điểm mà bọn Việt Cộng đã lên lớp; cứ như các bản in chép từ một cái máy photocopy. Anh Đào Hoàng Đức – Bác Sĩ Quân Y tại Quân Y Viện Vũng Tàu - độc đáo với bản spreadsheet một trang với ba cột: vấn đề, nhận thức cũ, nhận thức mới. Câu trả lời gọn lỏn, không văn chương hoa bướm, không thành câu thành cú. Ai phê bình gì thì anh vẫn cứ bào chữa rằng anh làm đúng yêu cầu rồi, không cần sửa đổi.

Đến mục nhận tội mới thật căng thẳng. Đối với các anh tác chiến thì dễ dàng thôi. Tỷ như :"tôi đã hành quân giết chết mấy chục, mấy trăm chiến sĩ cách mạng…" Hay các anh Pháo binh thì: "đã bắn mấy trăm mấy ngàn trái pháo…" Tội nghiệp các anh Nha, Dược, Bác sĩ suốt đời chỉ cứu người làm sao khai ra tội ác. Thế là anh cán bộ trung ương bèn gợi ý:

- *Các anh cứu chữa cho lính ngụy là làm tăng cường thêm quân số của địch để giết hại đồng bào.*

- *Cho tải thương quân sĩ thì bị tội là cứu chữa để phục hồi quân số "ngụy"; mà không cho tải thương thì lại bị tội bảo tồn quân số chiến đấu của "ngụy"*

Đàng nào cũng là tội ác cả. Các anh nguyên là sĩ quan biệt phái qua nghành giáo chức thì có tội làm an ninh theo dõi, cùm kẹp các học sinh và thầy giáo khác. Các anh Quân tiếp vụ thì có tội bán nhu yếu phẩm để nâng cao đời sống binh sĩ, như thế là tăng cường tinh thần và sức chiến đấu của "ngụy". Nói chung, làm gì cũng là tội ác. Nhiều anh cố sử dụng ngòi bút thần tình để viết một cách khéo léo, nói chung chung mà không tự quy tội cho mình hay tự ghép mình là có "nợ máu", là đáng chết. Vì dụ như câu: "Tôi biết các tội phản bội tổ quốc và nhân dân là trọng tội." Nhưng dứt khoát không cho rằng mình mang tội phản bội. Sau một đêm không kết quả, đến hơn 10 giờ khuya, tên cán bộ cho giải tán và hẹn hôm sau sẽ tiếp tục làm việc:

- *Cho đến khi lào các anh thấy được tội nỗi mình.*

Sáng sớm hôm sau, có lệnh tập họp toàn trại lên hội trường. Bọn VC huy động một lực lượng vệ binh lớn, súng ống đầy người. Chúng đứng thành từng hàng bao quanh anh em tù để tạo sự uy hiếp tinh thần. Mấy chục tên cán bộ trung ương kéo vào ngồi kín các băng ghế hai bên bục gỗ. Nhiều tên ngồi xổm lên ghế, bàn tay móc móc các móng chân sần sùi đầy cáu bẩn. Đôi mắt cú vọ không ngừng đảo qua đảo lại nhìn gườm gườm vào anh em tù nhân. Sau khi có vài lời tự giới thiệu, một tên - có lẽ là cán bộ chính trị hay an ninh cao cấp - đã đọc một bản tự kiểm điểm của một ông cựu Đại tá X. nào đó tự kết cho mình tội CHẾT để rồi lại xin "cách mạng" khoan hồng. Y nói:

- *Các anh phải theo gương Đại tá X. này để viết cho thành khẩn. Cách mạng đánh "dá" các anh có thành khẩn khai báo, nhận tội thì mới khoan hồng cho. Còn cứ "noanh" quanh "rấu riếm" sẽ thêm tội "lặng" hơn. Ngày về của các anh hoàn toàn tùy thuộc vào bản kiểm điểm "lày".*

Lần này chúng cho anh em đến ba ngày tròn để viết lại bản tự kiểm cho "đạt yêu cầu".

Anh em rời hội trường mà lòng nặng trĩu lo âu. Các cuộc thảo luận trong tổ căng thẳng đến độ có nhiều anh đổ mồ hôi, mặt tái mét vì lo âu không biết tội như thế có bị xử bắn không. Anh Nguyễn Văn Bộ, vốn dân di cư năm 1954 nói một cách quả quyết:

- *Bắn thì chúng nó đã bắn ngay rồi. Tớ nhớ hồi Cải Cách Ruộng Đất, chúng nó lôi ra chặt đầu có cần phải học tập, tự khai tự kiểm gì đâu.*

Tội nghiệp đa số anh em trong tổ là sĩ quan phục vụ tại trường Truyền Tin Vũng Tàu, nặn mãi chẳng ra tội gì cả. Họ phải cắn răng bịa ra những thứ tội không hề làm để lên án mình gay gắt, rằng mình có nợ máu với nhân dân, rằng tội đáng chết... Viết ra rồi, đọc đi đọc lại, sửa tới sửa lui mà vẫn cứ áy náy trong lòng. Chỉ riêng anh Nguyễn Văn Sơn thì ỷ có bà mẹ vợ là cơ sở của thị ủy Vũng Tàu. Anh khoe rằng nhà anh là nơi chú Ba Thu – Bí thư Thị ủy Vũng Tàu - thường về trú ẩn. Ngày vào trại, anh thường mặc bộ bà ba đen có khăn rằn quàng quanh cổ ra dáng một du kích miền Nam. Tuy nhiên, với đôi kính cận trên khuôn mặt trắng trẻo, thân hình gầy gầy; trông anh ra vẻ một nhà giáo hơn là một người lính - dù là một người lính văn phòng. Trong bài tổng kiểm điểm, anh khai:

- Tôi đã nhiều lần được vợ móc nối, nhưng vì yếu đuối nên không dứt khoát theo cách mạng. Tuy nhiên tôi đã có nhiều lần giúp đỡ cách mạng bằng cách cung cấp pin hoặc che dấu không khai báo khi chú Bí thư về trú ẩn trong nhà.

Chúng tôi nhớ các bài "thu hoạch", anh Sơn viết rất dài. Có bài dài cả chục trang giấy kiểu giấy viết đơn ngày trước, nắn nót từng dòng chữ. Bài nào anh cũng bắt đầu bằng một đoạn lung khởi văn hoa bóng bẩy rồi mới đi vào phần chính của vấn đề. Tôi nằm sát anh nên cũng hơi e ngại. Tuy nhiên anh là một người hiền lành và vui vẻ, nhiều nghệ sĩ tính không hề có ý gì hại bạn bè nên tôi vẫn cứ thân với anh.

Loay hoay nhất là anh Lưu Văn Ngôi, sĩ quan tài chánh Quân Y Viện Nguyễn Văn Nhứt. Vì anh chẳng có gì để khai và nhận tội cả. Anh em bèn góp ý:

- Thôi anh cứ viết rằng mình phát lương cho binh lính là giúp họ có tiền tiêu xài, ăn uống no đủ để ra sức đánh phá cách mạng.

Anh cải lại:

- Lính ở trường Truyền Tin thì đánh phá ai?

Anh Nguyễn Văn Bộ bực mình:

- Thì phải kiếm cái gì mà khai cho chúng nó thông qua chứ.

Sau cùng rồi anh Ngôi cũng nhận tội chống phá cách mạng, đáng tội chết.

Lần cuối này thì các bài viết nghe nổ đôm đốp. Cả người đọc lẫn người nghe đều thấy rợn người, dù rằng có quá nhiều điều khôi hài, mỉa mai.

♦ Cuối Tầng Địa Ngục

Bài của tôi có lẽ là bài chứa đầy bom đạn, máu me nhất; vì tôi là đơn vị trưởng tác chiến độc nhất trong bốn mươi anh em trong B (trung đội) mà đại đa số là sĩ quan văn phòng. Phần vì tự ái của một người lính tình nguyện, phần vì e rằng hồ sơ của mình ở Bộ Tư Lệnh Sư Đoàn 5 BB tại Lai Khê, hay ở Bộ Tổng Tham Mưu vẫn còn nguyên vẹn; dễ gì mà khai láo với chúng nó. Vì thế, tôi viết đủ, trận nào, giết bao nhiêu "anh cách mạng" trên cả địa bàn ba tỉnh miền Đông Nam Phần lẫn chiến trường Kampuchea. Tên cán bộ nghe đọc, hai môi nó bặm lại. Ai cũng lo cho tôi. Sau này, Lê Cảnh Sao (Trung Đoàn 9 BB, hiện ở Santa Ana) gọi điện thoại qua thăm, anh có nhắc lại chuyện cũ:

- *Nghe bạn đọc mà tôi cũng rợn tóc gáy giùm bạn. Nghĩ sao anh này liều mạng thế.*

Anh Bộ là người vui tính nhất, lại có óc khôi hài. Vì thế, khi anh đọc bản Tổng kiểm điểm của anh với giọng lên xuống như đọc sớ, ai nấy phải rán bấm bụng nín cười dù rằng trong tình thế rất căng thẳng, gay go. Anh Bác sĩ Đức thì vẫn tờ spreadsheet ba cột như cũ. Riết rồi tên cán bộ cũng phải chấp nhận.

Chuyện rồi cũng qua. Bọn cán bộ trung ương hí hửng thu góp hết các bài viết, các cuốn vở ghi chép của tù trong gần hai tháng học tập rồi đi mất. Sau đó khoảng một tuần, bọn cán bộ trại lại gọi các đội trưởng lên họp. Chúng phát các xấp giấy và ra lệnh đem về đội để làm lại bản "lý lịch trích ngang" với nhiều chi tiết hơn. Kể từ ngày vào trại, không nhớ đây là lần thứ bao nhiêu chúng tôi phải khai đi khai lại bản lý lịch này. Có ngờ đâu, lần này chính chúng tôi đã chuẩn bị cho mình bản án tù cải tạo mà sẽ kéo dài từ 3 năm cho đến 6, 10, 12, 15 năm tùy theo các tiêu chuẩn mà bọn Cộng Sản đã dựa vào các chi tiết lý lịch.

Anh em vẫn tiếp tục lao động thường nhật. Mơ ước ngày về lại thấy viển vông hơn. Vì suốt cả mấy tháng sau đó, chẳng nghe tin tức gì mới. Vẫn hàng ngày các đội đi vào chân núi Chứa Chan, chặt gỗ vác về làm củi cho trại. Vẫn có vệ binh súng ống đầy người đi kèm hai bên. Vẫn ngày hai bữa chia nhau đi nhà bếp để lãnh cơm nước mà càng ngày càng teo lại vừa về phẩm vừa về lượng.

Phần 4
Chính sách 12 điểm của "Chính Phủ Lâm Thời Cộng Hoà Miền Nam Việt Nam"

Chỉ tiêu lao động mỗi người trong ngày là một khúc củi dài một mét rưỡi, đường kính ít nhất là ba tấc. Chúng tôi dùng các dụng cụ tự chế để cưa và tỉa nhánh. Sáng sớm, ăn một chén cháo lỏng với muối để lội bộ chừng mười lăm cây số trên con đường đất đỏ từ trại đến chân núi Chứa Chan. Mỗi đội có chừng một tiểu đội vệ binh mặc quân phục màu vàng sậm mang AK đi kèm hai bên. Một số anh có gia đình ở thị xã Long Khánh có thể nhìn thấy vợ con đứng chờ bên đường, nhưng không được tiếp xúc, trò chuyện hay nhận quà. Tôi thấy các chị đứng lau nước mắt ái ngại mỗi khi nhìn các anh đi qua. Chắc họ phải đau lòng lắm khi nhìn thấy chồng mình tiều tụy trong những bộ áo quần bạc màu sờn rách đã bắt đầu có nhiều miếng vá. Kể ra lúc này muốn trốn cũng không khó. Vì vào đến nơi, anh em phân tán ra tứ phía, mà vệ binh thì không đủ người để bủa ra một chu vi rộng lớn trong rừng tương đối rậm rạp. Nhưng vào thời gian này, chẳng ai biết tình hình bên ngoài ra sao. Vả lại trong thâm tâm, chúng tôi vẫn còn nuôi hy vọng ngày về sẽ không xa.

Những đợt đi củi sau này, chúng tôi khôn ra. Có anh lựa khúc cây rỗng ruột, nhém lá vào hai đầu để che mắt bọn cai tù, rồi giả bộ như cây củi nặng lắm, vừa đi xiêu xẹo vừa thở dốc. Có anh lựa loại cây xốp như gòn. Nó nhẹ như một bó bông gòn. Loại cây này khi đốt chẳng cháy được mà lên khói mịt mù. Vì thế, nhà bếp khiếu nại lên trại làm chúng tôi bị sỉ vả một trận. Từ đó, bọn vệ binh đi kiểm soát từng người trước khi cho mang củi về trại.

Có lúc, gặp toán vệ binh dễ tính. Họ cho đi vòng về qua chợ Long Khánh và cho anh em để củi vào một bên đường để vào chợ mua sắm cả nửa tiếng đồng hồ. Những lần đó, thế nào các anh có gia đình ở Long Khánh cũng được mang vào trại vài túi xách đầy đồ ăn, và đặc biệt một số tin tức sốt dẻo qua câu chuyện với gia đình hay những tờ báo ngụy trang thành giấy gói thức ăn.

Một chiều, sau khi trút bỏ khúc củi nặng xuống sân nhà bếp, tôi thấy nhiều nhóm tụ tập bàn tán có vẻ xôn xao. Anh Đinh Quang Trung, B trưởng, vừa được gia đình cho một giỏ quà. Anh tìm thấy một mẩu báo "Sài Gòn Giải Phóng" có đăng nguyên văn bản Chính sách 12 điểm của cái gọi là "Chính Phủ Lâm Thời Cộng Hoà Miền Nam Việt Nam". Chúng tôi chúi mắt vào đọc ngấu nghiến từng câu, từng đoạn và biết rằng đây là chính sách áp dụng đối với những người mà họ gọi là Ngụy quân, Ngụy quyền đang bị tập trung cải tạo. Cuối cùng thì cũng tìm thấy điểm mấu chốt ở gần cuối bản văn: **"Thời gian cải tạo được ấn định là trong vòng ba năm, những người ít nợ máu, học tập tốt hay có thân nhân gia đình cách mạng sẽ được cứu xét cho về sớm."**

Bàng hoàng. Thất vọng, Lo lắng, xôn xao.

Đó là phản ứng tức thời của tất cả mọi người. Từ mười lăm ngày, nay thời lượng tăng lên con số ba năm, nghĩa là gấp 72 lần. Một con số khủng khiếp đủ sức bóp nghẹt con tim của mọi người. Chúng tôi đọc đi đọc lại hàng chục lần cho đến khi thấm thía rằng đây đã là sự thật.

Không khí trong trại lắng đọng. Nhiều anh đã tìm một góc nhà, úp mặt vào hai bàn tay và ngồi thừ ra hàng giờ. Lo cho số phận bản thân một; thì lo cho gia đình gấp trăm lần.

Mấy hôm sau, người chỉ huy trại tập họp toàn trại vào hội trường để loan báo về chính sách Kinh tế mới của đảng và nhà nước. Ông khuyến thích anh em cải tạo và gia đình tình nguyện đi kinh tế mới. Ông ta nói:

- *Trước đây, các anh không nao động, chỉ ăn bám xã hội. Lay các anh đã học bài "Nao động nà Vinh quang". Các anh đã nhận thức nao động để cải tạo con người. Lước nhà đã độc nập, phải phát triển mở mang. Còn nhiều vùng đất mầu mỡ cần bàn tay con người khai phá. Bác Hồ lói:"Với sức người, sỏi đá cũng thành cơm." Lếu các anh tình nguyện đi xây dựng kinh tế mới, thì gia đình sẽ được đoàn tụ với các anh.*

Lúc này chúng tôi đã biết nhiều biến chuyển bên ngoài. Những biến chuyển dồn dập đến chóng mặt. Trước hết là chuyện đổi tiền. Cứ năm trăm đồng Việt Nam Cộng Hòa, đổi được một đồng mới của Cộng hoà Miền Nam. Nhưng mỗi gia đình chỉ được đổi một số lượng tối đa được ấn định chừng vài trăm đồng tiền mới. Số còn lại phải dâng nộp cho nhà nước. Lệnh đổi tiền chỉ được thông báo một cách đột ngột nên tất cả mọi người không ai kịp tìm cách chuẩn bị để đối phó. Thế là đùng một cái, người miền Nam mất trắng tài sản dành dụm được sau bao nhiêu năm làm lụng cực nhọc. Trong trại, chúng tôi chẳng có bao nhiêu để đổi. Những đồng tiền mới gồm các tờ từ một xu, hai xu, năm xu, một hào… đến một, hai đồng in đơn sơ trên loại giấy chẳng có kỹ thuật cao cấp nào. Chúng tôi phải bắt đầu làm quen với các đơn vị mới, xu hào; và cách tính toán sao cho khỏi lộn. Đến chuyện thứ hai là cải tạo tư sản mà thành phần đầu tiên là "Tư sản mại bản". Nhà cầm quyền mới phân loại những người công thương nghiệp ra năm thành phần, mà trên hết là tư sản mại bản. Đó là những người mà chính quyền mới cho rằng phản động nhất, trong chiến tranh đã cấu kết với đế quốc Mỹ để nuôi dưỡng chiến tranh, bóc lột đồng bào. Họ trấn an thành phần thứ hai "tư sản dân tộc", gọi đây là tư sản yêu nước. Vì thế, không có gì phải lo âu cả. Dưới nữa là lớp tiểu thương, buôn bán nhỏ… mà họ nói là thành phần lao động chân chính, là đồng minh của giai cấp công nông. Những gia đình bị coi là tư sản mại bản, quân cán chính cao cấp… đã bị bắt buộc phải hiến cơ sở, nhà máy, công nghiệp cho nhà nước. Họ bị buộc phải rời thành phố để đến các khu rừng hoang vu xa xôi khai khẩn đất đai. Nhà cửa tài sản riêng của họ bị tịch thu toàn bộ. Họ không được cấp phát lương thực hay dụng cụ sản xuất mà phải tự túc hoàn toàn ngay khi được đưa đến những nơi gọi là kinh tế mới đó.

  Chúng tôi biết hai chữ "tình nguyện" chỉ là cách dùng chữ khéo léo của Cộng Sản. Vì nếu không tình nguyện cũng sẽ bị cưỡng ép vì họ đã có chủ trương rõ ràng rồi. Chúng tôi đã đọc trong các truyện về chiến tranh của Cộng Sản. Khi họ cần những người ôm bom nhảy vào công sự đối phương. họ cũng nhắm vào một thành phần nào đó mà kêu gọi tình nguyện. Tình nguyện thì được vỗ tay, biểu dương; không tình nguyện thì họ cũng chỉ định mà lại mang tiếng thiếu tinh thần tự giác. Bây giờ chỉ còn cách sử dụng đòn cân não để đối phó mà thôi. Sau những ngày đắn đo, chúng tôi ai cũng viết đơn tình nguyện; nhưng lại tìm cách dùng văn từ khéo léo, như đặt các điều kiện mà thường là thòng thêm một câu: "nếu được thả về, chúng tôi sẽ đưa gia đình đi kinh tế mới."

    Không ngờ rằng bên ngoài, cũng có những gia đình bướng bỉnh không chịu rời bỏ thành phố. Sau khi tin tức từ những người từ khu kinh tế mới nhắn về về tình trạng đem con bỏ chợ của nhà cầm quyền, và nhất là đã có nhiều gia đình trốn về, lang thang khắp thành phố vì đã mất nhà mất cửa, những người còn lại càng tỏ ra bướng bỉnh hơn. Mẹ tôi dứt khoát đặt điều kiện:

- *Tôi già rồi, không đủ sức đi làm rẫy trên rừng. Nếu các ông thả con tôi về, chúng tôi sẽ đi.*

    Nhờ thế, nhiều gia đình đã bám lại thành thị, dù rằng các người phụ nữ - nay là trụ cột gia đình - không thể kiếm được việc làm, phải xoay ra bán dần bán mòn tư trang, tài sản, vật dụng; và sau cùng thì trở thành "con buôn chợ trời" hay buôn lậu đủ thứ, thượng vàng hạ cám để sống còn trong một xã hội đầy xáo trộn và đe doạ từ mọi phía.

    Việc ăn uống đã trở nên tồi tệ. Trước tiên là việc cân đong.

    Trong trại không có loại cân bàn để cân các bao gạo một tạ. Họ dùng một cân xách đã quá cũ mà chỉ một xê dịch nhỏ là sự sai biệt lên tới hàng kí lô. Bao gạo tính một trăm kí, nhưng thật ra chỉ khoảng bảy lăm, tám chục kí là cùng. Đến khi vác về nhà bếp, mở ra thì ôi thôi, đủ loại trong đó. Lẫn trong những hạt gạo đã mục nát là các thứ rác rến, giẻ rách. Thậm chí chúng tôi còn thấy cả các mẩu kim loại. Như thế, sau khi đã bỏ ra hàng giờ nhặt gần hết các thứ rác rến, chỉ còn lại chừng năm, sáu chục kí gạo. Vì thế, những thau cơm càng ngày càng ít dần;

chia ra, mỗi người chỉ lưng hai chén. Đã bắt đầu có hiện tượng nhà bếp gian lận trong việc chia cơm.

Mỗi ngày, một B (trung đội) được luân phiên nhau làm bếp. Sau khi ăn vụng no nê ngay tại bếp, họ xới vào những thau cơm của họ đầy ú, và nén thật chặt rồi mang về phòng để có thể dành ăn no thêm được vài bữa kế tiếp. Có những anh vì đói, đã chầu chực quanh chảo vo gạo hay chảo cơm đang sôi để xin nước vo gạo, nước gạo khi sôi lấy cớ là để trị phù thủng. Mỗi lần như thế, họ nhanh chóng múc vào ca một số gạo, hay cơm đang chín tới. Chỉ có khoảng chục anh thôi. Trên tay lúc nào cũng dính chặt chiếc ca nhựa hay ca nhôm. Họ trở thành thường trực tại nhà bếp. Trông vừa thảm hại vừa buồn cười. Họ đứng rình ở cửa lò. Mặc cho lửa cháy hừng hực hắt ra, mỗi lần anh phụ bếp dở vung ra đảo cơm, là có hàng chục chiếc ca chìa ra xin nước cơm, xin cơm, xin cháy. Dù nhà bếp có cho hay không, thì những chiếc ca cũng vục vội vàng vào chảo để múc – càng đầy càng tốt.

Các B không có nhiệm vụ nấu bếp trong ngày thì chắc chắn là ăn đói. Vì thế, anh em chúng tôi trong mỗi A (tiểu đội) đã đi đến việc chia cơm và thức ăn ra cho từng người. Chia cơm, còn tương đối dễ; nhưng chia cá thịt không kể ra thì ai cũng biết là cả một vấn đề. Cục xương, cái đầu cá, chút mỡ… làm sao chia ra làm mười phần cho đều nhau? Cuối cùng, phải đồng ý cách chia tương đối, và bắt thăm. Ai có thăm số một sẽ chọn trước, và cứ thế đến số hai, số ba, … mà bắt thăm kế tiếp.

Trong giai đoạn này, thức ăn vẫn còn khá. Thông thường, chúng tôi nhận các bao thịt chà bông, có cà chua tươi, hành ngò, bột ngọt để nấu canh. Thỉnh thoảng có cá đuối hoặc cá nhám (cùng họ với cá mập, nhưng nhỏ hơn. chỉ dài chừng hơn một mét). Lúc đầu, anh em chúng tôi chưa biết cách làm cá. Dùng dao chặt thì dao bật trở lại vì da cá nhám được bao bọc bởi một lớp mỏng như cát, mà chỉ có cách dùng nước sôi mới cạo đi được. Có anh đã dùng cưa rán hết sức để cưa cá nhám ra từng khoanh nhỏ. Kéo cưa qua lại hàng giờ, nó vẫn trơ trơ. Thịt cá nhám, cá đuối rất tanh mà chỉ có vài loại gia vị cay hay lá rau răm mới trị được. Tuy có thức ăn không đến nỗi tệ, và tuy cũng rất đói, bữa ăn đối với chúng tôi vẫn là một cực hình. Khi lùa miếng cơm vào miệng, chúng tôi phải dùng lưỡi để tìm ra những hạt sạn, vật lạ tí hon; sau đó, nhai nhè nhẹ để không bị mẻ răng nếu còn những sạn nhỏ hay các hạt cát mà không bao giờ thiếu trong cơm. Có anh thậm chí đã đùa ra khỏi miệng cái nút áo, chiếc kim băng hay một miếng bông gòn.

Sau vụ nổ kho đạn do Quân Lực VNCH để lại ở một trại gần đó, một số nhà cửa bị sập. Kho gạo xây bằng táp lô cũng sập nát. Xi măng, cát trộn lẫn vào gạo. Nhà bếp cũng bị hư hại nặng. Trại quyết định chia gạo, thức ăn cho tận các đội để anh em chúng tôi tự nấu lấy. Từ đội, chia cho B, rồi B lại chia ra cho các A. Anh Thành, A trưởng, đi lãnh về bày biện ra trên sạp gỗ. Các thứ đều được chia làm mười phần. Món ít nhất là bột ngọt. Mỗi A được khoảng nửa cc; chia ra mỗi người chừng vài tinh thể nhỏ như hạt cát. Lấy không khéo tay thì coi như không còn gì.

Vấn đề bây giờ là làm sao mà nấu. Mỗi A mười người, vị chi phải gầy ra mười cái bếp con con. Chúng tôi tận dụng các loại lon, hộp kim loại để làm nồi nấu cơm và thức ăn. Những lần nấu nướng như thế, không khí trong nhà rộn ràng lên. Khói từ củi ướt bốc lên ngập cả căn phòng. Có anh khéo thì nấu chín lon cơm, có anh dở thì cơm khi sống, khi cháy, khi nhão, khi khê. Nhưng bù lại, chẳng còn ai phàn nàn so đo việc chia chác nữa.

Vụ nổ kho đạn mà tôi vừa nói trên là một biến cố rất lớn xảy ra vào những ngày gần cuối năm 1975. Thoạt đầu là một tiếng ầm lớn long trời lỡ đất. Lúc đó chừng xế trưa. Đã nghe tiếng rít trên không trung của những mảnh các loại đạn đại bác. Kinh nghiệm những năm chiến đấu dạy cho tôi biết khi nào thì đạn sẽ rơi gần mình. Đó là lúc nghe tiếng xịt xịt. Nhưng nếu nghe tiếng hú, tiếng rít, đạn đang bay qua đầu mình và sẽ rơi xuống rất xa. Sau một loạt những tiếng nổ lớn đó, hàng trăm tiếng nổ phụ vang lên. Các loại đạn của một kho đạn lớn cấp sư đoàn đang thi nhau nổ tung. May mắn là không trái đạn sống nào văng đi, mà chỉ là các mảnh và sắt thép của nhà kho. Có những khung nhà bằng sắt nặng hàng tạ rơi xuống ngay sân trước nhà của chúng tôi. Sức mạnh của hơi nổ và độ nóng làm cho cả thanh sắt lớn bị uốn vặn vẹo đi. Một vỏ đạn đồng còn sáng bóng, đầu bị tưa ra sắc bén, xuyên qua mái tôn và cắm phập vào vách tường bằng táp lô ngay trên đầu nằm anh Sơn cạnh tôi. Tôi chui xuống dưới sạp gỗ, hy vọng miếng đạn chạm gỗ sẽ không xuyên phá như khi chạm vào vách xi măng. Có nhiều anh từ đội 6, 7, chạy hốt hoảng về hướng chúng tôi, ra tận hàng rào và bị kẹt lối tại đây. Họ đội trên đầu bất cứ thứ gì vớ được trong tầm tay. Có anh che bằng một miếng các tông, có anh che bằng chiếc chiếu. Họ cố thu nhỏ người trong những rãnh nước. Có anh nhảy ùm xuống giếng, không biết bơi, nên la ơi ới. Báo hại trong cơn kinh hoàng mà chúng tôi phải phơi mình ra trên thành giếng để tìm cách kéo anh ta lên. Đến tối mịt, vẫn còn tiếng nổ lai rai của những viên đạn nhỏ còn sót lại. Lâu lâu mới nghe một tiếng bùm lớn. Nhưng anh em ai nấy đã trở về phòng kiểm điểm lại ai còn ai mất, ai bị thương tích gì không. Nhờ ơn trên, trại chúng tôi không bị tổn thất gì, ngoài vài anh bị những vết trầy trụa sơ sài.

Thế nhưng trong đêm ấy, đã có nhiều bàn tán vô căn cứ về những khả dĩ rất lạc quan. Có anh loan tin rằng có một lực lượng kháng chiến gồm các đơn vị của quân ta không chịu theo lệnh đầu hàng đã rút vào rừng tiếp tục chiến đấu. Họ đã thực hiện vụ nổ này như một sự khởi đầu cho giai đoạn chiến đấu giành lại miền Nam. Chúng tôi thầm thì trò chuyện rất lâu trước khi chìm vào một giấc mơ được trở lại trong ngày chiến thắng, đánh bại quân xâm lược Cộng Sản phương Bắc, xây lại nền Cộng hoà.

Phần 5: Một Phát Giác Động Trời: Từ ba năm đến cải tạo lâu dài.

Trong khuôn viên trại 2 có nhiều dãy nhà kho tiền chế khung sắt, mái và vách bằng hợp kim nhôm. Những tấm nhôm bề ngang 1.2 mét, cao 2.4 mét, uốn sóng vuông rất chắc chắn. Chúng được gắn vào khung bằng hàng ngàn con ốc thép không gỉ. Khung các cửa sổ toàn bằng nhôm cứng. Những dãy nhà này trước đây có hệ thống máy lạnh nhưng máy đã bị tháo gỡ, chỉ còn lại các ống chuyền hơi. Giá mỗi nhà nghe đâu lên đến hàng chục ngàn đô la. Sau vụ nổ, một số bị hư hại.

Một hôm, các đội được gọi đi lãnh các cây cọc sắt ấp chiến lược và được lệnh tháo gỡ những căn nhà đó bằng một cách rất bán khai. Chúng tôi đứng quanh căn nhà, dùng cây sắt phang mạnh vào các nơi có các con ốc thép cho đến khi tấm tôn bị rách và bung ra. Thì ra những anh bộ đội miền Bắc chưa hề biết đến con ốc và những chìa khoá để vặn ốc. Sau mấy ngày đem sức người ra cật lực làm việc, vừa phồng tay, vừa rách chân, hàng trăm tấm tôn đã được tháo ra khỏi khung nhà. Chúng tôi chất thành những đống cao nghệu những tấm tôn rách nát, vặn vẹo. Không có lấy một tấm nào còn nguyên vẹn. Một số anh, chắc có cái nhìn xa, đã nhanh chóng tháo gỡ những thanh nhôm cửa sổ đem về dấu trong phòng. Qua hôm sau, anh đội trưởng đi họp trên Ban Chỉ Huy về (họ gọi là giao ban) tập hợp một nhóm các anh khéo tay và biết qua về việc gò rèn. Anh nói:

- *Trại muốn các anh làm ra các thùng gánh nước, gàu nước, thùng tưới từ các tấm nhôm đó.*

Trong cả hàng trăm tấm nhôm ngổn ngang, các anh chỉ tìm ra được khoảng vài chục tấm là còn tương đối xài được.

Anh Lê Thế Sự, cán bộ đội đã tỉ tê với anh X.:

- *Tôi ước chi có một cái hòm, anh có thể làm cho tôi không?*

X. trợn trừng mắt ngạc nhiên:

- *Anh muốn cái hòm? Để chôn ai?*

Người miền Nam khi nói đến cái hòm là nghĩ đến cái quan tài chôn người chết. Trong khi anh Sự muốn nói đến cái rương, hay cái va li đựng áo quần. Thế là chỉ vài ngày sau, cái hòm anh Sự hoàn tất. Coi cũng khéo, các góc cạnh vuông vức; có bản lề, có hai khoá móc hai bên, có quai xách đàng hoàng. Từ đó về sau, các anh bộ đội khác cũng bắt đầu kéo đến, ỉ ôi năn nỉ để nhờ làm hòm đem về Bắc. Anh nào cũng xuýt xoa khen:

- *Gớm, các anh khéo tay ghê!*

Cả đời họ sống ở Bắc, chưa bao giờ có được một thứ tài sản sang trọng như thế. Vì thế họ tỏ ra rất trân trọng, biết ơn. Và món quà trả ơn thường là dấm dúi cho các anh thợ những gói thuốc lá thơm hiệu Tam Đảo, Điện Biên.

Tôi bắt đầu gia nhập nhóm làm lược, kẹp từ các thanh nhôm gỡ ra ở khung cửa sổ. Những thanh nhôm này mỏng chừng hai li, có độ cứng vừa phải nên dễ cưa và khắc chữ, chạm hình. Một anh tạo mẫu cắt ra theo hình chiếc lược đàn bà có tay cầm đủ kiểu. Một anh khác cưa các răng lược sao cho thật đều nhau, sau đó là dũa cho mịn các góc cạnh rồi mài hai mặt với giấy nhám nước. Tôi phụ trách phần áp chót là vẽ những hình ảnh theo đơn đặt hàng rồi dùng những chiếc đinh nhọn đã mài thành mũi dùi để chạm hình hay viết chữ. Công việc này chúng tôi gọi là "xủi". Hình thường là những hoa văn trang trí, hay các thiếu nữ, hoặc hoa cúc, hoa hồng… Tôi có khả năng khắc lên những giòng chữ nhỏ xíu mà khi đọc, phải dùng đến kính lúp. Tuy thế, chữ vẫn đều đặn, tròn trịa như nét chữ viết bằng bút mực trên giấy. Khâu chót là đánh bóng. Chúng tôi dùng giấy nhám nước đã thật mòn nhẵn, hay xà bông pha với tro bếp mịn. Các hàng nhôm này sau khi đánh bóng, có thể soi mặt được.

Ban đầu là những món trang sức phụ nữ, như kẹp tóc, lược, trâm cài đầu… mà anh em chúng tôi đặt vào đó bao trìu mến để mong có dịp gửi về cho gia đình. Sau đó, có anh đã khéo tay chế ra những bộ chén bát trà xinh xinh. Lúc này, chúng tôi đã chuyển qua hút thuốc lào, vì thuốc điếu trở thành mặt hàng xa xí. Những ống nhôm từ vỏ trái sáng là nguyên liệu làm ống điếu hay nhất. Vừa dễ kiếm, vừa dễ làm, lại vừa có thể trang trí bằng những hình vẽ, hoa văn…

Các anh bộ đội cũng bắt đầu để mắt đến các sản phẩm của chúng tôi.

- *Lày anh Phúc, nàm cho tôi một cái nược nhé. Cái lày đem về Bắc tặng bạn gái nà nhất.*

Nhờ công việc này mà chúng tôi được nhàn hạ một thời gian dài; lại có sự trao đổi thù lao bằng các gói thuốc lá thơm hay bánh thuốc lào ba số tám; hay có thể nhờ các anh ấy mua sắm vặt vãnh các thứ bên ngoài. Họ cũng sốt sắng kiếm vật liệu, mua dụng cụ cho chúng tôi. Chúng tôi có thể làm một cái lược trong vài tiếng; nhưng lúc nào cũng kéo dài đến vài ngày. Một va li nhôm vài ngày, thì khai gần một tháng. Các bộ đội xuất thân ở thôn quê miền Bắc, chưa hề biết đến văn minh hàng nhựa, hàng nhôm. Vì thế, họ rất tin chúng tôi và luôn luôn trầm trồ khen ngợi các sản phẩm:

- *Gớm, sao các anh tài thế? Cái gì cũng biết "nàm"!*

Anh Sự, đội trưởng, thì nhờ tôi nhiều nhất. Và nhờ đó, tôi có nhiều dịp nghe tâm sự của anh. Có lần anh ngồi theo dõi tôi đang khắc chạm hình, vừa khe khẽ ngân nga các bản nhạc tình của Lam Phương. Anh hỏi:

- *Anh bày cho tôi hát nhạc vàng nhé. Tôi đi cách mạng bao năm mà vẫn không mê nổi các bài hát the thé của cách mạng.*

Thì ra, những người lính miền Bắc còn trẻ cũng vẫn còn chan chứa trong tim họ những tình cảm lãng mạn, mà họ phải che dấu khi sinh hoạt trong môi trường khô khan đầy nghi kỵ, dòm ngó của các đồng chí. Bản nhạc đầu tiên mà tôi tập cho anh hát là bản Mưa Nửa Đêm của nhạc sĩ Trúc Phương. Anh thích lắm, hát lui hát tới hoài.

Nhạc sĩ kiêm hoạ sĩ Phan Công Danh, một sĩ quan biệt phái làm việc tại Trung tâm Huấn luyện Cán bộ Xây Dựng Nông Thôn Vũng Tàu, ở cùng đội với tôi. Chúng tôi rất thân nhau vì có nhiều điểm tương đồng để tâm sự. Anh đã làm bản nhạc rất hay để gửi gắm tình thương yêu cho người vợ trẻ (chị có dòng máu Ấn, nên đẹp rất mặn mà.)

....

Muà xuân ngọt ngào,
Tình xuân dạt dào.
Một ngày yêu nhau
Thành đôi vợ chồng
Một ngày yêu nhau,
Tình nồng in sâu.

Yêu anh, em yêu tình đầu tiên
Yêu em, anh yêu tình lần cuối.
Tình anh, tình anh đậm đà
Tình em, tình em mặn mà.
Cầu mong được gần nhau mãi thôi.
Ngày xuân nhạc vàng
Lòng xuân rộn ràng
Cận kề bên nhau
Tình đầu cho nhau
Tình nồng thiên thu
....

Phan Công Danh hiền lành, rất dễ mến. Những đêm ngồi hút thuốc lào, anh thường tâm sự về người vợ trẻ. Những thắc mắc ưu tư anh giải bày với tôi rất chân thành. Vợ anh còn rất trẻ, mà lại đẹp, lại chưa có con cái. Dĩ nhiên, chúng tôi đều có chung những ưu tư giống nhau. Ngày về thì chưa biết bao xa. Ngoài đời thì đầy rẫy khó khăn, cạm bẫy. Người phụ nữ ở tuổi xuân thì liệu có đủ nghị lực và tình yêu mặn nồng để chịu dựng và vượt qua bao nghiệt ngã không? Ngày xưa, thế hệ cha ông chúng tôi có còn là trong xã hội nặng tính nông nghiệp, khép kín, lại có những đạo lý khắt khe ràng buộc. Nhiều người vợ đã vẹn lòng thủy chung dù mất chồng lúc tuổi đôi mươi. Ngày nay, đã bước qua thời đại giải phóng phụ nữ và ảnh hưởng văn minh Tây phương; cộng thêm sự đổi đời do chế độ Cộng Sản đem lại. Với những o ép, cưỡng bức, đe dọa, chúng tôi có lý do để lo về một nỗi lo mà chính chúng tôi không thể giải quyết được trong tầm tay mình. Chỉ còn hy vọng ở tình yêu và đức hạnh của người phụ nữ, cũng như khả năng sinh tồn tiềm tàng trong mỗi người.

Từ tháng thứ nhì, chúng tôi đã được phép viết thư về thăm gia đình. Các anh cán bộ nhắc nhở chúng tôi viết những điều tích cực; như khuyến khích gia đình "làm tốt" ở địa phương, an tâm tin tưởng để chờ ngày sum họp. Về phía chúng tôi, các anh cũng nhắc phải viết về mình đang lao động tốt, học tập tốt, chấp hành tốt. Và trên hết thảy là nhắc đến chính sách khoan hồng độ lượng của đảng và nhà nước. Dù không ai cho ai xem thư riêng của mình, chúng tôi cũng hình dung nội dung các lá thư đều na ná nhau. Cùng những câu khẩu hiệu như trong các văn bản của nhà nước, rồi những sáo ngữ giả dối mà chúng tôi phải tập quen dần. Càng giả dối càng mong được thông qua sự kiểm duyệt để về đến tay gia đình. Miễn sao cho người thân đọc được tuồng chữ của mình để tạm yên tâm rằng "anh ấy vẫn còn sống, đang ở trại X, trại Y." Càng về sau, khi gần tết Âm lịch, trại đã báo tin cho phép viết thư nhắn gia đình thăm nuôi lần đầu tiên. Lá thư có hình thức như một toa hàng. Mở đầu vài ba câu đúng quy tắc thăm hỏi, động viên; sau đó là danh sách liệt kê những thứ nhu yếu phẩm và thức ăn. Chúng tôi hiểu rõ sự khó khăn của cha mẹ vợ con bên ngoài, nên chỉ dám xin những thứ thật cần thiết và thức ăn khô rẻ tiền như mắm ruốc, cá khô… Thế mà cũng còn e ngại không biết gia đình có sắm nổi không. Riêng tôi, khi nhận lá thư đầu của gia đình, tôi đã không ngăn được những cảm xúc bồi hồi, thương cảm, nhớ nhung. Vợ tôi đã không kể lể những khó khăn thế nào; nhưng tôi cũng phải hình dung ra được. Nàng là một thiếu nữ mới lớn lên. Rời mái trường trung học là gia nhập đoàn Nữ Trợ Tá của Quân Đội. Những năm cuối tôi học ở quân trường Đà Lạt, nàng đang làm việc ở Phòng Xã Hội thuộc trường Chỉ Huy Tham Mưu. Sau ngày cưới, nàng bỏ quân đội để theo tôi về Bình Dương; sau đó về ở với mẹ tôi ở Vũng Tàu. Ngoài khả năng của một nhân viên văn phòng, nàng chỉ còn biết đôi chút về nội trợ. Chân yếu, tay mềm, không biết nàng đã xoay trở ra sao trong những tháng năm bị ngược đãi bên ngoài. Mẹ tôi, đã ngoài sáu mươi. Thời đó trên sáu mươi là coi như ở tuổi già rồi. Mẹ một đời vất vả buôn bán nuôi con. Tưởng khi tôi giải ngũ thì cụ có thể hưởng được ít năm có con và dâu phụng dưỡng. Nào ngờ vật đổi sao dời. Đời đang màu hồng thì bỗng chuyển qua xám ngắt, với những đám mây đen dày u ám che khuất hết nẻo tương lai. Điều an ủi nhất là các con tôi vẫn còn được đi học. Nhưng đáng lo là chúng đang học thêm những điều tuyên truyền của chế độ mới. Tôi đã làm một bài thơ trong có các câu

Em bé Việt Nam, tuổi đời thơ dại,
Vừa lọt lòng mang kiếp khổ sai.
Vú mẹ khô quắt, sữa ngoài không bán
Sớm tối cầm hơi, chén cháo chén khoai.
Mẹ vừa sinh em là đi thủy lợi
Bố tập trung mòn mỏi tăm hơi
...

Trường học biến thành trại lính
Các em quên chữ, quên bài
Nhớ chăng, những điều "Bác" dạy
Hận thù, giai cấp đấu tranh.
...

(Đã hơn ba mươi năm. Tôi quên gần hết bài thơ của mình. Thế mà có anh bạn tù là Nguyễn Dương Hoài Việt hiện ở California còn nhớ nguyên bài).

Tuần lễ đầu tiên sau Tết Bính Thìn (1976), chúng tôi được gặp gia đình sau bảy tháng xa cách. Buổi thăm gặp được giới hạn trong ba mươi phút. Tôi gặp đủ Mẹ, vợ và các con. Cháu bé nhất sinh vào giữa tháng tư 1975 nay bụ bẫm, hồng hào. Khi tôi đưa tay ra bế cháu, cháu đã chồm về phía tôi như có sự thôi thúc của tình máu mủ. Chúng tôi cầm tay nhau mà nghẹn ngào một hồi; chẳng biết nói điều gì trước, điều gì sau. Mẹ tôi rưng rưng:

- *Con rán chịu khó mà về. Mẹ đã già rồi, không biết chết sống ngày nào. Mong thấy con được về nhà rồi chết cũng cam.*

Vợ tôi thì gầy hẳn đi, và nước da đã đổi từ sắc hồng mịn qua ngăm ngăm đen. Có lẽ phải làm việc nhiều vất vả. Mấy con lớn thì khoe đã biết viết, làm toán và hỏi bố đủ điều.

Nửa giờ ngắn ngủi qua mau. Khi người cán bộ la lớn rằng giờ thăm sắp mãn, chúng tôi vội vã trao quà. Người bên ngoài thì chuyền những bao bị thức ăn; người bên trong thì dúi vào tay thân nhân những chiếc lược, chiếc kẹp nhôm. Rồi lại bịn rịn, lại nước mắt tuôn rơi, lại những dặn dò, an ủi. Biết bao giờ gặp lại?

Chúng tôi lại tiếp tục màn khai lý lịch. Trích ngang rồi lại trích dọc. Họ muốn chúng tôi khai báo thường xuyên để tìm tòi xem có gì sơ sót, đối chiếu để lượng giá sự chính xác trong lý lịch chúng tôi. Càng về sau, mẫu lý lịch càng nhiều chi tiết hơn. Một hôm, không nhớ vào dịp lễ lạc gì, anh Sự giao cho tôi một xấp giấy trắng có kẻ giòng (loại giấy đôi khổ lớn mà trước đây thường được dùng để làm đơn từ). Anh nói:

- Nhờ anh Phúc cắt cho một câu khẩu hiệu.....

Tình cờ, trong xấp giấy, tôi thấy có mấy tờ có chữ. Tôi vội lựa ra và đem ra phía sau nhà để xem. Thì ra đó là một phần của bản lý lịch trích ngang của anh em đội 6. Ba phần tư của bản lý lịch là những cột dọc ghi những chi tiết do chính cá nhân khai báo. Phần tư kế đó là cột cuối cùng, có những dòng chữ khác nét có ghi những đề nghị của một cán bộ nào đó về thời hạn cải tạo. Trong hơn 60 người có tên trong những trang đó, có gần nửa số anh được ghi: cải tạo ba năm. Một vài người được phụ chú: đề nghị tha sớm vì có thân nhân cách mạng. Một số khác thì được ghi: cải tạo 6 năm. Còn khoảng năm, bảy thì anh được ghi: đề nghị cải tạo lâu dài. Dò qua các cột bên trái, tôi khám phá ra rằng những anh bị đề nghị cải tạo lâu dài là các anh có một hay nhiều chi tiết lý lịch sau: Bắc di cư, Công giáo, đảng viên các đảng Quốc gia, thuộc các binh chủng tác chiến, An ninh, Chiến tranh Chính trị, Tình báo, Pháo binh... Tôi lặng người. Tự đánh giá mình thuộc vào thành phần nào và án cải tạo cỡ nào. Cải tạo lâu dài? Nghĩa là lâu hơn sáu năm; thì có thể là bảy, tám, chín, mười năm? Nghe mà rụng rời. Thế cái bản chính sách 12 điểm của chính phủ Lâm thời kia ghi rõ ràng là ba năm kia mà? Chẳng nhẽ nó vô hiệu chăng?

Tôi bèn khều những bạn thật thân tín để tiết lộ khám phá kinh hoàng này. Bàn qua, bàn lại. Ai cũng cố lý luận thật gần với cảm tính và ước vọng của mình:

- *Ba năm thôi là đã quá lâu. Chẳng lẽ họ ký ra bản thông cáo mà không áp dụng đúng sao?*

- *Đây nè, nó ghi rành rành: mốc thời gian cải tạo là trong vòng ba năm. Trong vòng là "within", là "less than".*

Một anh rành Anh ngữ đã giảng như thế. Một anh có vẻ lạc quan hơn:

- *Đất nước hoà bình, cần xây dựng. Họ sẽ cần trí thức, tài sức chúng ta thôi.*

Trong đầu óc tôi lại lởn vởn câu nói của ông Thiệu: **"Đừng nghe những gì Cộng Sản nói; mà hãy nhìn kỹ những gì Cộng Sản làm."**

Phần 6: Hết Mơ Ngày Về

Những thao thức không giải quyết được cứ lởn vởn trong tâm trí chúng tôi ngày đêm. Lo cho mình một; mà nghĩ về gia đình trăm lần nhiều hơn. Đất nước đã hoà bình, chúng tôi giờ chỉ còn hai bàn tay không, còn làm được gì mà người ta phải e sợ đến phải giam giữ lâu dài? Đồng minh đã bỏ cuộc từ lâu, chúng tôi chẳng hề mảy may hy vọng họ tiếp sức cho những nhóm tàn quân còn cố vẫy vùng. Năm cuối cùng chương trình cử nhân Chính Trị học tại Đại học Vạn Hạnh, tôi đã viết một tiểu luận về chính sách đối ngoại của Hoa Kỳ trong vấn đề Việt Nam. Dựa trên một loạt những diễn biến chính trị quan trọng: cuộc tranh chấp Nga Hoa ở biên giới hai nước, chuyến đi thăm chính thức của Tổng Thống Nixon tại Bắc Kinh năm 1972, việc Nga Sô tăng cường ảnh hưởng tại Ấn Độ để bành trướng về hướng Đông Nam, chuyến đi của Henry Kissinger đến mười bốn nước Ả Rập theo sau vụ Khủng hoảng Dầu lửa; cuộc hội nghị thượng đỉnh giữa Tổng Thống Hoa Kỳ Gerald Ford và Tổng bí thư Leonid Brejnev tại Vladivostock năm 1974. Sau đó là những diễn biến xảy ra liên tiếp như việc các nước Ả Rập yêu cầu Liên Sô rút quân, vũ khí, hoả tiễn ra khỏi Ai Cập và các nước Trung Đông, việc Hoa Kỳ trở lại Trung Đông khai thác các giếng dầu hoả. Tôi đã tiên đoán rằng Hoa Kỳ và Liên Sô sẽ trao đổi vùng ảnh hưởng Đông Dương và vùng Trung Đông để thoả mãn quyền lợi thiết yếu của hai siêu cường.... Đại đức Thích Giác Đức, giáo sư môn Bang Giao Quốc Tế đã đánh giá bài tiểu luận rất cao. Tình hình miền Nam đã có những triệu chứng bất tường nghiêm trọng ngay từ sau khi bỏ mất Tây Nguyên và Trị Thiên. Nhưng quân đội Việt Nam Cộng Hoà vẫn hết lòng chiến đấu để cố giữ miền Nam cho đến khi Hoa Kỳ thực sự phủi tay, cắt hết quân viện.

Giờ đây, ngồi trong những dãy nhà giam kiên cố, chúng tôi có nhiều thì giờ chiêm nghiệm lại những biến cố đã qua và cố tìm những câu an ủi: Thôi thì vận nước như thế. Tận nhân lực, tri thiên mệnh vậy.

Những buổi chiều, sau khi đã gần hết một ngày, nắng đã xuống thấp bên ngoài những khu vườn. Từ những chiếc loa ở góc trại, văng vẳng những bài hát "Cách mạng" chói tai và những lời tuyên truyền cũ rích nhàm chán. Một hôm, chúng tôi lại được nghe giọng ca ngọt ngào của đào Thanh Nga. Nhưng lần này, không phải là sáu câu tình tứ như ngày trước; mà là những câu ca tụng đảng và "Bác Hồ". Thanh Nga kết thúc bài vọng cổ bằng hai câu thơ:

Tháp Mười đẹp nhất bông sen
Việt Nam đẹp nhất tên vàng Hồ Chí Minh.

Tôi tức khí, nhái lại khe khẽ:

Trong hầm thối nhất cứt khô
Việt Nam tởm nhất tên già Hồ Chí Minh.

Cũng thời gian trước khi học mười bài, tôi đã bị một lần "Bệnh do khẩu nhập, họa do khẩu xuất." và như đã ngồi trên lò lửa gần một tuần lễ.

Buổi thảo luận đầu tiên của bài một có mặt anh cán bộ trung ương. Sau khi anh này nói sơ qua về cách thức thảo luận, anh Đ. đã giơ tay xin phát biểu:

- *Trước khi đi vào thảo luận, tôi xin nhắc anh em phải an tâm, tin tưởng vào cách mạng. Mấy hôm rồi, tôi có nghe ai đó nhắc lại câu của Nguyễn Văn Thiệu "Đừng nghe những gì Cộng Sản nói; mà hãy nhìn kỹ những gì Cộng Sản làm".* chứng tỏ anh đó chưa tin tưởng…

Tôi bỗng thót mình lại. Chết chửa, lần này chắc đi đong rồi. Đúng là thần khẩu hại xác phàm! Không phải chỉ có mình tôi lo lắng, mà gần như rất nhiều người cũng từng nói nhỏ to với nhau câu đó. Vì thế, thấy trong ánh mắt nhiều anh vẻ bồn chồn. Không khí im lặng một cách nghiêm trọng. Tôi liếc nhìn anh Đ. thăm dò. Nhưng không nghe anh nói thêm điều gì. Sau cùng thì anh cán bộ lên tiếng yêu cầu ai đã phát ngôn câu trên hãy đứng ra nhận:

- *Chúng tôi biết các anh mới vào trại, chưa được học tập. Nên tư tưởng còn băn khoăn. Anh nào đã nói câu đó thì hãy tự giác đứng ra nhận. Cách mạng lúc nào cũng khoan dung với người biết nhận lỗi.*

Cả mười lăm phút trôi qua, chẳng ai lên tiếng. Anh cán bộ cho tiếp tục cuộc thảo luận. Từ sau đó, tôi như ngồi trên lò lửa. Anh Đ. vốn hiền hoà, vô tư lự. Tôi biết anh chẳng hề muốn hại ai. Chẳng qua vì anh là dân chuyên môn, ít có suy nghĩ sâu sắc về chính trị. Vả lại, tôi là bạn cùng khoá với em của anh, chắc chắn anh chẳng bao giờ hại tôi. Tuy thế, những lúc có dịp ngồi gần với riêng anh, tôi cũng rán thăm dò xem anh đã nghe ai nói. Tôi cũng đã làm bộ kể chuyện Bá tước Monte Cristo như để hù doạ anh về việc nếu anh khai tôi ra, tôi sẽ làm như anh chàng Edmond Dante là trả thù cho tàn mạt cả gia đình kẻ đã hại mình. Anh Đ. được gọi lên phòng cán bộ hai lần những ngày sau. Đó là những lần tôi thẫn thờ, lo lắng. Nhưng không thấy động tĩnh gì.

Ba ngày sau, một buổi tối sau cơm chiều, toàn đội được lệnh tập họp kiểm điểm. Có mấy anh cán bộ cấp tiểu đoàn xuống đặt ghế bên ngoài phòng để theo dõi. Một anh đe doạ:

- *Các anh sẽ ngồi kiểm điểm hết đêm nay, ngày mai, ngày kia... cho đến khi nào tìm ra được người phát ngôn câu nói.*

Sau bao lần anh B trưởng năn nỉ kêu gọi tự giác, chẳng ai đứng ra nhận. Cuối cùng vào gần khuya, một anh giơ tay lên. Cả chục con mắt hướng về anh đó. Tôi gần như thở phào, trút bỏ lo âu vì có người sắp nhận tội. Anh ấy nói:

- *Thưa các anh, theo tôi, người nói câu đó có ý rất tốt. Chúng ta đừng nghe những la rầy của các anh bộ đội để đánh giá các anh là ghét bỏ chúng ta mà hãy nhìn những điều các anh đã làm cho chúng ta. Nào là lo chỗ ăn, chỗ ở, nhắc nhở mọi điều theo đúng chính sách nhân đạo của cách mạng...*

Hùa theo đó, nhiều anh khác cũng lên tiếng khen các bộ đội cư xử tốt, săn sóc trại viên, vân vân. Nghe bùi tai, mấy anh bộ đội kết luận sơ sài rồi cho giải tán. Thế là tạm thời tai qua nạn khỏi. Nhưng chúng tôi cũng phải dò chừng, nghe ngóng những tuần sau đó mới thực sự an tâm.

Thỉnh thoảng, vào nửa đêm, đã có những đợt gọi tên nhiều anh. Họ được lệnh gấp rút chuẩn bị tư trang ra tập họp trước sân, điểm danh một hai lần rồi bị dẫn đi mất. Những người còn lại tha hồ đoán mò: Họ được thả về; họ bị đưa đi nơi khác; thậm chí có anh phán một câu xanh rờn:

- *Họ bị đem đi bắn.*

Những anh có trí lự thì xét trên quá trình hoạt động quân đội, liên hệ gia đình của các anh bị dẫn đi để phán đoán phần nào có lý hơn:

- *Mấy anh này là dân văn phòng, có thân nhân "cách mạng". Chắc họ được cho về sớm.*

Nhưng đã cho về thì tại sao lại nửa đêm hôm khuya khoắt? Chỉ những hành vi tội ác mới xảy ra trong đêm tối mà thôi! "Cách mạng" gì mà làm cái gì cũng mờ ám cả.

Chừng sau giữa năm 1976, đến lượt chúng tôi được gọi tập hợp. Lần này thì hơn nửa nhân số của trại; và đặc biệt xảy ra vào ban ngày ban mặt. Do đó, chúng tôi có phần lạc quan. Trước khi xách hết tư trang ra sân để bị khám xét rất kỹ, tôi lén hỏi anh Sự:

- *Anh giữ giùm tôi mấy món đồ nhôm chưa gửi kịp về nhà và các dụng cụ linh kỉnh... Khám xong rồi anh giao lại nhé.*

Thường khi, mỗi lần khám tư trang, anh Sự vẫn cất giùm tôi những món đồ cần giấu diếm. Anh Sự nói có vẻ rất thành thật:

- *Các anh được về, không cần các dụng cụ ấy nữa.*

Trời ơi! Được về! Tôi muốn hét to lên biểu lộ sự mừng rỡ sau gần một năm trời chờ đợi hai chữ ấy. Mà sự vui mừng ấy cũng không phải không có cơ sở. Vì nhìn lại thành phần mới được kêu tên ra sân, toàn những anh em thuộc các đơn vị hành chánh. Một số cấp nhỏ như chuẩn úy, thiếu úy; một số khác cũng ở trong hoàn cảnh như tôi, đã giải ngũ trước 30-4-1975. Tôi quẳng hết các dụng cụ: cưa, dũa, mũi khắc... vào xó nhà rồi nhét vội những chiếc lược kẹp vào túi "sac marin."

Buổi sáng mát trời. Lòng rộn ràng như mở hội. Tôi nói chuyện huyên thiên cùng các anh đứng kế cận cho đến khi các bộ đội đến và bắt đầu màn kiểm soát tư trang mà anh em chúng tôi gọi đùa là "bày bán chợ trời." Lần bày bán chợ trời này rất nhộn nhịp. Ai cũng mong cho chóng xong để về sớm, và chẳng ai giấu giếm món gì nữa. Anh Đắng đứng cạnh tôi lôi trong túi ra cây bút Parker mà anh đã dùng sơn, sơn nham nhở bên ngoài, khoe:

- *Mình làm cho nó dị hợm thế này mới giữ được đến nay. Bọn nó thấy bút máy là ham lắm.*

Quả vậy, những lần khám đầu tiên, chúng tôi không dè rằng những vật dụng nhỏ nhoi vô giá trị lại là những thứ mà các anh bộ đội rất để mắt đến. Cái muỗng inox, cái dao khui hộp, cho đến cây viết Bic bấm, cái cắt móng tay... đều bị tịch thu để vào túi riêng các anh bộ đội. Sau này mới hay rằng những thứ đó ngoài Bắc chưa hề có. Vì thế, chúng là những món hàng cao cấp đối với họ.

Khám xong, sau vài lời phi lộ ngắn ngủi của cán bộ đội, từng nhóm chúng tôi được dẫn ra khỏi trại. Vệ binh dắt đi vòng vo cả giờ đồng hồ trong phạm vi căn cứ của Sư đoàn 18 Bộ binh. Đi đã mỏi chân. Hành trang càng lúc càng nặng dần. Chúng tôi được dừng chân nghỉ vài chặng rồi đi vào một khu có nhiều vườn chuối và cây ăn quả. Trên đường dẫn vào những lán tre vách đất sơ sài mới dựng lên gần đây, chúng tôi thấy những xích xe tăng trải dài xuống con đường nhỏ. Một anh chừng quen thuộc với khu này, nói lớn lên: "Hậu cứ Thiết Đoàn 5 Kỵ Binh."

Bên trong trại có nhiều căn nhà tôn. Những con đường đi trong trại rất hẹp và bị rào kín hai bên. Trên mặt đất được lót bằng gạch đá vụn lởm chởm. Có lẽ những gạch vụn này lấy từ những căn nhà bị sập vỡ do vụ nổ vừa qua. Nhiều anh em đứng lố nhố nhìn chúng tôi. Vài người nhận ra nhau, gọi ơi ới. Tôi chẳng thấy có ai quen cả. Vào một căn nhà lớn dùng làm hội trường, chúng tôi lại được phân chia thành tổ, đội, nhà... Lại những anh em mới, lại hỏi han nhau đơn vị cũ...

Tổ chúng tôi ở trong một căn biệt thự trống rỗng sát hội trường. Bên hông đã có sẵn một cái giếng xây kiên cố. Chúng tôi tìm những viên gạch, ván để tự lót chỗ nằm. Lần này coi có vẻ bề thế hơn, tổ chúng tôi có được chỗ rộng, nên đã đặt thêm một chiếc bàn ọp ẹp bên cửa sổ. Ngay cửa ra vào bên hông nhà, có một gian trống lợp tôn mà chúng tôi dùng làm nhà bếp cho tổ.

Sau gần một ngày di chuyển, thực ra chúng tôi chẳng đi đâu xa. Hậu cứ thiết giáp này chỉ cách trại cũ chừng trăm thước. Họ cố dắt chúng tôi đi vòng vo để đánh lạc hướng.

Chúng tôi túa nhau ra khu vườn kiếm các món "cải thiện". Ở đây nhiều chuối, có cây đã ra hoa, có cây đã có buồng sắp chín. Anh em chúng tôi chẳng tha món gì. Nhiều nhất là các cây ớt chỉ thiên, loại cho trái chuyển từ màu vàng, tím, qua chín đỏ; ăn rất cay và thơm. Ngoài ra, vô số cây đậu bắp, mồng tơi. Tôi lẹ tay, chặt được buồng chuối đang chín tới đem về dấu dưới gầm giường.

Đến chiều tối, toàn trại tập họp. Cũ mới có tất cả bốn đội. Theo dọ xét, chúng tôi biết có hai đội toàn những bác sĩ, dược sĩ và nha sĩ; một đội toàn những anh có thân nhân trong chính quyền mới, và đội chúng tôi mà thành phần như vừa nói ở đoạn trên.

Do đó, cứ suy ra, thì đây là những người được xét cho về sớm, và đang tập trung tại trại này để chờ làm thủ tục.

Một anh bộ đội còn rất trẻ, nhưng khá điển trai, tự xưng là đội trưởng đội tôi. Anh ăn nói gọn gàng, ra vẻ con nhà binh chuyên nghiệp. Anh chẳng thổ lộ điều gì ngoài việc nhắc nhở chúng tôi giữ gìn nội quy, an tâm tin tưởng và lao động tích cực. Một anh khác, tên Thanh, - dáng người to cao, vạm vỡ như anh Vọi trong truyện Trống Mái của Nhất Linh – than phiền rằng anh em mới đến đã hái trộm nhiều hoa màu. Anh hỏi ai đã chặt buồng chuối? Chẳng ai nhận cả. Anh Thanh có vẻ hiền lành. Anh nói:

- *Tôi là hậu cần của trại. Các anh cần gì cứ hỏi tôi chứ đừng hái trộm như thế nhé.*

Trong tuần lễ đầu tiên ở trại T5 này, chúng tôi được khuyến khích trồng các hoa màu và sản xuất những món hàng mỹ nghệ. Họ nói với chúng tôi:

- *Để khi gia đình, cán bộ địa phương các anh đến, sẽ nhìn thấy thành quả học tập cải tạo của các anh.*

Lao động tại đây nhàn hạ. Ngoài những khu vườn hoa màu của trại, anh em chúng tôi chiếm riêng mỗi người một khoảnh đất nhỏ chừng 3 x 5 mét vuông để trồng riêng cho mình. Đất màu mỡ, nước tưới đầy đủ; chẳng bao lâu chúng tôi đã có những cây rau cải bẹ xanh mướt, những cây đậu bắp, su hào, xà lách, ớt, lá thơm… Lúc này chúng tôi không ăn cơm, mà được phát bột mì. Một số anh rành nghề đã chế biến lò nướng bánh mì bằng các thùng phuy, dùng than đá do chúng tôi vắt thành nắm bằng nắm tay. Ngày thì ăn bánh mì, ngày thì ăn bánh bao (không nhân). Thức ăn cũng tương đối khá. Chúng tôi đã biết làm bẫy bắt chuột để ăn. Thỉnh thoảng đánh được con rắn hổ đất đem về cạo vẩy bầm nhỏ ra rồi xào với tiêu hành mắm muối và nấu cháo ăn rất thơm ngon.

Thấy ngày về đã trong tầm với, anh em chúng tôi vô cùng hân hoan. Tuy nhiên, vì phải sinh hoạt chung đụng với những anh có thân nhân Việt Cộng, tôi cố gắng giữ mồm giữ miệng để khỏi mang hoạ. Trong lần sinh hoạt học tập đầu tiên, đã có một anh dẻo miệng lên tiếng:

- *Xin phép các anh (chỉ các cán bộ trại) cho phép chúng tôi từ nay được gọi đảng Cộng Sản là "đảng ta"!!!*

Nhiều người đã quay nhìn về hướng anh "tân đồng chí" biểu lộ thái độ khinh bỉ cái cách nịnh hót vô duyên đó.

Trong nửa năm còn lại, đã có nhiều đợt được thả về. Nhưng lại có những người mới từ trại khác chuyển qua nên nhân số xem như không thay đổi mấy. Ai cũng nôn nóng trông chờ đến lượt mình. Ngày qua tháng lại, chương trình "triển lãm thành quả lao động học tập" dần dần đi vào quên lãng. Chúng tôi lại phải lên lớp học thêm bảy bài về chính sách, đường lối. Và dĩ nhiên sau đợt học tập này, lại có màn "tổng thu hoạch, tổng kiểm điểm", "phê bình và tự phê bình".

Trong đợt phê và tự phê, lần lượt mọi người trong tổ phải đọc hết bản tổng kiểm điểm của mình trước tổ. Anh PXD, một cựu sĩ quan Hải Quân, người vùng Quảng Nam Quảng Ngãi, đã không chịu đọc phần phê bình. Anh tổ trưởng nhất quyết bắt phải đọc ra; vì ai cũng đã đọc hết phần đó trong bài của mình. Anh PXD cuối cùng đã đọc một cách vắn tắt:

- *Nhận xét về anh Đỗ Văn Phúc: chưa tin tưởng cách mạng...*

Chúng tôi biết đoạn văn anh viết phải dài và đầy đủ chi tiết để chứng minh, nhưng anh đã chỉ nói lướt qua. Tôi nóng mặt to tiếng:

- *Anh PXD phải đưa bài của anh cho anh tổ trưởng đọc. Vì đây là buổi sinh hoạt "phê và tự phê" công khai.*

PXD khăng khăng không chịu. Cuối cùng chúng tôi phải chịu thua. Lại một lần nữa, tôi vướng vào sự lo âu. Đêm về, cố gắng ôn lại xem mình đã phát ngôn những gì mà PXD đã nghe được. Chao ôi, cả hàng tháng trời, bao lần nói năng vô ý tứ, không lo giữ mồm giữ miệng. Nay mới thấy cái tai hại mà có thể định đoạt số phận mình trong những ngày sắp tới.

Những ngày giáp Tết Đinh Tỵ 1977, trại cho thăm nuôi quà cáp. Nhiều anh đã được gặp gia đình, hớn hở ra phết. Sau khi chia xẻ quà cáp cho anh em trong tổ, thế nào người mới được thăm cũng khe khẽ loan báo vài tin tức bên ngoài do gia đình cho hay. Thì mình cũng cần biết để khi trở về bên ngoài, khỏi bỡ ngỡ chứ!

Gần đến giờ tắt đèn đi ngủ, tôi thấy anh X. bước đến bên sạp gỗ tôi nằm. Anh hắng giọng và nói rất nhẹ nhàng:

- *Anh Phúc ơi, tôi thành thật chia buồn cùng anh.*

Tôi nhỏm dậy:
- *Chia buồn gì anh?*
- *Thì nghe vợ tôi nói chị ở nhà mất đi một cháu mà!*

Tôi bỗng bàng hoàng, lắp bắp:
- *Anh nói sao? Cháu nào?*

Hình như anh biết mình hớ, nên vội nói:
- *Chắc tôi lộn. Xin lỗi anh.*

Tôi vật mình nằm xuống, đầu óc quay mòng. Con tim tôi như bị ai bóp nghẹt. Mất đi một cháu. Không thấy thư từ gì từ gia đình cả! Mới Tết năm ngoái, các cháu đều trông khoẻ mạnh cả mà. Vừa không tin, nhưng vẫn bồn chồn. Thao thức, trở mình qua lại nhiều lần mà tôi vẫn chưa thoát khỏi tâm trạng bứt rứt về cái tin sét đánh ngang tai. Mất đi một đứa con! Nếu thật thế, thì là đứa nào? Cháu Lộc, con đầu, là kỷ niệm đẹp đầu tiên của mối tình màu hoa đào. Chẳng thể nào mất cháu. Cháu Trang, đứa con gái độc nhất. Mọi lần tôi từ Phan Rang về Đà Lạt thăm cháu - khi đó ở với ông bà ngoại – cháu mếu máo:

- *Ba đừng bỏ con Trang nghe Ba.*

Ba đã không bao giờ bỏ con. Lần này, con đừng bỏ Ba nghe con. Cháu Huy áp út, ngoan ngoãn, xinh xắn. Lúc tôi ra đi, cháu còn lúc thúc bên chân. Cháu Chương thì sinh vào tháng tư năm 1975. Vì cháu còn đỏ hỏn trên tay mẹ, lại là lúc hỗn quân hỗn quan, gia đình tôi đã bị kẹt lại không thể chạy vào Tân Sơn Nhất cho kịp các chuyến bay vào giờ thứ 25 của Sài Gòn thất thủ. Nếu Thượng đế cho tôi chọn một cháu để mất, thì chẳng có người cha, người mẹ nào đành lòng chọn. Tôi chẳng muốn mất cháu nào. Mà nếu có mất thật, thì trời ơi! Tôi chẳng muốn nghĩ tiếp. Nhưng nó cứ vương vấn mãi trong tâm trí. Tôi đã bật lên những tiếng nức nở và bồn chồn mong mau tới ngày thăm nuôi để khám phá ra sự thật.

Khi được gọi tên ra cổng để được thăm. Tôi vừa mừng, vừa lo. Đây là giây phút phải đối diện sự thật đau lòng. Mẹ tôi và hai cháu trai từ phía cổng bước vào nhà thăm nuôi. Vợ tôi tay dắt cháu gái theo gót, bước đi không được bình thường. Trên tay không thấy bế cháu út như tôi mường tượng. Thế là rõ. Tôi òa lên khóc rất lớn, và đã hét lên:

- *Ngày xưa chúng mày giết cha tao. Ngày nay chúng mày lại giết đến con tao. Tao sẽ chẳng bao giờ quên mối thù này.*

Vợ tôi nhào đến đưa tay bịt miệng tôi lại, nhưng không kịp. Các anh em bạn khác và gia đình xung quanh đó đều nhìn về tôi lộ vẻ hoảng hốt. Người cán bộ hướng dẫn thăm nuôi ngồi trên chiếc ghế đầu phòng đã nghe hết. Anh ta không nói một tiếng. Tôi biết tôi đã tự tuyên cho mình một cái án rất nặng nề, có thể đổi sinh mạng như chơi.

Sau vài phút trấn an, vợ tôi đã mếu máo kể cho tôi nghe rằng cháu út bị sốt xuất huyết và không bệnh viện nào nhận cháu vì là con của người đang cải tạo, mà tiêu chuẩn cao nhất là các trạm y tế phường. Cháu đã qua đời vì không có thuốc men và chữa trị đúng mức. Sau 1975, bệnh sốt xuất huyết lan tràn. Phần do điều kiện vệ sinh càng ngày càng tồi tệ. Phần do thiếu thốn thuốc men và nhân viên y tế. Đứa con vắn số tội nghiệp của tôi chắc đã quằn quại trong những giờ hấp hối. Vợ tôi cũng kể chuyện sau ngày mất con, bao ưu phiền, thiếu thốn đã làm cho nàng suy nhược và bệnh bao tử lại phát khởi. Nàng phải tạm ngưng điều trị để đi thăm chồng cho kịp thời hạn quy định của trại.

Lòng tôi dâng lên niềm cảm xúc khó tả. Tôi bất lực, nghe chuyện buồn gia đình mà không biết làm sao giải quyết. Mẹ tôi thì trông già hơn rất nhiều dù chỉ sau chưa tới hai năm xa cách. Tôi cầm bàn tay nhăn nheo của Mẹ mà mắt rưng rưng, lòng tê tái.

Nhiều đợt được về trong tháng đầu sau Tết. Người về thì hớn hở vui mừng; người ở lại thì nuôi nhiều hy vọng. Riêng mình tôi, sau vụ việc PXD và lần thăm nuôi vừa qua, biết trước chẳng đến lượt mình.

Lúc này đang vào xuân. Cây cối trong khu trại xanh tươi. Những luống rau nhờ tưới và chăm bón kỹ, đã phủ đầy mặt đất những lá rau xanh mướt.

Phía ngoài hàng rào trại có nhiều cây buông là nơi trú ngụ của những con tắc kè màu xanh dương. Những lúc về khuya thanh vắng, chúng bắt đầu lên tiếng kêu từng chập "tắc kè.. tắc kè". Âm sắc khô dòn nhưng lại nghe buồn não ruột. Anh Long nằm cạnh tôi thở dài nhại lại tiếng tắc kè:

- *Hết dzề, hết dzề!*

Chừng cuối tháng hai, tôi và một số khoảng ba chục người được lệnh thu xếp tư trang ra tập họp để chuyển trại.

Xe rời cổng đi theo quốc lộ Một về hướng Nam. Lại phân vân, lại đoán mò. Đã có anh cho rằng mình được về hướng Sài gòn là triệu chứng tốt, chắc chắn sắp được tha. Tôi không tin thế!

Chương 2
Trại Tù Suối Máu

Phần 1: Một Nơi Không Có Màu Xanh

Trại Suối Máu là nơi trước đây chính phủ VNCH giam giữ tù binh Cộng Sản. Đó là một khu rộng lớn gần thị xã Biên Hoà, gồm những căn nhà mái và vách đều bằng tôn kẽm. Trong trại có đủ nhà thờ, chùa, khu câu lạc bộ; nhưng nay đã bị quân đội Bắc Việt đập phá tan nát, hoặc dùng làm kho chứa hàng. Từ trại nhìn ra, có thể thấy xa xa, bên kia đường xe lửa xuyên Việt, những tháp chuông nhà thờ bao quanh bởi xóm nhà ngói đỏ.

Trong phạm vi trại không có lấy một cành cây ngọn cỏ. Đất như loại bột mịn màu vàng, nhưng khi nắng thì khô cứng. Chẳng có chút màu mỡ nào.

Có tất cả năm trại, gọi là K. Chúng tôi ở K-5. Nơi đây có chừng chín, mười dãy nhà san sát nhau. Gần cổng là một nhà lớn mái tôn, vách thấp, dùng làm hội trường. Cổng ra vào bị rào hẹp lại; chỉ chừa lối đi vừa đủ một người lách qua. Bên ngoài có một chòi gác mà cây súng đại liên luôn luôn chĩa nòng vào trại. Đến đây, thì dù ngu ngơ đến mấy, anh em chúng tôi cũng phải nhận rõ thân phận của mình chỉ là những người tù, không hơn, không kém.

Lúc mới đến, tôi ở tổ 6, nhà 2, đội 20. Sau đó, nhờ công tác làm lược kẹp, tôi được chuyển qua tổ 3, nhà 1, là tổ chuyên về mộc và rèn. Tổ 2, nằm đối diện với tổ 3, có hai hoạ sĩ Phi Long và Thái Tăng An. Các anh đang làm việc trang trí trên ban Chỉ huy trại. Một nhân vật rất đặc biệt, là anh Nguyễn Hoàng N., Thiếu tá phi công Chinook CH-47 ở Biên Hoà. Anh N. rất trẻ, tính tình cởi mở, ai cũng quý mến anh. Sau ngày tan hàng, anh N. được bộ đội Cộng Sản lưu dụng để huấn luyện cho phi công Bắc Việt. Anh cũng thực hành nhiều chuyến bay đi Kampuchea. Theo anh kể lại, họ đối xử với anh rất đàng hoàng, nể trọng. Nhưng sau khi thấy không cần anh nữa, họ đã bảo anh nên đi "học cải tạo một thời gian ngắn để biết đường lối chính sách của đảng." Thế là anh được đưa vào Trại Suối Máu. Ban đầu, anh tưởng là đi "học ở trường cải tạo", nên đã mang theo một xấp những bằng khen, giấy thưởng của quân đội Bắc Việt với hy vọng đó sẽ là những minh chứng về sự phục tòng và "nhiệt tình cách mạng" để anh có thể về sớm mà tiếp tục bay. Kể ra thì anh cũng về sớm thật, nhưng cũng phải mất một vài năm trong trại. Sau này, tôi gặp anh ở Sài Gòn. Anh có một cửa hàng bán rèm, sáo trang trí trong nhà ở đường Trần Quốc Toản, gần Trường Đua Phú Thọ. Chúng tôi nghe nói anh cưới một chị bộ đội. Nhưng qua trò chuyện, tôi không thấy chị ấy có chút nào là bộ đội Cộng Sản cả.

Trong đội tôi có nhiều nhân tài. Anh Trần Văn Thịnh và Trần Văn Ngữ là hai cây guitar rất nhuyễn. Hai anh dùng tôn, tự đóng đàn cho mình. Âm thanh không thua gì các cây đàn thật bán ngoài thị trường. Sau này, qua giai đoạn dùng ván ép để làm mặt đàn, thì tiếng đàn nghe trong trẻo, vang dội hơn. Chiều chiều, hai anh kéo nhau ra ngồi ngoài sân, chỗ giữa hai nhà 1 và 2, hợp tấu những khúc nhạc cổ điển. Các bạn tù kéo đến ngồi xung quanh, trầm trồ thưởng thức.

Biết tôi là em họ của ca sĩ Duy Khánh và có giọng hát tốt, các anh trong đội đã yêu cầu tôi hát giúp vui. Từ việc ham vui này, tôi đã vướng vào một điều lầm lỡ - tham gia vào ban văn nghệ của trại - mà về sau, tôi vẫn cảm thấy xấu hổ. Dĩ nhiên, trong thời điểm này, chúng tôi phải hát những bản nhạc của "Cách mạng" nếu không muốn bị chụp mũ, rắc rối. Thỉnh thoảng, khi nào ngồi lại với nhau những người thân tín, chúng tôi mới khe khẽ hát những bản nhạc vàng thời xa xưa của mình.

Nhạc sĩ Đại tá Nguyễn Văn Đông - lúc đó đã bệnh trầm trọng, đi đứng rất khó khăn – viết riêng cho tôi một bản nhạc điệu slow rock Bài hát mang tên Sài Gòn Trong Trái Tim Tôi. Anh nói:

- *Phúc hát bài này sẽ rất hợp.*

Tôi còn nhớ những câu tha thiết trong bản nhạc của anh *"Nhưng trong tin yêu muôn người, Sài Gòn tiếc nuối khôn nguôi; Hà Nội héo hắt răng môi, cho nhớ thương vời vợi... Sài Gòn luôn trong trái tim tôi..."*

Phía cổ nhạc thì có hai anh Cao Văn Trầm và Lê Văn Tuồng. Tiếng đàn guitar của anh Tuồng thì không thua gì tiếng đàn Văn Vĩ. Giọng anh Trầm đúng như tên anh, rất ấm. Tôi đã học từ anh Tuồng những điệu lý, Nam Ai, Nam Bình, Phượng Hoàng rất mùi. Nhưng khi tôi ngân nga sáu câu vọng cổ, chắc chắn sẽ có một anh nào đó phán:

- *Nghe cứ như là kép đoàn Kim Chung!*

Phần 2: Ai Dám Giỡn Mặt Bác Hồ

Độ này tin tức bên ngoài dồn dập đưa vào. Thêm các tờ báo Nhân Dân mà chúng tôi phải đọc hàng đêm trong khi sinh hoạt tổ, chúng tôi biết tình hình biên giới đã rất nghiêm trọng. Bên Kampuchea, bọn Khmer Đỏ đang thành lập các công xã kiểu Cộng Sản nguyên thủy. Chúng cũng xua quân qua biên giới, giết người, hiếp dâm đồng bào ta một cách tàn bạo. Mỗi khi đọc tin tức Kampuchea, tôi thường nhấn mạnh đến các hành vi dã man của Khmer Đỏ, như để ngầm so sánh với những hành vi man dã của Cộng Sản Việt Nam. Tỉ dụ như việc bắt người thay trâu để kéo cày mà chính đang xảy ra tại trại giam chúng tôi và nhan nhản trên khắp các nông trường ở hai miền Nam Bắc Việt Nam.

Ngay chính giữa cái gọi là hội trường, có đặt một cái tượng bán thân Hồ Chí Minh sơn trắng trên một cái bàn thờ trải vải đỏ. Trước bàn thờ, là cái bàn thấp hơn có cái TV đen trắng cũ mèm do gia đình một anh tù cải tạo đem biếu. Hàng đêm, trại cho coi TV từ 7 đến 9 giờ. Khi xong, đèn tắt tối om. toàn hội trường chìm vào một màn đêm dày đặc. Tiếng người nói chuyện, bàn tán râm ran xen vào tiếng guốc dép lộp cộp, lẹp xẹp tạo thành một âm thanh hỗn độn. Sáng sớm sau, thế nào trên miệng ông Hồ cũng có ai đó gắn điếu thuốc rê hút đã gần hết, hay một cục đàm xanh lè nham nhở trên má. Một hôm có một sợi lông xoắn ngay trên chóp đầu tượng. Thế là toàn liên trại tập họp. Bọn cán binh kéo vào đứng chật hai bên hội trường. Anh Thượng uý chính trị viên Trung đoàn vào đứng trước hàng trăm người, nói một cách mếu máo:

- *Bác Hồ là người ai cũng yêu quý, kính trọng. Nhi đồng Việt Nam thương yêu "bác", hát nhiều bài ca tụng "Bác". Các anh cải tạo ở đây cũng nặn tượng thờ "Bác". Thế mà có anh lại dám bứt lông dái bỏ lên đầu Bác...*

(Tôi xin thề là nhắc lại đúng nguyên văn của tên Thương úy).

Đầu năm 1977, nhân ngày Tết, ông bạn Dương Văn Trinh (Khóa 1/CTCT/Đà Lạt) ở một K (phân trại) khác xúc một chén bobo đầy, cắm hai cây tre vót nhỏ rồi để trước cái tượng Hồ kèm hai câu thơ mỉa mai:

Tết đến không dưa hành không muối mỡ.
Chỉ xin dâng bác chén bobo.

Ngay trên sân khấu, có treo thường trực một biểu ngữ chữ vàng trên nền đó chót: "Hồ Chủ tịch vĩ đại sống mãi trong sự nghiệp chúng ta!" Chẳng rõ anh nào chơi nghịch, đã thay chữ "ta" bằng chữ "mày", làm cho cả trại được những trận cười khoái chí suốt một thời gian dài.

Cán bộ Đội 20 là một trung úy thuộc đoàn 775, bộ đội chính quy. Anh tên là Vũ Đình Lét, dáng người cao, tính tình cởi mở. Anh thích biết những chuyện về miền Nam thời trước 1975. Anh đội phó là một Thiếu úy, hiền lành nho nhã. Khi biết tôi từng tham chiến mặt trận Snuol năm 1971, anh cho hay vào thời gian đó, anh là hạ sĩ thuộc trung đoàn 174, công trường 7. Đây là đơn vị chạm súng rất nhiều lần với tiểu đoàn 4/8 của tôi ở phía Tây quận lỵ Snuol. Anh thú nhận rằng quân đội VNCH chiến đấu rất ác liệt và anh đã may mắn sống sót trong những trận đó.

Về phía trại viên, nhà trưởng nhà Một là anh Nguyễn Minh Sử (Cao học Khoa học, Sĩ quan biệt phái làm giảng viên tại Đại học Khoa Học Sài Gòn), nhà trưởng nhà Ba là anh Trần Kim Bảng (Võ Bị Quốc Gia). Hai anh đều đứng đắn và khôn khéo. Riêng nhà trưởng nhà Hai là anh Trịnh Văn Ng.[2], lại là một hiện tượng đặc biệt.

Trịnh văn N., thân hình thấp nhỏ, khuôn mặt cũng choắt nhỏ như hình ảnh Lý Toét trên các báo hồi thập niên 50. Đôi mắt vừa lé, vừa ti hí như mắt lươn, trên miệng và cằm luôn luôn lún phún vài cọng râu. Anh là người tù như chúng tôi, mà qua phong cách và ngôn ngữ, chúng tôi cứ tưởng rằng anh là siêu cán bộ. Trong

---

[2] Trịnh Văn N. ở Illinois khoảng thập niên 1990's

các cuộc sinh hoạt nhà do anh chủ tọa, anh phát biểu rất hăng say và phê bình anh em khác rất tới như thể anh là một cán bộ đảng.

Mỗi nhà có bốn cửa ra vào: hai cửa ở đầu nhà, hai cửa ở hông nhà. Chỗ nằm của Trịnh văn N. ở ngay cửa hông. Một khuya, cả trại đang ngủ ngon, bỗng nghe tiếng N. la thất thanh:

- *Đứa nào đổ cứt lên mùng tôi!*

Thì ra, lợi dụng đêm hôm khuya khoắt, một anh bạn nào đó đã múc một lon vừa nước tiểu vừa phân tươi quậy đều và đổ lên mùng của N. Cái mùi khó ngửi này nó bay xa tận các đội 17, 18 gần hội trường.

Tuy tình hình bên ngoài nghe có vẻ đã ổn định, nhưng tinh thần chống đối của anh em trong trại vẫn lên cao. Biết sự phục hồi là vô vọng, nhưng anh em chúng tôi cũng nuôi một ý chí lập trường kiên định. Những lần lên lớp học tập, đa số anh em lơ là, chuyện trò râm ran mà không thèm nghe lời của cán bộ đang thao thao khoe khoang những thành tựu cách mạng xã hội chủ nghĩa. Có lần, trong lúc người chính trị viên vừa nói xong câu:

- *Đảng Cộng Sản quang vinh đã nãnh đạo dân tộc ta nền chiến thắng thực dân Pháp, Phát xít Nhật và Đế quốc Mỹ...*

Thì từ trong đám đông đang ngồi xổm trong hội trường, một giọng nói mỉa mai cất lên: "Khiếp nhỉ!". Hai chữ như một gáo nước lạnh tạt vào mặt tên chính ủy và những cán bộ đang nghiêm chỉnh lắng nghe. Tên trưởng trại ra lệnh phải tìm cho ra ai là người vừa nói nhưng hoàn toàn thất bại, vì anh em bao che nhau rất khéo.

Trong mùa Giáng sinh năm 1978, anh em toàn trại đã liều mạng tổ chức một thánh lễ rất long trọng. Những bài Thánh ca cất lên trong đêm lạnh cuối năm. Rồi từ đó, một cuộc nổi loạn đã diễn ra đồng loạt khắp năm phân trại. Những anh em thuộc toán xung kích đi từng nhà, lôi bọn ăng ten phản bội ra tẩn cho những trận nhừ tử.

Ban Chỉ huy trại hốt hoảng đã cho bộ đội vũ trang cùng các xe bọc sắt đàn áp. Lúc này tôi đã bị chuyển ra trại Hàm Tân nên không biết được hết chi tiết.

Phần 3: Lò Nướng Người

Ngày qua ngày, có những toán đi cuốc đất trồng rau; có những toán đi gỡ mìn bên ngoài phạm vi trại. May mà không ai tử thương. Nhưng tình hình bệnh tật thì rất thê thảm. Bệnh kiết lị hoành hoành đã cướp đi vài sinh mạng. Bác sĩ Đại tá Nguyễn Minh Châu[3] –nguyên Cục phó Cục Quân Y - phụ trách y tế cho trại cũng đành bó tay vì không có thuốc men chữa trị.

Sau khi đường xe lửa Thống nhất được phục hồi, thông thương từ Nam ra Bắc, chúng tôi thường xuyên chứng kiến những chuyến xe lửa dài hàng trăm mét chở hàng hoá miền Nam ra Bắc. Thượng vàng hạ cám, toàn bộ tài sản miền Nam bị gỡ sạch để làm giàu cho miền Bắc vốn qua hàng chục năm đói khổ. Những người miền Nam bị lùa ra khỏi những căn nhà tiện nghi, xinh đẹp để đi đến những vùng kinh tế mới. Những người chủ mới từ miền Bắc theo chân đoàn quân chiến thắng nhanh chóng chiếm ngự những biệt thự, cao ốc. Những doanh nhân miền Nam phải tự nguyện hiến nhà máy, cơ ngơi cho nhà nước để trở thành một nhân công lép vế trước những người cách mạng và công dân hạng nhất từ miền Bắc mới vào. Người miền Nam, sống trên mảnh đất màu

---

[3] Bác sĩ Châu, từng làm Chủ Tịch Hội Người Việt Illinois, đã quá cố.

mỡ, công nghiệp phát triển bậc nhất nhì Đông Nam Á, nay không có đủ khoai sắn để ăn qua ngày. Vợ tôi, trong một lần thăm nuôi đã kể chuyện cả gia đình có lúc phải đi dọc các con đường ngoại ô, nhặt hái những loại rau dại để ăn thêm. Mẹ tôi, nhờ chiếc tủ lạnh 50 lít đã cũ, bán từng vỉ nước đá cho hàng xóm để kiếm thêm chút tiền. Các con tôi, mới 5, 7 tuổi, ngồi xe đạp chưa với chân tới pedal, đã phải hàng đêm phụ Mẹ chở những bao cá hàng chục ký từ bến cá về nhà cho chị tôi làm mắm.

Giai đoạn này, ở trong trại tù còn sướng hơn. Vì tuy chỉ ăn bo bo, khoai lang sùng; tuy đói, nhưng ít ra không phải lo kiếm miếng ăn. Đã có nhiều anh nhịn bớt phần bo bo, phơi khô để biếu lại cho gia đình khi được thăm nuôi.

Nhiều người đặt tên cho giai đoạn lịch sử này là "Thời kỳ Bắc thuộc lần thứ Tư" Ngày xưa Bắc thuộc với ngoại bang. Ngày nay, Bắc thuộc với nội thù cùng giòng máu.

Mức độ những người được thả vào giữa và cuối năm 1977 - trước khi nổ ra cuộc chiến giữa Việt Cộng và Khmer Đỏ - tương đối cao. Gần như mỗi tuần đều có một đợt hàng chục anh. Các anh từ các phân trại khác nhau được tập trung vào phân trại bốn để làm thủ tục ra về.

Tết năm Mậu Ngọ (1978), sau những đợt tha về ồ ạt, tâm lý anh em trong trại có vẻ xôn xao, vì sắp mãn hạn 3 năm cải tạo theo như chính sách 12 điểm của Chính phủ Cách Mạng Lâm Thời Cộng Hoà Miền Nam Việt Nam. Sự chống đối lắng xuống tuy trong thâm tâm, ai nấy đều mang một mầm mống bất phục đối với chế độ mới. Chúng tôi đã nghe qua gia đình, những tin về việc vệ binh các trại khác bắn chết anh em tù trốn trại, hoặc biệt giam, tra tấn và thảm sát những anh có hành vi, tư tưởng chống đối. Ở trại tù Vườn Đào, Cai Lậy, tên đại úy Cộng Sản Ba Minh đã vào tận conex biệt giam dùng khăn xiết cổ anh Quách Dược Thanh đến chết, vì các tên cán bộ trại đã thua lý trong những lần tranh luận cùng anh Thanh (Xin xem bài Ai Giết Cha Tôi ở chương cuối). Ở một trại tù khác, họ đã nhét sỏi vào miệng một anh cho đến chết vì họ cho rằng anh ấy hay tuyên truyền chống đối trong trại. Nhiều tin khác từ trại Kà Tum (Tây Ninh) cho hay nơi đây, vệ binh bắn chết anh em tù một cách dễ dàng như người ta giết con kiến, con ruồi. Một anh, vì bệnh, không thể lên hội trường để nghe trại trưởng nói chuyện, đã bị hai cán bộ lôi xềnh xệch ra khỏi phòng. Một vệ binh kê súng vào đầu bắn một phát AK. Óc và máu tung toé khắp vách tường. Sau đó, một tên khác bồi thêm nguyên một băng nát bấy cả thân mình.

Chúng tôi nghe những tin đó mà thấy vừa kinh hoàng, vừa căm phẫn. Những người đã trình diện vào trại "cải tạo" là những hàng binh, chứ không phải tù binh bắt ngoài chiến trường. Cũng không phải loại tù thường hình sự. Nếu không được quy chế Geneva bảo vệ, thì ít ra, cũng phải được đối xử nhân đạo trong tình người; những người Việt Nam cùng chung huyết thống. Dù khi hai bên còn chiến đấu một mất một còn, Quân Lực Việt Nam Cộng Hoà đã thi hành đúng với các công ước quốc tế với tù binh địch. Chính đơn vị tôi đã từng bắt tù binh khi giao tranh, và anh em binh sĩ đã chia xẻ thức ăn, nước uống cho họ; băng bó vết thương cẩn trọng và nói năng nhẹ nhàng trước khi chuyển họ về hậu tuyến.

Chúng tôi ở trại K-5 chưa thấy cách đối xử dã man, nhưng những anh lớn tuổi có nhiều kinh nghiệm về Cộng Sản tin rằng khi cần, những cán bộ đang cười nói với ta hôm nay sẽ trở mặt trở thành thứ hung thần trong ngày mai.

Một buổi tối tháng tư, khi gần đến ngày kỷ niệm mất miền Nam, tôi mời được khoảng 5 anh cùng hoàn cảnh. Đó là những người đã giải ngũ trước ngày 30-4-1975. Chúng tôi ngồi trong nhà bếp, pha một ấm trà và bàn chuyện. Tôi đã viết sẵn một lá đơn để yêu cầu chính quyền cứu xét cho những người đã giải ngũ được về sớm. Vì theo chúng tôi biết, tại Sài Gòn và rất nhiều địa phương khác, thành phần giải ngũ chỉ bị tập trung cải tạo có ba ngày ở địa phương. Các anh đã sốt sắng hưởng ứng ký tên. Chúng tôi hoàn toàn không thấy lo ngại gì, vì mình đã làm đơn đàng hoàng. Trong lúc bàn chuyện, chúng tôi sơ ý không để ý đến một người, anh HMD, chuyên viên lò bánh mì, đang lui cui sắp củi vào lò cho nửa đêm về sáng sẽ nổi lửa nướng bánh mì. Anh HMD là một sĩ quan phục vụ tại ban 5, tiểu khu Khánh Hoà. Anh có giọng hát hay tựa tựa giọng Chế Linh, nên cũng tham gia văn nghệ rất tích cực. Nhưng có nhiều anh nghĩ không hay về HMD, vì HMD rất gần gủi với các cán bộ ngoài ban Chỉ huy trại. Mỗi sáng tinh mơ, anh thường mang bánh mì ra cho ban Chỉ Huy trại. Anh ra vào cổng thoải mái bất cứ lúc nào mà không cần vệ binh đi kèm.

Xế trưa hôm sau, tôi chưa có dịp gặp anh cán bộ Hùng (tạm thay thế anh Vũ Đình Lét đi phép về Bắc) để trao đơn, thì Thượng uý Chính trị viên đi vào cùng hai vệ binh có vũ trang. Họ ra lệnh cho đội 20 tập họp ngay trước sân nhà. Anh Thượng Úy kêu đích danh tên tôi ra khỏi hàng và đọc một lệnh tống giam nội dung tuyên án cùm biệt giam trong conex vì tội "Sách động đòi yêu sách. Anh Phúc được ăn mỗi ngày một bữa cơm với muối hột."

Hại vệ binh bẻ quặt cánh tay tôi ra sau và kéo đi. Ra đến cổng trại, họ mở cửa thùng conex nhỏ để gần dưới vọng gác và đẩy tôi vào. Trong Conex tối om và nóng hực vì đang mùa hè. Sau vài giây định thần, tôi nhìn thấy hai thân hình trần trụi ở hai góc. Đó là Trần Hướng Đạo[4] và Phạm Văn Nhật. Họ đã bị nhốt cả tháng trước tôi.

Thùng Conex là loại thùng làm bằng sắt dày hơn 2 li để chứa và chuyên chở hàng hoá. Có nhiều cỡ, nhưng thông dụng nhất tại Việt Nam thời đó là loại army container nhỏ kích thước 1.2 x 1.6 x 1.8 mét; loại trung 1.8 x 1.6 x 1.8 mét. Thùng conex làm rất kín. Ở các khe cửa có bọc một lớp viền cao su để không khí và nước không lọt vào được. Vì thế, khi di chuyển bằng đường thủy, thùng conex có thể thả xuống nước để kéo mà hàng hoá không hề bị hư hỏng.

Có ba conex để trước cổng trại, sát chòi gác tên lính canh. Hai cái lớn thì chỉ nhốt mỗi cái một người (Đại Úy Nguyễn Văn Tuấn, tội trốn trại và Thiếu Úy Dù Nguyễn Xuân Dũng, tội viết nhật ký nói xấu chế độ). Conex nhỏ nhất (1.2 x 1.6) thì có ba người. Đó là Đạo, Nhật và tôi. Đạo và Nhật bị phạt giam vì dám gọi Hồ Chí Minh là Hồ Chó Minh. Mùa hè Suối Máu, nắng đổ lửa, ít lắm cũng 40 độ C bên ngoài. Trong conex thì hừng hực như lò nướng bánh mì. Từ 9 giờ sáng, chúng tôi đã cảm thấy cái nóng nung người và chỉ dịu hẳn vào lúc gần nửa đêm. Nóng đến độ mà khi tên cán bộ coi tù và anh tù đưa phần cơm trưa độc nhất trong ngày phải dội lui vài bước sau khi cánh cửa conex được mở ra. Ba anh em chia nhau ngồi ba góc, cởi tuốt tuồn tuột. May mắn là conex đã cũ, có nhiều nơi sắt đã mục. Vì thế, mỗi ngày khi được ra ngoài một lần làm vệ sinh, chúng tôi lén nhặt các cục đá, cây đinh đem vào. Chờ khi trời làm

---

[4] Trần Hướng Đạo hiện ở Ohio; Phạm Văn Nhật ở Úc

cơn giông, thì ráng đục vài lỗ cho không khí lọt vào. Anh em chúng tôi cũng lén lượm bất cứ thứ gì để quăng lên nóc conex để ngăn bớt sức nóng mặt trời. Nằm ba bốn tháng trong cái thùng sắt phơi giữa trời nóng mùa hạ Biên Hoà, thì dù Paven Korsagin trong chuyện Thép Đã Tôi Thế Đấy cũng chưa thấm vào đâu.

Mỗi ngày, chúng tôi được ra ngoài làm vệ sinh cá nhân một lần. Mỗi tuần, lại được ra giếng để tắm giặt. Nằm trong Conex, chúng tôi biết cách "tắm khô", nên cũng chẳng thấy dơ dáy gì. Nhờ có mồ hôi đổ ra suốt ngày, chúng tôi dùng hai bàn tay chà xát da thịt. Bao nhiêu ghét bẩn đóng vón lại, chỉ cần phủi nhẹ là da thịt trơn bóng, sạch sẽ vô cùng. Tuy nhiên, mỗi lần ra tắm giặt là dịp gặp gỡ trò chuyện cùng anh em, biết thêm nhiều tin tức bên ngoài.

Thời hạn ba năm đã qua từ lâu. Chúng tôi chẳng biết có bao nhiêu phần trăm đã được thả về. Những xôn xao, bàn tán trong lại cứ xoay quanh những thắc mắc: Ngày nào, khi nào?

Một đêm về sáng, ba anh em đang mơ màng trong giấc ngủ thì bỗng nghe kẻng đánh liên hồi. Tiếng tu huýt vang lên từ khắp mọi hướng. Tiếng người chạy rầm rập bên ngoài sân trại. Tôi choàng dậy, cố nhìn qua lỗ đinh xem những gì nghiêm trọng đang xảy ra.

Trong sân trại, nhiều vệ binh súng đạn hườm hườm trong tay đang tất tả chạy lui chạy tới. Khoảng vài ba chục anh em tù mang lê lết những bao xách, túi tư trang ra tập họp thành mấy hàng dọc. Một cán bộ dùng đèn pin rọi vào bản danh sách đọc tên từng người. Anh nào có tên đều được vệ binh áp tải ra khỏi cổng trại. Tôi chợt thấy có ba anh bộ đội tiến tới khu đặt conex. Có tiếng lách cách mở cửa và tiếng người la lớn:

- Các anh Đạo, Nhật, Phúc, Tuấn, Dũng ra tập họp ngay. Khẩn trương lên.

Bước ra khỏi conex, chúng tôi đã thấy những túi tư trang của mình do ai đó mang đến. Vệ binh dắt chúng tôi đi ngay, ra trước sân của Ban Chỉ Huy trại. Nơi đây, một đoàn xe molotova kín bịt bùng đang nổ máy chờ sẵn.

Tôi và các bạn lên cùng một xe. Trên xe đã có hàng chục người khác đang ngồi bệt dưới sàn. Cứ hai người bị còng chung một chiếc còng chân. Tôi và Đạo chia nhau một còng, ngồi gần phía cửa sau của xe.

Khi tấm bạt che xuống cửa sau xe, tiếng xích sắt khoá bửng xe nghe lạnh cứng. Xe từ từ chạy. Bên ngoài trời tối đen, bên trong thì tối hơn địa ngục. Chẳng ai nhìn ra được để biết xe chạy về hướng nào.

Vài phút sau, chúng tôi biết được tất cả những người trên xe là những anh em ở cả năm phân trại, đang bị biệt giam vì các loại vi phạm từ chống đối đến trốn trại.

Tự nhiên, chúng tôi biết đây là chặng mới của sự lưu đày mà tương lai sẽ tồi tệ hơn nhiều.

Chương 3
Trại Tù Hàm Tân

Phần 1: Bò Vàng vs. Bò Xanh

Chỉ cách quốc lộ 1 về hướng đông chừng vài cây số trong địa bàn quận Hàm Tân là một loạt những trại tù mang bí số Z30. Nơi đây trước là căn cứ 6 của Quân Lực Việt Nam Cộng Hoà, được nhà cầm quyền Cộng Sản biến cải, xây dựng thêm thành những trại tù kiên cố.

Chúng tôi được chuyển vào trại Z30C là trại gần quốc lộ nhất.

Đây là trại giam do Công an quản lý. Lần đầu tiên chúng tôi nhìn thấy những bộ đồng phục màu vàng đất và những khuôn mặt rất khó ưa của những người được coi là con cưng trung thành của chế độ. Đa số họ là dân vùng Thanh Nghệ Tĩnh, với giọng nói cộc lốc, trọ trẹ khó nghe. Những người tù đã gọi công an là bò vàng để phân biệt với bò xanh là các anh bộ đội.

Z30C có chừng mười hai dãy nhà vách gỗ, mái tôn nằm hai bên một khoảng sân rộng. Sát cổng ra vào bên trái là nhà 1, dành cho ban Trật tự thi đua và các thành phần được trại ưu đãi. Tiếp đó các dãy nhà đánh theo số thứ tự 2, 3, 4… Bên phải từ cổng đi vào là một hội trường rộng, kế đó là nhà bếp, và các dãy nhà giam khác kéo dài cho đến cuối trại là bệnh xá.

Những người từ Suối Máu đến được gom vào đội 45 và được đưa vào nhà 2. Trại cử hai người tù cũ ở Hàm Tân là anh Trần Hoà làm đội trưởng và anh Tài làm đội phó. Cả hai đều là thiếu úy Cảnh sát Quốc gia. Nhà 2 là căn nhà duy nhất trại có hàng rào tre bao quanh để cách ly với các nhà khác. Trong nhà hai có thêm các đội 41, đội 27, đội 9 là các đội bị chiếu cố theo dõi nhất trại.

Đội 41 có nhiều người rất nổi tiếng thời Cộng Hoà. Đầu tiên phải kể đến cụ Lê Kiên, bí danh Bùi Lượng, là Tổng thư ký Công đoàn Tự Do; cụ Ngô Khắc Tĩnh, Bộ trưởng Thông Tin Giáo dục, Ông Leng Sung, một Tổng trưởng trong chính phủ Lon Nol bên Kampuchea; nhà đại doanh nghiệp tỷ phú Trương Dĩ Nhiên, Vua kẽm gai Hoàng Kim Quy, Đại Đức Nguyễn Ngọc Đạt, dân biểu Trần Quý Phong …

Đội 27 gồm những quân nhân thuộc các binh chủng tác chiến nổi tiếng. Đội 9 gồm các thành viên các Mặt trận Fulro, Phục Quốc, và các tổ chức kháng chiến sau 1975. Họ là những người còn trẻ, nhiều người chưa hề tham gia quân đội.

Mỗi lúc đi lao động, các đội nhà 2 xuất trại sau cùng và nhập trại đầu tiên. Chúng tôi chỉ làm việc luẩn quẩn xung quanh khu nhà chỉ huy trại, chứ không được đi xa như các đội khác. Công việc thường là đào các ao cá, đào hào quanh hàng rào trại. Vì là đội được lưu ý, cán bộ ra lệnh đội trưởng cứ mười lăm phút phải điểm danh đội một lần.

Hàng rào trại Z30C gợi nhớ đến các khu ấp chiến lược thời đệ nhị Cộng hoà. Đó là hai lớp rào bằng các cây tre vót nhọn, cách nhau chừng hai mét để công an đi tuần thường xuyên. Mỗi góc có một tháp canh bằng gỗ, có bố trí súng đại liên. Bên ngoài hàng rào, chúng tôi phải đào một dãy hào sâu hai mét, có bờ đất cao bọc chu vi ngoài cùng.

Ngay bên ngoài cổng trại giam là khu nhà ăn của cán bộ. Họ đã xây nhà ăn rất đồ sộ, trang trí rườm rà, hoa hoè hoa sói với gạch bông đủ các kiểu, đủ các màu sắc trông như cửa hiệu trang trí đang chưng bày hàng hoá. Tuy nhiên, bên trong thì chỉ có những chiếc bàn gỗ thô sơ, không có ghế ngồi cho người đến ăn. Mỗi khi đến giờ ăn, các anh công an từ các nơi đổ về, trên tay cầm một cái chén đá và đôi đũa. Anh nào sang, có tiền thì mua chai xì dầu hay nước mắm cầm theo. Vì thức ăn dọn trên bàn cũng chỉ có các thau bo bo và các tô nước muối có pha chút nước màu, giả làm nước mắm. Có tận mắt nhìn thấy, mới đánh giá đúng mức cái chế độ này chỉ cốt loè bịp bên ngoài, mà thực chất thì chẳng ra gì. Đời sống cán bộ cũng thê thảm, chỉ hơn người tù ở chỗ họ được rộng chân hơn. Vì thế, đã có anh cán bộ viết lên vách những lời ta thán:

- *Tù trong là ngụy, tù ngoài là ta*

Hoặc:

- *Trong kháng chiến, hy sinh gian khổ. Hoà bình lại gian khổ hy sinh. Biết bao giờ thì hết hy sinh hỡi đảng?*

Bên dưới có sẵn câu trả lời:

- *Bao giờ vào nằm giường 6 tấm!*

Giữa hai trại Z30C và Z30D là một con suối lớn. Mùa mưa, nó trở thành con sông với nước trên nguồn ào ào đổ về. Bao nhiêu rác rến, cây mục, đất đỏ từ trên rừng theo dòng nước cuồn cuộn trôi về ra biển đông. Khi đó, khoảng cách hai bờ có thể lên đến năm, bảy chục mét. Tù nhân đã làm chiếc cầu treo bắc qua suối và được trại khen như một kỳ công vĩ đại.

Mùa hè, suối khô. Nước chỉ còn đọng từng vũng nhỏ. Nước tưới tiêu từ các khu vườn rau trên bờ chảy xuống các vũng đó, mang theo đủ thứ chất dơ bẩn như phân người, nước tiểu mà tù nhân dùng để bón rau.

Mỗi chiều, sau khi lao động, hàng ngàn tù nhân được ra suối để "tắm". Anh nào lẹ chân thì chiếm được vũng nước lớn, nhẹ nhàng múc từng lon nước màu vàng

vàng phía trên mặt để lau thân mình. Một chút động nhẹ là các thứ bùn bên dưới bị quậy lên, nước sẽ đặc quánh và chuyển qua một màu nâu sẫm.

Nhà bếp trại dùng nước suối này để nấu ăn và cung cấp nước uống cho trại viên. Họ khoét một hố thật sâu và rộng để bơm nước vào các hồ chứa trong bếp. Mỗi chiều đi lao động về, mỗi người được lãnh đúng một lon gô nước sôi. Để yên chừng năm phút, chất cặn sẽ lắng xuống, đóng thành một lớp dày khoảng 5 phân dưới đáy lon.

Lon nước này, chúng tôi phải sử dụng dè xẻn cho ba việc: uống, rửa mặt và đánh răng.

Thú vui độc nhất trong trại là nấu nướng. Những lần sau khi được gia đình thăm nuôi, anh em gầy lò ngay sau nhà giam. Người ra vô tấp nập rộn ràng. Một lần, anh Công đổ mỡ vào soong, phi chút hành. Mùi hành phi bay ngào ngạt, bốc lên tận vọng gác. Anh công an đang gác hỏi vọng xuống:

- *Này anh kia, nằm gì mà thơm thế?*
- *Báo các cán bộ, tôi phi hành tỏi cho thơm.*
- *Gớm các anh trại viên mà ăn uống sang như ở sứ quán!*

Thì ra, ở miền Bắc, thức ăn chẳng có gì. Năm thì mười họa có chút thịt heo, bò thì họ chỉ biết luộc chín hay kho với muối mà thôi. Chỉ có các cấp trung ương hay ở các toà đại sứ mới có các món biến chế thơm ngon. Thảo nào, trong thực đơn của một đám cưới cán bộ, chúng tôi đã đọc thấy một dãy thức ăn: Thịt nợn nuộc, thịt gà nuộc, thịt bò nuộc...

Anh Đại đã kể chuyện sau ngày 30 tháng tư năm 75, tại quận Phú Thọ, người ta đã mổ một con bò để làm tiệc mừng. Chị đầu bếp, người Nam, hỏi ông thủ trưởng mới từ Bắc vào:

- Báo cáo thủ trưởng cho biết làm những món gì?

- Thì cứ nuộc lên mà ăn chứ nàm gì nà nàm thao?

Phần 2: Âm Mưu Trốn Trại

Cán bộ đội 45 là anh Nguyễn Bảy, còn rất trẻ; chắc chỉ độ 20, 21 tuổi. Anh Bảy người Nghệ An, nhỏ con; hay nhăn nhó lầu bầu nhưng không có vẻ hung ác gian xảo như tên trực trại Tống Đăng Cứ và cán bộ an ninh Tý.

Tống Đăng Cứ cao lớn, nhanh nhẹn, thái độ tự đắc của một kẻ có quyền sinh sát với tù nhân. Anh thường mang đôi kính dâm và phóng xe Honda 67 như bay trong sân trại. Tù nhân nào bị Cứ gọi làm việc thì không tránh khỏi những án phạt cùm trong nhà kỷ luật. Bên cạnh hung thần Cứ, cán bộ trực trại Mai có vẻ hiền hơn, ăn nói nhỏ nhẹ và chịu khó nghe mà không có những phản ứng quá lố. Trong các cán bộ Giáo dục của Z30-C, chỉ có một anh Chuẩn Úy Thường là có vẻ có trình độ, lý luận tương đối vững chắc và có sức thuyết phục. Còn ngoài ra toàn là những con vẹt, lập đi lập lại những điều khoác lác mà chúng tôi thường nghe ở bất cứ trại nào. Đại loại những chuyện "máy bay chiến đấu của ta bay lên, đậu trên mây, tắt máy để phục kích máy bay Mỹ", hoặc "một du kích ở Nghệ An bắn một phát súng trường xuyên táo 5 máy bay Mỹ một lúc", hoặc "mỏ dầu của ta lớn bằng con voi trong khi mỏ dầu Ả Rập chỉ bằng con tem."... Những chuyện động trời mà nếu không chính tai mình nghe, thì không ai dám tin rằng trên đời lại có loại người ngu dốt và khoác lác đến thế.

Hôm đó, đội đang đào một ao cá phía hông căn nhà ban chỉ huy. Ao đã đào sâu được hơn một mét. Nước từ các mạch ngầm đã ứa ra làm đất nhão nhẹt. Tôi lãnh phần xúc đất đổ vào ky đan bằng tre do hai anh để sẵn trên bờ. Cán bộ Bảy từ căn nhà lô bước ra đứng ngay chỗ ky đất để quan sát đội làm việc. Tôi xúc một xẻng đất ướt sũng nước, vung tay, lật úp xẻng, đập một phát thật mạnh vào cái ky. Đất bùn bị đập mạnh, văng tung toé, bắn vào người Bảy. Có những cục bùn văng vào mặt anh ta, và điểm lấm tấm trên bộ đồng phục ka ki vàng. Bảy nổi cơn thịnh nộ, kêu tôi vào nhà lô để lập biên bản.

- Anh cố tình xúc phạm bộ cảnh phục, là đại diện của đảng và nhà nước

- Thưa cán bộ, tôi đâu biết cán bộ ra đứng ngay đó. Trời đang nắng chang chang, tôi xúc đất mệt mờ cả hai mắt nên không thấy cán bộ. Vả lại, tôi thì đứng dưới hố, cán bộ thì trên bờ, làm sao tôi thấy được.

- Anh cố tình. Anh coi thường cán bộ.

- Tôi đâu dám, cán bộ!

Bảy cho gọi anh Hoà, đội trưởng, vào và ép anh Hoà ký biên bản. Anh Hoà có vẻ lưỡng lự. Tôi bồi thêm:

- Anh Hoà, anh đứng xa, anh đâu có biết sự việc xảy ra như thế nào mà anh ký biên bản!

Hoà xuống nước năn nỉ

- Thưa cán bộ, chắc anh Phúc vô tình thôi. Xin cán bộ bỏ qua.

Đôi co một hồi, cán bộ Bảy hậm hực bảo anh Hoà cho đội thu xếp dụng cụ và dẫn về trại.

Chưa đầy tháng sau, cũng tại hiện trường lao động này đã xảy ra một vụ trốn trại thần sầu của ba anh Mai Bá Trác, Nguyễn Tường Tuấn và Dương Thu Sơn[5].

---

[5] Dương Thu Sơn, khoá 4 CTCT, hiện ở Úc Châu.

Đại úy Mai Bá Trác, dân Lực Lượng Đặc Biệt, lúc đó là chồng của ca sĩ Khánh Ly, cùng hai anh Tuấn và Sơn đã lên đi ngay trước mắt anh em đội 45 ngay giữa hai lần điểm danh mà cán bộ Bảy và anh Hoà không hay biết. Từ chỗ đào ao, nếu có đủ bản lãnh để bước vài bước qua bên sau nhà lô, là đã có thể đi thoải mái vào bìa rừng. Trong khoảng mười lăm phút giữa hai lần điểm danh; nếu đi nhanh thì có thể đã lẩn vào rừng mà vệ binh khó thể tìm ra. Vấn đề là đi đâu, trốn được bao lâu trước khi bị bắt lại. Chế độ Cộng Sản kiểm soát gắt gao bằng "hộ khẩu" và tiêu chuẩn lương thực, cùng những đe doạ nghiêm trọng làm cho không ai dám chứa chấp người tù trốn trại.

Ba anh bạn chúng ta may mắn được gia đình thu xếp sẵn việc vượt biên; vì thế vừa trốn ra là đi ngay. Dương Thu Sơn hiện ở Úc Đại Lợi.

Sau vụ này, cán bộ Bảy bị khiển trách nặng nề và bị đổi ra làm vệ binh, ngày ngày vác súng dài đi theo gác tù.

Mùa hè ở Hàm Tân đôi khi có sương mù dày đặc. Sương mù bắt đầu từ sáng tinh mơ cho đến giữa trưa mới tan. Lợi dụng sương mù này, hai anh Y Long và Sen Tấp ở đội 9 đã trốn trại bằng cách leo qua hai lớp hàng rào tre ngay khi vừa mở cửa các nhà giam để các đội cho người đi lãnh khoai mì ăn sáng trước khi tập họp đi lao động.

Một số anh em đội 45 cũng dự mưu trốn trại nhiều lần. Không rõ ai đã báo cáo, mà tất cả những dự mưu đều bị thất bại. Lần đầu cũng định trốn đi lúc có sương mù, thì đội được lệnh ngồi trong sân chờ hết sương mù mới cho xuất trại. Lần khác dự tính trốn khi được đi tắm ở suối. Thường lệ, mỗi đội chỉ có hai cán bộ võ trang đi theo, và họ đứng trên bờ hay trong các nhà lô. Lần đó, khi ra tới suối, chúng tôi thấy phía bên kia bờ, cứ mười mét là có hai công an võ trang đứng gác.

Chúng tôi biết có ăng ten trong đội. Mà phải là người thân tín lắm. Chúng tôi loại trừ hai anh đội trưởng và đội phó, vì họ không thuộc các nhóm chúng tôi. Còn lại là những người cùng chia xẻ với nhau những ngày đêm trong cùm biệt giam. Toàn những người có thành tích chống đối tích cực.

Nhóm dự mưu trốn trại gồm một số anh em cựu sĩ quan như: Hoà (em Thơm), Dũng (Simonne), Bảy (già), Học, Quy, Kháng (Lucy), Chiến, Thanh[6]... Tôi không thuộc nhóm đó, vì tôi có dự tính riêng của tôi.

Năm 1978 là năm có nhiều tin tức đặc biệt nhất. Trước hết, qua những anh em các đội 27 và 9, chúng tôi nghe đến các nhóm kháng chiến của tàn quân Việt Nam Cộng Hoà đang hoạt động ở địa bàn phía Tây quốc lộ 1. Người ta đồn rằng mỗi buổi chiều ở khu vực Định Quán, La Ngà, kháng chiến quân kéo về sinh hoạt với đồng bào, chơi volley với thanh niên địa phương. Tôi đã âm thầm vẽ một bản đồ chi tiết từ trại Hàm Tân, đi xéo hướng Đông Bắc, cắt sông La Ngà là đã đến chiến khu của phe bạn. Đối với một người lính bộ binh, việc di chuyển và tránh né trong rừng là điều dễ dàng. Tôi cũng may các túi bên trong áo, quần để dấu các túi bột Bích chi, bột đậu xanh và những dụng cụ mưu sinh khác. Người bạn đồng mưu của tôi là một thanh niên quê gốc Bến Cát, Bình Dương. Chú em tên Hoàng, bị bắt vì tội tham gia lực lượng Phục Quốc. Chú thường kể cho tôi biết những đổi thay ở Bến Cát, là địa bàn tôi đóng quân và hành quân những năm 1969-1971. Chuyện cô thợ

---

[6] Chúng tôi có gặp các anh trong đêm Hội Ngộ cựu Tù Nhân tại Westminster ngày 9/9/2007

may Út Trơn chống Cộng mà bị bắt bớ, Chuyện cô hàng vải A Muối hoạt động nội tuyến cho Việt Cộng từ trước 1975, vân vân. Ngày còn ở Sư Đoàn 5 Bộ Binh, chúng tôi thường la cà vào nhà lồng chợ Bến Cát nên có quen biết các cô này.

Tôi đã nhiều ngày dùng than đang cháy khoét một lỗ trên bệ cửa sổ để có thể rút song sắt lên cho vừa một người chui qua. Trên bệ ngụy trang bằng một dãy kệ để các đồ dùng như lon gô hay bình nhựa đựng thức ăn. Việc làm này chỉ có người nằm bên cạnh biết được thôi. Đêm khởi sự, tôi đi ngủ sớm, hẹn người bạn đồng hành sẽ ra đi vào lúc quá nửa đêm.

Khoảng 1, 2 giờ sáng, tôi thức dậy mặc bộ quân phục bộ binh cũ và ngồi trong mùng cầu nguyện. Tôi nhẹ nhàng dẹp hết các lon gô trên kệ và thử rút nhẹ thanh sắt lên một chút. Khi bước qua chỗ nằm của chú Hoàng để đánh thức chú dậy. Chú thều thào:

- *Thôi anh ơi, em ngại lắm. Không an toàn đâu anh.*

Biết không thể nài nỉ, tôi trở lại chỗ mình, ngồi xếp bằng suy nghĩ tính toán.

Bỗng tôi thấy một vệt đèn pin quét qua. Tôi nằm xuống, quay đầu cố quan sát bên ngoài. Hai công an tay cầm súng AK có gắn lưỡi lê trên nòng, tay cầm đèn pin đang đi qua từng cửa sổ rọi đèn kiểm soát. Anh công an dừng lại chỗ tôi và rọi đèn qua lại lâu lắm rồi đi tiếp.

Thấy không ổn, nên tôi vội tháo hết các thứ trên người và nằm hẳn xuống. Nhưng cho đến sáng, tôi chẳng thể nào chợp mắt được.

Chừng 5 giờ sáng, tôi đi vào nhà cầu. Nhón gót nhìn ra phía vườn thuốc nam giữa nhà giam và hàng rào, tôi thấy trong sương mờ, rải rác vài ba anh công an đang ngồi rình. Biết chắc chắn bị bại lộ, tôi trở về chỗ nằm, kéo song sắt về vị trí cũ và đặt lại các lọ, bình trên kệ, chờ sáng.

Sáng hôm sau, giữa lúc đội đang làm việc, cán bộ Cứ ra tận nơi gọi NXD đi làm việc cho đến quá trưa. Sau đó, đội được lệnh về trại.

Bước chân vào nhà, tôi đã thấy lố nhố cán bộ trực trại, an ninh và mấy anh trật tự ngay chỗ nằm của tôi. Đồ đạc bị bới tung lên. Các lon gô, bình nhựa bị vứt la liệt xuống đất. Thanh sắt cửa sổ đã bị kéo lên. NXD bước vào sau đó. Anh nghếch mặt lên, vẻ đắc thắng nói lớn cho nhiều người nghe:

- Còn ai vào đây nữa!

Tôi đã trả giá cho chuyến trốn trại bất thành bằng ba mươi ngày trong nhà kỷ luật.

Phần 3: Ngoại Xâm và Nội Thù, Anh Bênh Ai?

Cùng với tin đồn Mỹ sẽ rước anh em tù cải tạo, tin phái đoàn Liên Hiệp Quốc đến thăm trại loan đi rất nhanh. Anh Trần Công Linh[7] là người sốt sắng nhất trong vụ loan các tin tức. Tôi biết anh Linh từ ngày mới vào lớp đệ thất trung học. Anh học trên tôi hai ba lớp, là mẫu người lý tưởng của chúng tôi thời đó. Anh cao, giọng nói sang sảng, có tài đóng kịch, chơi bóng chuyền giỏi. Trước 75, anh phục vụ ở Bộ Chỉ Huy Biệt Động Quân, phụ trách Hướng Đạo Quân Đội.

Gặp nhau trong tù sau hàng chục năm, anh vẫn thế. Nhưng hình như sau lần bị tai nạn xe hơi với vết thương đầu trầm trọng, anh có vẻ khủng hoảng thần kinh. Anh khoe với tôi rằng anh là Tư lệnh Sư đoàn Bạch Mã. Trong đêm xảy ra vụ nổ kho đạn Long Khánh

---

[7] Trần Công Linh hiện ở Đức Quốc

(cuối năm 1975), sư đoàn do anh chỉ huy "nằm phục kích dưới các ống cống thủ đô Sài Gòn chờ lệnh tổng khởi nghĩa" (sic!) Thấy tôi cười tỏ vẻ không tin, anh nạt:

- *Không biết ta nói cho nghe. Mi mà còn ở ngoài, theo kháng chiến, cũng làm tới Đại tá là ít!*

Sống trong hoàn cảnh mong mỏi hàng năm dài, ai ai cũng muốn nghe những tin thật lạc quan về cuộc kháng chiến của Phục quốc quân. Vì thế, các tù nhân trẻ thường mời Trần Công Linh đến nói chuyện. Anh như một sứ giả đem lại niềm tin và hy vọng cho anh em tù nhân đã quá khát khao.

Ban Chỉ Huy trại và chúng tôi đã chuẩn bị chu đáo cho chuyến viếng thăm của phái đoàn Liên Hiệp Quốc theo hai chiều hướng đối nghịch. Phần trại, thì ra lệnh làm vệ sinh trại thật kỹ lưỡng, và đưa các đội "phản động" đi thật xa để không thể tiếp xúc với phái đoàn. Bệnh xá được chỉnh trang lại. Giường bệnh có kê thêm tấm khăn trải giường màu trắng. Trên bàn bệnh nhân có chai nước lọc, hộp sữa, ly chén sạch bóng.

Phần chúng tôi, biết không thể gặp được phái đoàn, tôi đã thảo một bản văn bằng Anh ngữ dài hai trang kể hết tình cảnh sinh hoạt, điều kiện sống, sự đối xử đầy áp bức của chính quyền để kêu gọi quốc tế can thiệp.

Tôi lẻn đến bệnh xá giao lá đơn cho anh Nguyễn Pháp (khoá 3 Đại học Chiến Tranh Chính Trị)[8]. Anh Pháp là người can đảm và nhiệt tình. Tuy bị bệnh nội thương trầm trọng, nếu bị phát giác có thể bị cùm kẹp, nguy hiểm đến tính mạng. Ngoài ra, anh cũng có hy vọng về trong các đợt sắp tới. Nhưng anh đã sốt sắng

---

[8] Nguyễn Pháp nay ở San Jose, California

nhận lời tôi để tìm cách trao cho phái đoàn Liên Hiệp Quốc nếu họ vào thăm bệnh xá.

Rốt cuộc, mọi sự chuẩn bị trở thành vô ích. Phái đoàn đã không thấy tới thăm trại.

Mỗi lần đến ngày lễ lớn của Việt Nam Cộng Hoà, chúng tôi luôn luôn có những hoạt động rất ngoạn mục. Đêm 19 tháng 6 năm 1978, trong không khí thanh vắng của toàn trại đang chìm vào giấc ngủ say, bỗng có tiếng cất lên dõng dạc từ dãy sàn ngủ đối diện của tôi:

- *Nhân kỷ niệm ngày Quân Lực, tôi cầu nguyện cho đất nước sớm hết đau thương, nhân dân Việt Nam được tự do hạnh phúc, thoát khỏi gông cùm Cộng Sản.*

Báo hại cả nhà phải bị đánh thức bởi hàng chục công an đang rầm rập chạy vào. Chúng bắt đi anh Nguyễn Ngọc Đạt, nguyên là một Đại đức Phật giáo. Thầy Đạt là người dị tật – hai bàn chân thầy, mỗi bàn có 6 ngón - lại có một tính khí bất khuất vô úy. Có lần thầy ngồi đọc kinh trong mùng. Tên công an đi tuần thấy vậy, hỏi:

- *Mày nàm gì giờ lày không ngủ?*
- *Tao làm gì kệ tao.*
- *Á! Anh lày dám hỗn, xưng với cán bộ bằng mày tao.*
- *Thì cán bộ gọi tui bằng mày trước, vi phạm chính sách.*

Tôi cũng đôi lần thả truyền đơn trong sân trại. Truyền đơn vẽ trên giấy học trò xé làm tư. Các tranh thường là hình ảnh người lính Cộng Hoà, ảnh Hồ Chí Minh với đôi răng nanh sắc bén, hình đồng bào đang kéo cày thay trâu, hình đảng viên Cộng Sản to béo ngồi trên xe do những đồng bào gầy đói kéo đi sắp sa xuống vực sâu.

Thả truyền đơn cũng dễ dàng thôi. Buổi sáng, khi các nhà mới mở cửa cho trực viên đi lấy thức ăn sáng, tôi lững thững đi một vòng xuống bệnh xá rồi trở về. Đến chỗ bất ngờ nhất, ít ai chú ý thì vứt nguyên một nắm truyền đơn xuống. Vài lần trại đã đuổi hết các đội vào nhà, khoá lại để truy tìm ra người rải truyền đơn, nhưng vô hiệu quả. Một lần, khi đội chúng tôi từ suối kéo về cổng trại, tôi đi sau cùng với Mai Huy Thạc[9]. Chúng tôi lách qua hàng ngũ một đội khác. Thạc quan sát phía sau cho tôi thả truyền đơn. Nắm giấy vừa rơi xuống, tôi vội vàng lách người về phía đội mình thì bỗng nghe tiếng anh Phang Gi On kêu lại

- *Anh Phúc, anh làm rớt giấy tờ gì kìa!*

Thạc hốt hoảng vơ vội tất cả những tấm giấy nhỏ rồi chạy theo tôi. Hoá ra Phang Gi On, vì lề mề, nên bị rớt lại đàng sau. Anh đã theo sau chúng tôi mà chúng tôi không hay biết.

Anh Phang Gi On cũng là một hiện tượng đặc biệt. Cho đến sau này, chúng tôi hoàn toàn không rõ là anh khùng thật hay giả khùng. Anh người gốc Hoa, tên Hán Việt là Phương Nghĩa An. Anh dạy Anh Ngữ tại trường Võ Bị Quốc Gia Việt Nam, trí tuệ thông thái, tính tình hoà nhã, hiền lành. Nhưng anh thường phát ngôn rất bừa bãi và nguy hiểm. Anh có lần báo cáo với cán bộ là anh thấy một anh tù đưa gái vào làm tình ngay trong nhà giam, có lần anh báo cáo có nguyên một đám tù trốn trại. Toàn là những chuyện do anh tưởng tượng ra. Trong những lần sinh hoạt, anh nói năng lung tung như người mất trí. Vì thế, ngay cán bộ an ninh trại cũng chẳng quan tâm đến những điều anh nói.

---

[9] Mai Huy Thạc hiện ở Pasadena (Texas).

Khoảng năm 1977, khi còn ở trại Suối Máu chúng tôi đã đọc nhiều tin tức về mối tình "Hữu nghị keo sơn gắn bó của hai đồng chí Việt Hoa" đã chuyển qua giai đoạn chua chát đi đến hận thù. Báo Nhân Dân – cơ quan ngôn luận của đảng Cộng Sản – đã dùng những nhóm chữ rất xấc láo để gọi nhà cầm quyền Trung Cộng như: bè lũ bốn tên, bọn bành trướng bá quyền... Trong một bài viết đăng trên báo Nhân Dân, một nữ đảng viên cao cấp trong Ban Chấp hành Trung ương Đảng Cộng Sản đã chua chát viết: "Hồi đó (năm 1949, khi Trung Cộng chiếm Hoa Lục), tin vui thắng lợi của bạn đến trên khắp các chiến hào. Chúng ta đã reo mừng đến chảy nước mắt.... Tại sao giờ đây họ trở mặt? Nghĩ lại, hoá ra ngày đó mình quá ngây thơ để tin tưởng vào tình đồng chí thắm thiết xã hội chủ nghĩa!..."

Thực ra thì chẳng biết nên kết án ai trở mặt với ai! Trong chiến tranh, Trung Cộng đã chi viện gần như hoàn toàn cho các nhu cầu của Việt Cộng. Từ quân viện, vũ khí súng đạn, xe tăng máy bay, hoả tiễn... cho đến lương thực, quân trang... không những cho quân đội, mà cho cả hơn chục triệu dân miền Bắc. Kinh tế miền Bắc đã không sản xuất ra được thứ gì, mà phải hoàn toàn lệ thuộc quan thầy Trung Cộng. Khi hoà bình, chiếm được miền Nam, chính đám Cộng Sản Bắc Việt, đứng đầu là Lê Duẩn, đã quay lưng lại với Trung Cộng mà chạy bám theo Liên Bang Sô Viết. Thêm vào đó, việc Việt Cộng đánh Khmer Đỏ và chiếm đóng Kampuchea vừa bị thế giới lên án, vừa gây thêm thù với Trung Cộng vì Pol Pot, Ieng Sari vốn là đệ tử của Trung Nam Hải. Vì thế, hậu quả tất yếu là một sự trả thù của Trung Cộng đã nổ ra vào đầu năm 1979.

Một buổi tối khoảng tháng Hai, chương trình phát thanh thường lệ của đài Tiếng Nói Việt Nam phát đi từ Hà Nội bỗng ngưng lại và bắt đầu phát đi những bản hành khúc. Rồi đột ngột, từ những chiếc loa ở các góc trại, chúng tôi nghe tiếng thất thanh của cô xướng ngôn viên

- *Quân Trung Quốc đã đánh vào các tỉnh biên giới Việt Trung...*

Tức thì trong trại vang lên những tiếng ồ vừa ngạc nhiên vừa khoái trá. Lòng căm hận đối với chế độ Cộng Sản đã lên cao đến mức mà những con dân Việt Nam đã tỏ ra khích động, mừng rỡ khi thấy nổ ra cuộc chiến giữa hai nước anh em đồng chí vốn "núi liền núi, sông liền sông. Tình hữu nghị sáng như rạng đông![10]".

Chúng tôi nghĩ lại, buồn cho thân phận mình, những người Việt Nam bị vong thân ngay trên quê hương, phải coi kẻ thù đồng chủng là nguy hiểm hơn kẻ thù ngoại chủng. Thật là oái oăm mà chỉ những ai ở trong hoàn cảnh mới thông cảm được.

Phần 4: Lời thề trong ngục tối

Trong trại có một thư viện lưu động. Nói cho kêu, nhưng thật ra là một chiếc xe cải tiến chở đầy sách báo do một anh tù ở ban Thi đua (nhà 1) chiều chiều kéo qua các nhà cho tù mượn sách đọc.

Sách, dĩ nhiên, toàn những cuốn nặng về kinh điển, tuyên truyền của Cộng Sản. Cũng có những cuốn sách truyện mà nội dung là cổ động tình đồng chí, sản xuất, thi đua, hay những truyện vẽ vời hoang tưởng về

---

[10] Một đoạn trong bài ca Tình Hữu Nghị Việt Trung của Cộng Sản Bắc Việt từ thập niên 1950 thường nghe ra rả trên Đài Hà Nội.

♦ Cuối Tầng Địa Ngục

những anh hùng kiểu Lê Văn Tám, Võ Thị Sáu, Bế Văn Đàn, Phan Đình Giót, Nguyễn Văn Trỗi…

Việc mượn sách cũng dễ dàng. Chỉ cần khai tên, chọn sách là xong. Tôi đã bịa ra một cái tên nghe rất bình dân Nam kỳ: Lê Văn Nở. Vài ba ngày, tôi mượn một cuốn dày để xé ra lau đít. Mất nhiều sách, anh "quản thủ thư viện" đi rao từng nhà

- *Yêu cầu anh Lê Văn Nở đem sách ra trả gấp.*

Tôi bèn phải nín đi một thời gian trước khi mượn sách với cái tên khác.

Một hôm, từ ban Thi đua đưa danh sách những người được gia đình thăm nuôi xuống. Tôi chưa hay biết gì thì anh Nguyễn Thanh Chương[11] từ ngoài sân chạy vào đập vào vai tôi:

- Lê Văn Nở chuẩn bị đi thăm gặp gia đình.

Tôi tá hoả, bịt miệng anh lại, nói khẽ

- *Vừa vừa cái mồm ông. Ông giết tôi mất.*

Chương biết mình hố, bèn xin lỗi rối rít. May mà ai cũng tíu tít với cái danh sách được thăm nên không ai để ý đến chuyện vừa xảy ra.

Trong đời, tôi ít làm thơ. Mà cũng chẳng mấy sính thơ. Tuy nhiên, thời gian ở Hàm Tân, tôi hay cảm tác những bài thơ sau mỗi biến cố. Hoặc khi cần cảnh cáo một vài anh chàng có hành vi xu nịnh, phản bội. Các bài thơ thường được dán lên cửa ra vào lúc nửa đêm. Sáng ra là truyền khẩu đi khắp trại. Một bài thơ ưng ý viết bằng Hán tự nhan đề Ngục Trung Cảm Tác, và bản dịch qua tiếng Việt như sau:

---

[11] Nguyễn Thanh Chương hiện ở Toronto, Canada.

獄中感作
Ngục Trung Cảm Tác

獄中冥冥夜半時
Ngục trung minh minh[12] dạ bán thì,

風起雲飛愁滿詩
Phong khởi vân phi sầu mãn thi

靖座低頭懷故國
Tĩnh tọa đê đầu hoài cố quốc

欲破牢籠起義旗
Dục phá lao lung khởi nghĩa kỳ

含辛茹苦四年餘
Hàm Tân[13] nhữ khổ tứ niên dư

風雨江山共黨徒
Phong vũ giang san Cộng đảng đồ

身在獄圈魂在外
Thân tại ngục khuyên hồn tại ngoại

誓殺讎人報國讎
Thệ sát thù nhân, báo quốc thù

共黨猶存民族衰
Cộng đảng do tồn dân tộc suy

讎恨如山復國時

---

[12] "Minh" 冥 là tối tăm, khác với "minh" 明 là sáng sủa

[13] Hàm Tân vừa là địa danh, vừa có nghĩa là "ngậm đắng".

♦ Cuối Tầng Địa Ngục

Thù hận như sơn, phục quốc thì,
四 海 協 同 何 不 足
Tứ hải hiệp đồng, hà bất túc
明 日 光 榮 見 大 和
Minh nhật quang vinh, kiến thái hoà.

Bản Việt ngữ

Ngục tối, âm thầm đêm gần tan,
Bỗng nghe trong gió, ý thơ buồn,
Ngồi lặng cúi đầu thương nước cũ,
Ước chi vượt thoát dấy cờ hưng.

Đã bốn năm dài nuốt hận đau,
Tan tác sinh linh, bọn quỷ Hồ,
Ta gửi hồn ra ngoài biên ải
Thề diệt sài lang trả nợ nhà

Còn chúng ngày nào, còn đau thương
Núi sông đã điểm phút lên đường
Ai đó xin cùng chung vai gánh
Mai ngày non nước ánh vinh quang.

Cái kiểu làm thơ nhanh và truyền khẩu rộng khắp này là một thứ vũ khí rất hiệu quả của tôi chống lại các thành phần ăng ten; vì họ rất sợ những bài thơ này lọt đến tai vợ con họ bên ngoài. Trong khi họ biết, hay suy đoán ra tác giả bài thơ, nhưng rất khó mà bắt được tay, vày được cánh.

Tôi đã trả nợ cho trại Hàm Tân bằng hai lần cùm biệt giam mà lần thứ nhất là việc trốn trại bất thành, lần thứ hai là do một lá thư gửi chui về gia đình bị lọt vào tay cán bộ an ninh. Sau này, trước khi chuyển ra trại Xuân Phước, cán bộ Tống Đăng Cứ đã nói cho tôi hay:

- *May cho anh lắm. Đêm hôm đó, nếu anh bước ra khỏi nhà giam, cán bộ ngoài vườn thuốc Nam được lệnh bắn chết tại chỗ. Thôi rán lo cải tạo tiến bộ mà về với gia đình đừng toan tính những chuyện sai quấy nữa.*

Chương 4
Trại Tù A-20, Xuân Phước

Trại A-20 được thế giới biết đến nhiều như một trại giam man rợ nhất. Ngay cả trong danh sách những tù nhân mà các chính phủ, hội đoàn đã và đang tranh đấu với Cộng Sản Việt Nam để được trả tự do, trại A-20 vẫn chiếm hàng ưu tiên một. Trại A-20 từng giam giữ những chiến sĩ Đoàn Viết Hoạt, Phạm Trần Anh[14], các vị thượng tọa, đại đức, linh mục tranh đấu cho nhân quyền như Thích Thiện Minh, Nguyễn Văn Vàng, Nguyễn Quang Minh. Đây là một trại tù trừng giới ở miền Nam nơi giam giữ lâu dài những anh em quân cán chính Việt Nam Cộng Hoà được chúng liệt vào thành phần bất trị, các bạn chiến sĩ đấu tranh cho tự do dân chủ sau ngày 30-4, và đám tù hình sự mang án chung thân hoặc tử hình. Đã đến đây thì chẳng ai nghĩ đến ngày về nữa. Ngay cả trong giấc ngủ, cũng chẳng mơ được chuyện thoát ra khỏi trại. Muốn biết thêm về trại A-20, quý vị có thể tìm đọc trong "**Hồi Ký 26 Năm Lưu Đày**" của Thượng Tọa Thích Thiện Minh, Chủ Tịch Hội Ái Hữu Tù Nhân Chính Trị và Tôn Giáo Việt Nam; "**Trại Kiên**

---

[14] Phạm Trần Anh, 20 năm tù, hiện ở California

Giam" của Nguyễn Chí Thiệp; "**Đoạn Trường Bất Khuất**" của Phạm Trần Anh; và nhiều bài của Vũ Ánh đăng trên nhật báo Người Việt hay nguyệt báo KBC Hải Ngoại.

Phần 1: Trong Lòng Thung Lũng Kỳ Lộ

Chúng tôi từ các trại Z-30C, Z-30D (Hàm Tân) được chuyển ra đó cuối năm 1979. Từ ngã ba Chí Thạnh, khoảng 40 cây số phía Bắc thị xã Tuy Hoà, đoàn xe rời quốc lộ 1, rẽ về hướng tây, chạy trên một con lộ nhỏ đất đá lởm chởm xuyên qua những vùng đất khô cằn, những xóm nhà tiêu điều đói khổ. Đi sâu vào lòng chảo vùng Kỳ lộ, nơi những dãy núi tiếp nối nhau bao lấy một thung lũng nhỏ hẹp mà ngày xưa là quận ly Đồng Xuân thuộc tỉnh Tuy Hoà. Trong những năm chiến tranh, nơi đây là địa bàn du kích rất mạnh của giặc. Có thể nói gần 100 phần trăm dân số ở đây là thân cộng. Điều này chẳng lạ, vì trước đây, Xuân Phước là căn cứ địa kháng chiến chống Pháp và sau 1954, qua hàng chục năm trời xa cách ánh sáng văn minh tự do, người dân chỉ biết có Cộng Sản mà thôi. Họ gắn bó với phong trào Cộng Sản vì gia đình nào cũng có người thân trong hàng ngũ du kích. Xuân Phước, cũng như Củ Chi ở miền Nam là chỗ dựa vững chắc cho bọn du kích, nơi cung cấp chỗ ẩn náu, tài lực, nhân lực cho Cộng Sản. Việt Nam Cộng Hoà chỉ bình định được vùng này từ khi có sự tăng viện của quân đội Đại Hàn, với lối chiến tranh cứng rắn và đôi khi tàn khốc mà quân ta không nỡ thi hành đối với đồng bào mình (dù rằng đồng bào này cũng cầm súng cho kẻ địch!).

Thượng Toạ Thích Thiện Minh đã mô tả trại tù Xuân Phước qua các câu thơ sau:

Trại Xuân Phước miền Trung Phú Khánh
Nhà giam tù nơi Chí Thạnh, Đồng Xuân
Được nổi danh là thung lũng tử thần
Tù giải đến khắp xa gần trong nước
Trại trừng giới tập trung miền sơn cước
Rừng núi đồi liên tiếp phủ vây quanh
.....
Dãy Trường Sơn không bóng một căn nhà
Đồng cỏ cháy xa cách dòng suối biếc
Nơi nắng lửa mưa dầm thảm thiết
Thú rừng thiêng trông ghê xiết chốn hoang vu
Trên mây giăng phủ rừng núi âm u
Dưới thung lũng ba trại tù khá rộng[15]
Hàng ngàn người khổ sai trong lao lý
Còn biệt giam đầy những bóng cùm gông

Thủ tục nhập trại đầu tiên là một màn kiểm soát tư trang rất chặt chẽ. Dù đã được các anh em đến trước tìm cách ra hiệu cho biết là chúng sẽ vét sạch những tài sản, thực phẩm, thuốc men.... chúng tôi vẫn không sao tìm cách giấu giếm được. Trong khi ngồi chờ đến phiên mình, ai có thứ gì có thể ăn thì cho vào miệng, nhai nuốt ngấu nghiến. Thứ không ăn ngay được như nước mắm, mỡ, ... thì tìm cách đổ đi với tâm niệm *"tao không ăn được, thì cũng không để cho chúng mày dùng."* Sau màn khám xét, người tù khi đi ra khỏi căn phòng chỉ còn trơ lại vài bộ áo quần tù rách rưới đóng thêm nhiều dấu "Cải Tạo" nham nhở trên lưng, trước ngực. Chúng thu tất cả,

---

[15] Có lẽ thời gian Thượng Tọa Thiện Minh đến trại, chỉ còn ba phân trại thay vì 5 như trước kia.

từ chiếc chén, đôi đũa, sách vở, giấy tờ, cái võng, toàn bộ lương thực, thuốc men. Chúng nắn bóp rất kỹ từng ngăn túi, vạch cả mồm miệng, hậu môn ra tìm xem còn giấu giếm gì không. Sau đó, khi được đưa về phòng giam, chúng mới dẫn lần lượt từng anh ra đống rác, cho nhặt những bình nhựa dẻo (được làm ra để dùng đựng nước mắm, tương chao) về cắt miệng để làm chén ăn cơm (xin lỗi quen miệng, nơi đây chỉ ăn khoai mì H-34 thôi). Tên trưởng trại là Thân Như Yên, trung tá công an, một người địa phương Phú Yên, gầy còm, khô khan, khát máu mà chúng tôi đặt hỗn danh là Cốm dẹp. Ngay từ phút đầu mới đến trại, y đã có mặt lúc nhận tù, gọi tên những người có tiếng là chống đối cứng đầu đứng dậy nhìn tận mặt thật lâu và lên giọng răn đe:

- *Liệu hồn, các anh sẽ bỏ xương nơi đây...*

Trại có 5 phân trại, gọi tên theo vần A, B, C, D, và E. Phân trại A dành cho tù Việt Nam Thương Tín, là những người đã thoát khỏi Việt Nam những ngày cuối tháng tư 75 trên con tàu Việt Nam Thương Tín. Họ đã chạy tới đảo Guam thuộc Mỹ, và tranh đấu đòi trở về. Họ được bọn Việt Cộng tổ chức tiếp đón, ca ngợi rồi sau đó, đưa tuốt vào trại tù sau khi đã tước đoạt toàn bộ tiền bạc, tư trang. Những người tù VNTT tương đối ngoan ngoãn, nên được chúng cho nhiều đặc ân như đi lao động tự giác, thì giờ ít gò bó, được thăm nuôi thường xuyên.... Phân trại B, cách đó chừng 5 cây số, giam tù hình sự có trọng án (thường từ 20 năm đến chung thân và tử hình). Bọn này thuộc loại giết người cướp của hiếp dâm. Tại đây có một số cán bộ chiến sĩ VNCH, lãnh tụ tôn giáo biệt giam trong một cấm thành nằm lọt giữa trại với những bức tường cao. Phân trại C và D nằm xa hơn, nhốt tù hình sự. Anh em chúng tôi được đưa vào phân trại E, gồm 3 dãy nhà gạch kiên cố, có hàng rào kẽm gai cách biệt. Mỗi dãy dài khoảng 40 mét, chia làm hai căn cũng ngăn bằng hàng rào kẽm gai cao quá đầu. Mỗi căn có hai tầng giường đúc xi măng, chứa từ 100 đến 120 người, mỗi người chỉ được bề ngang chừng bốn tấc, không đủ trải tấm chiếu. Chúng tôi phải nằm nghiêng hoặc xoay ngược đầu với bạn để có thể tạm ngủ được qua đêm.

Ba tháng đầu tiên trong trại, chúng tôi không ngừng bị khủng bố, không được phép viết thư cho gia đình, tối nào cũng phải sinh hoạt học nội quy, kiểm điểm bản thân và phê bình nhau. Bọn cán bộ thay phiên đi qua đi lại suốt đêm bên ngoài phòng giam để theo dõi xem có ai tụm năm tụm ba bàn tán gì không. Mạng lưới thi đua trật tự gồm những tên tù hình sự hiếp dâm giết người xuất hiện thường xuyên, giương đôi mắt cú vọ nhìn tận sinh hoạt từng anh em chúng tôi.

Chế độ ăn uống nơi đây tồi tệ nhất so với các trại tù chúng tôi đã đi qua, có thể nói tồi tệ nhất trên thế gian. Mỗi bữa ăn chúng tôi được một vài lát khoai mì khô, trên đó cõng vài hạt cơm, với vài muỗng nước mắm thối. Gọi là nước mắm vì không biết phải gọi là gì. Thực ra đó là loại nước nấu từ xác cá mắm hạng bét thải ra mà nông dân chỉ dùng để làm phân. Bọn chỉ huy trại mua về từng tấn cho vào các bồn chứa đầy rác rưởi, dòi bọ; đậy sơ sài bằng tấm tôn mục gỉ. Mỗi bữa ăn, chúng múc ra vài gáo, cho vào chảo, đổ thêm muối hột, nấu lấy nước phát cho tù nhân. Của đáng tội, mục tiêu phấn đấu của đảng Cộng Sản trong Đại hội 4 là đến cuối năm 1980 mới có nước chấm cho nhân dân (không hiểu nước chấm là nước mắm, xì dầu hay chỉ là thứ nước mằn mặn...). Xin mở ngoặc nói qua về khoai mì H-34. Trước đây nông dân ta thường ăn khoai mì gòn, là loại có cọng lá màu tím, vỏ lụa cũng màu tím, ăn ngọt và bở. Khoai mì H-34 nhập cảng từ Ấn độ, còn gọi là mì công nghiệp, vì nó dùng để lấy nhựa làm bao bì nylon chứ không ăn được. Tinh bột khoai mì H-34 này được trại dùng làm bánh tráng. Tuy mỏng, nhưng nó cứng như mica; ngâm vào nước cả ngày chưa mềm ra được. Mì H-34 có hàm lượng chất độc Acid Cyanhydric rất cao, tích tụ nhiều nhất ở hai đầu củ mì, trong dây tim và ngoài lớp vỏ. Cây mì có cọng lá màu trắng, lớp vỏ lụa cũng màu trắng, và cho năng suất cao gấp 5, 6 lần mì gòn lại dễ trồng trên bất cứ đất đai nào. Việt Cộng sử dụng mì H-34 cho chúng tôi ăn với hai mục đích: vừa dễ trồng vừa để đầu độc cho chết dần những người chúng không dám đem ra pháp trường vì sợ dư luận quốc tế. Ăn mì H-34 lúc còn tươi (hàm lượng chất độc cao nhất) dẫn đến cái chết tức thời, hay ít ra cũng nôn ói đến tận mật xanh. Năm 1979, một đội gồm 30 anh em tù hình sự vì đói, nhổ mì luộc ăn, đã có bốn anh chết tại chỗ, số còn lại nhờ cho uống nước đường đã thoát chết. Ăn mì H-34 hàng ngày, chúng tôi nhớ lại những câu chuyện võ hiệp Kim Dung. Khi người ta cho vào cơ thể các chất độc một cách tiệm tiến, cơ thể sẽ dần tạo nên sức đề kháng hoá giải chất độc với dung lượng cao hơn. Nhưng hậu quả thì vẫn kinh khủng: cơ thể bệu rệu, khuôn mặt phù thủng, méo mó. Bởi sống cùng nhau hàng năm trời, nhìn nhau hàng ngày, không ai thấy được sự đổi thay này. Mãi cho đến khi được thả về, gia đình, thân quyến mới phát giác ra khuôn mặt mập mạp một cách dị dạng của người tù.

Thời gian này, vì phân trại mới thành lập, họ bắt chúng tôi thi đua đào mương quanh trại, nói rằng "đào ao bác Hồ, nuôi cá để cải thiện đời sống trại viên." Thực ra là đào hệ thống mương sâu quanh trại để phòng ngừa anh em tù trốn trại. Cũng có những dự án đào ao hồ rất lớn bên ngoài để nuôi cá thực. Nhưng sau này số cá thu được là để cung cấp cho cán bộ mà thôi. Chúng tôi đã biết quá nhiều về sự lừa bịp của bọn cán bộ Việt cộng, nên bàn nhau làm việc theo phong cách riêng của mình. Chúng tôi chia ra nhóm 3 người. Một người đào và hai người khiêng đất đi đổ. Làm suốt ngày chỉ đào vỏn vẹn mấy tấc khối đất. Chúng tôi thường gọi đùa hai người khiêng ky đất là hai ông từ đi tế đền. Quý vị cao niên chắc còn nhớ. Ngày xưa, trong buổi tế ở các đền, hai ông từ phụ lễ, tay bưng khay trầu rượu giơ cao từng bước chân và chờ tiếng trống "Bùm" mới hạ chân xuống đi một bước. Chúng tôi cũng đi như thế, dù rằng trên chiếc ky đan bằng tre chỉ vỏn vẹn có một xuổng đất. Bọn cán bộ theo dõi tra vấn, chúng tôi chỉ trả lời ngắn gọn:

- Đói quá, không làm nổi.

Nhìn anh bạn cuốc đất, tên cán bộ nói mỉa:

- Anh này "nao" động hay nhỉ, sáng anh giơ cuốc "nên", chiều mới hạ cuốc xuống!

Cho đến khi chúng phải chịu cho gia đình ra thăm, nhưng cũng kể ơn

- Khoan hồng "rân" đạo của cách mạng "nà" để các anh có thêm bồi "rưỡng", động viên các anh cải tạo tốt, sớm được tha.

Một chiều nọ, sắp hết giờ lao động, tên cán bộ bước đến bên chúng tôi. Anh Duy Trác và tôi đang diễn trò ông từ vào đền. Nó hỏi:

- Các anh có "nàm" cho xong chỉ tiêu không?

Tôi trả lời:

- Chúng tôi cố hết sức, nhưng làm đến đâu thì làm thôi, chỉ tiêu cao quá, không làm nổi.

Nó chỉ lườm rồi bỏ đi. Sau khi nhập trại, tôi được gọi lên nhà bếp. Nơi đây, có tên Minh, cán bộ giáo dục phụ trách thăm nuôi, và một tên hình sự là trật tự viên. Dưới nền đất chỏng chơ hai túi xách nhỏ. Tên cán bộ nhìn tôi soi mói rồi cất tiếng hỏi:

- Hôm "lay" anh "nao" động thế "lào"?

♦ Cuối Tầng Địa Ngục

Tôi không rõ hậu ý, chỉ nói:

- *Anh em làm sao, tôi làm vậy.*

Nó chỉ vào hai túi xách:

- *Vợ anh "nên" thăm anh, "nẽ" ra trại phạt không cho thăm và nhận quà, vì anh bướng bỉnh, ngoan cố, chống đối "nao" động, chống đối cán bộ. Nhưng "nượng" khoan hồng của cách mạng, cho phép anh nhận 3 "kinô" quà, còn gặp mặt thì "nần" sau, khi "lào" anh chứng tỏ sự tiến bộ.*

Liếc qua hai túi quà, chứa đựng bao tình thương yêu và hy sinh của gia đình, lại nghĩ đến công khó của vợ hiền lặn lội hàng trăm cây số ra thăm mà không được gặp. Uất hận dâng trào trong tim, tôi đứng thẳng nhìn chăm chăm vào mặt tên cán bộ không thèm nói một lời. Thấy không ổn và ngại phản ứng bất tử của tôi sẽ làm nó bẽ mặt, tên cán bộ ra lệnh cho trật tự khám xét túi quà và cho tôi mang về.

Có hai thành phần trong phân trại E: tù chính trị và tù quân nhân chế độ cũ. Tù chính trị là số anh em bị bắt vì tổ chức hoạt động chống đối sau 30-4-1975. Số này có những người thực tình đấu tranh, và có thực lực, đường lối, có những hoạt động cụ thể gây tiếng vang như nhóm Vinh sơn, phong trào nhân quyền, Fulro; ngoài ra cũng có những thành phần phức tạp gồm những người tổ chức ma để tống tiền, tống tình. Họ cũng tự xưng nào là chủ tịch, tổng bí thư, tư lệnh, toàn là giới chức chóp bu của hàng chục tổ chức hữu danh vô thực. Nhưng khi vào đây, được mang danh tù chính trị, đa số họ cũng hòa mình vào nếp sinh hoạt chung với anh em chúng tôi. Chỉ có một số nhỏ lén lút làm bậy. Tù quân nhân thì cao nhất là cấp đại tá, xuống đến tận cấp binh nhì. Chúng tôi đã thực sự đoàn kết và giúp nhau giữ vững tinh thần đấu tranh qua bao lần bị khủng bố tàn nhẫn. Số anh em tinh thần cao nhất là những người bị tuyển lựa từ các trại tù Hàm Tân, các anh trong phong trào nổi dậy đêm Giáng sinh 1978 ở Suối Máu. Nhưng cũng không phải không có một số nhỏ những người được phân loại cải tạo tốt nhờ lao động hăng say và ngoan ngoãn chấp hành nội quy từ các trại khác đưa đến. Sở dĩ có sự pha trộn như thế, là để mỗi kỳ có dịp lễ, tha tù, sẽ có vài anh được thả ra, và bọn cán bộ sẽ có cơ hội rêu rao về *"nượng" khoan hồng nhân đạo của đảng và nhà "lước".*

Hoạt động chống đối trong tù cũng có lúc cao trào, lúc thoái trào. Càng bị khủng bố, anh em càng đoàn kết và tinh thần lên rất cao. Những lúc đó bọn ăng ten nín khe, không dám hó hé; ngay cả bọn cán bộ cũng không dám bước qua cổng để vào sân phòng giam. Nhóm anh em trẻ như Nguyễn Tú Cường, Phạm Đức Nhì, Bùi Đạt Trung, Hoàng Trọng Thủy, Phạm Chí Thành thì tổ chức ca hát các bài ca chiến đấu, chuyền tay các bản tin, các bài viết giáo dục chính trị. Nhóm trung niên như Nguyễn Chí Thiệp, Vũ Ánh, Trần Danh San, Tăng Ngọc Hiếu.... thì động viên, cổ vũ truyền đạt những kinh nghiệm. Họ đã thực hiện một tờ báo chui trong trại giam để phổ biến tin tức. Việc này rất nguy hiểm, nhưng ban chỉ huy trại dò la mãi mà không bắt được quả tang. Anh em chia nhau canh phòng, thông tin, chia xẻ miếng ăn, một lòng đoàn kết nhất trí. Trong những lúc cao trào như thế, chúng lùa vào xà lim hàng loạt những người chúng nghi ngờ và cho là nguy hiểm. Không đủ phòng nhốt ở trại E, chúng đưa vào gửi nhốt ở các phân trại khác, và thời gian nhốt xà lim có khi lên tới hàng nửa năm, không hề đọc lệnh biệt giam. Lúc thoái trào là lúc bọn ăng ten làm việc đình đám rộn ràng nhất; những tên như Dương Đ. M. (cựu Trung tá BĐQ), Cao H. V. (cựu Đại úy Bộ binh vùng 4), René Nguyễn V. H. (dân du thủ du thực), Quang què (Cựu Đại úy Dù) ra mặt công khai.

Trong trại, cứ vài ba tuần, bọn cán bộ bày trò khám xét tư trang. Mục đích là tịch thu những thứ đồ dùng mà gia đình tiếp tế cho tù. Sống hàng chục năm xã hội chủ nghĩa ngoài miền bắc, đói khổ và thiếu thốn; thứ gì trong miền nam cũng làm cho bọn cán bộ thèm khát. Chiếc muỗng inox, cái cắt móng tay, cây bút máy... đều thuộc loại sản phẩm cao cấp mà chúng chưa hề biết tới. Vì thế mỗi lần khám đồ là chúng tha hồ vơ vét. Chúng moi móc các bao đồ ăn gửi theo đường bưu điện, ăn cắp đồ hộp, tôm khô, bột ngọt, thuốc lá đầu lọc. Có lần chúng lấy một hộp bơ margarine loại 1 gallon, ăn thử không hợp khẩu vị, bèn vứt bừa bãi ra ven đường. Một lần trong năm 1981, chúng chuyển từ bưu điện Đồng Xuân về trại gần hai ngàn gói bưu phẩm. Chúng để miết trong kho để ăn cắp dần. Cho đến khi đọc tên phát quà, chỉ còn hơn hai trăm gói mà thức ăn bên trong đã mục rữa.

Bọn cán bộ đói khát đến độ đáng thương hại. Lần đó, khi có tù trốn trại, hai tên được cử ra tỉnh lỵ Phú yên đi rình ở các bến xe, chợ... Tôi thấy chúng sửa soạn lương thực đem theo gồm khoai mì khô, hai lon muối hột và mấy bó rau muống. Một tên giải thích:

- *Rau muống ban đêm đem phơi sương cho tươi để ăn được lâu. Ra ngoài đó thấy thanh niên đi ăn tiệm mà tủi thân. Chúng tôi chỉ dám bày ra ăn uống khi trời tối không để ai thấy.*

Tôi hỏi:
- *Thế cán bộ không lãnh lương khô à?*
Anh ta đáp một cách chua chát:
- *Cứt khô thì có!"*

Phần 2: Người Tù, Chiếc Lon Gô, và Nhà Kỷ Luật

Sống trong chế độ Cộng Sản hàng chục năm ngoài miền Bắc trước năm 1975, người dân đã quên đi chiếc bàn ủi để ủi áo quần. Có lẽ sau khi giặt xong, vài người chỉ biết xếp áo quần lại rồi lót dưới gối cho thẳng. Vì thế chúng ta thường thấy những cán binh Cộng Sản khi vào Saigon, ăn mặc luộm thuộm, lùng thùng như những con rối.

Mãi cho đến những năm 78-79, có những anh em tù muốn lấy điểm, đã bày vẽ cho bọn cán bộ việc dùng bàn ủi. Văn minh miền Nam từ chiếc bàn ủi điện đã nhờ chế độ Cộng Sản, tụt xuống bàn ủi than mà chúng ta còn nhớ hình thù thô kệch với con gà trống trên đầu mũi để làm cái khoá mở ra đóng vào khi đổ than. Loại bàn ủi này đã biến mất những năm cuối thập niên 1950. Có còn chăng, hoạ hoằn là ở vùng nông thôn heo hút.

Bọn cán bộ Cộng Sản thì dĩ nhiên không dám nghĩ đến việc xa xí là sắm một cái bàn ủi than này. Lo chi, đã có bọn tù khốn kiếp bày mưu tịch thu vật dụng bằng nhôm của tù cải tạo để đúc bàn ủi xài tạm.

Thế là thỉnh thoảng, trại tổ chức kiểm soát tư trang. Lấy cớ tù nhân nấu nướng làm mất trật tự nên ra lệnh tịch thu tất cả đồ dùng bằng kim loại gồm nồi niêu, soong chảo, lon hộp, chén bát…

Tất cả các vật dụng tùy thân thiết yếu đó của toàn trại, may ra đúc được một hai cái bàn ủi. Sau đó một thời gian, chúng lại nêu ra lý do tù đã có tiến bộ, chúng lại cho phép gia đình thăm nuôi gửi nồi niêu vào để đun nấu bồi dưỡng cơ thể. Cứ vài tháng, màn thăm nuôi tiếp tế soong nồi và khám xét, tịch thu này diễn ra một lần.

Đối với người tù, không gì quan yếu, thân thiết gắn bó bằng chiếc lon guigoz. Chẳng rõ khi hãng Nestlé thiết kế ra chiếc lon nhôm để đựng sữa bột cho trẻ em này, họ có tưởng tượng ra rằng, một ngày nào đó chiếc lon nhôm này lại quan yếu đến thế.

Mỗi người tù thường tậu ra cho bản thân ít lắm là một chiếc lon guigoz (từ đây xin gọi là lon Gô). Người khá giả, có thể có cả chục chiếc lon để chứa thức ăn rất tiện lợi.

Công dụng trước hết là để đựng nước uống khi đi lao động. Dù là nước suối, nước mưa hay nước giếng. Khi cần đun nấu, người tù có thể gửi kế bên bếp lửa của người nấu nước để đun chút cơm khô, nấu chút rau cỏ vừa hái trộm trên đường đi, hâm lại chút thức ăn do gia đình mới tiếp tế. Dù không khéo tay như người thợ hàn, bất cứ người tù nào cũng có thể làm được một cái niềng và quai xách bằng cọng kẽm cho tiện lợi. Họ sẽ tạo cho mình một cây dài bằng gỗ hay sắt có cái móc ở một đầu để "câu kéo". Câu kéo là từ ngữ mô tả việc người tù đứng xúm xít quanh lò lửa nhà bếp đưa cái lon gô vào miệng lò để đun nấu. Việc này thường là bị cấm, nhưng tù có cả trăm cách để đánh du kích.

Một số tù còn khéo tay, may một cái bọc bằng vải hay simili cuire có độn vải để bao quanh lon gô, nhằm giữ ấm cho thức ăn nước uống.

Lon gô, vì rất mỏng, và phải kỳ cọ nhiều hay do rỉ sét, nên bị rò rỉ. Người tù có thể dùng hạt cơm, hay nhỏ giọt bao nylon đang chảy để trám. Người khéo tay có thể cắt một khúc nhôm hay đồng để tán lại.

Thời gian đó là khoảng cuối năm 1979, khi anh em chúng tôi từ các trại Hàm tân bị đưa ra trại A-20 Xuân Phước được chừng vài tháng. Tôi thuộc đội 13, nhà 1, phân trại E vừa mới xây xong với bốn dãy nhà gạch lợp ngói kiên cố. Trong trại, có nhiều nhân vật nổi tiếng như cụ Lê Sáng (Chưởng môn Việt Võ Đạo), cụ Võ Văn Hải (Chánh Văn phòng cố Tổng Thống Ngô Đình Diệm), anh em cựu Bộ trưởng Ngô Khắc Tĩnh và Ngô Khắc Tình, Bộ trưởng Chiêu Hồi Hồ Văn Châm, Linh mục Nguyễn Quang Minh, Linh mục Nguyễn Văn Vàng, Ký giả Vũ Ánh[16], Luật sư Thẩm phán Trần Đức Lai, Nhà văn Duy Lam, Ca sĩ Duy Trác, Cựu Trung tá VC hồi chánh Huỳnh Cự, nhà thơ Phan Lạc Giang Đông, Luật sư Trần Danh San, cựu Phó tỉnh Phú Yên và từng là Phó quận Đồng Xuân Nguyễn Chí Thiệp[17] (ở tù ngay trên đất cai quản của mình khi trước), và vô số những anh hùng bất khuất khác.

Tôi cũng có vài chiếc lon gô; trong đó một chiếc có bao bọc bằng giả da cắt trộm từ chiếc ghế nệm trong xe chiếc xe Peugeot còn tốt của tên trưởng trại lúc đi lao động gần garage của trại. Nhờ khéo tay, tôi làm nhiều vật dụng bằng giả da, như chiếc nón vành rộng, chiếc ví tay dành cho vợ (mà không biết thiên thu nào mới gặp lại). Lon gô của tôi giữ nước nóng rất lâu, vì lớp bọc bên trong là một khúc vải mền dày cộm.

Sáng hôm đó, tôi giả đau khai bệnh không ra ngoài lao động. Lúc các đội về thì trời đã nhập nhoạng tối, vì đã vào mùa đông. Trong khi anh em lính kính ra vào thu dẹp chờ đi lãnh phần ăn tối, thì đột nhiên hai ba tên cán bộ trực trại và một bầy trật tự thi đua uà vào.

- *Tất cả ra ngoài sân tập họp, không được mang thứ gì theo. "khẩn chương, khẩn chương!"*

---

[16] Vũ Ánh, từng là Chủ bút báo Người Việt ở California.

[17] Nguyễn Chí Thiệp, hiện ở Houston, tác giả cuốn Trại Kiên Giam.

Tôi đang nằm trên "lầu thượng" (Trong nhà giam có hai tầng cho tù ngủ. Tầng trên chúng tôi gọi đùa là lầu thượng.) chưa kịp xuống thì đã thấy bọn trật tự hùng hổ vào lục soát khắp nơi. Chúng tìm ra những chiếc nồi, chiếc lon quăng xuống nền nhà nghe loảng xoảng. Tôi quơ vội chiếc lon gô bọc da có chứa ít nước nóng vừa lãnh từ người đun nước rồi thư thả leo xuống.

Tên cán bộ trực trại tên Luật - một tên sadist- thấy vậy ra lệnh:

- *Anh kia, giao nộp chiếc "non" ngay.*

Tôi bước vội ra cửa, né tránh những bàn tay nham nhở của của bọn trật tự.

Cán bộ Luật bước theo ra định giằng lấy chiếc lon. Tôi quay lại cố tỏ ra lịch sự:

- *Báo cáo cán bộ, hôm nay tôi bệnh, phải chườm nước sôi. Vì thế tôi xin giữ lại chiếc lon gô nước nóng này.*

- *Anh Tuyến (tên trật tự gốc tù hình sự, tội hiếp dâm), thu cái "non" giùm tôi.*

Tôi nhất định giữ cho được chiếc lon. Tên Tuyến cố giằng nó. Tôi lần lữa ra đến sân trại. Biết không thể giữ được, tôi ném mạnh chiếc lon xuống sân, dùng chân giẫm lên cho bẹp dúm rồi cúi xuống lượm nó và quăng mạnh qua bên kia hàng rào trại. Làm xong việc này, tôi đứng thẳng, trừng mắt nhìn vào mặt tên trực trại Luật dõng dạc tuyên bố:

- *Các anh đã cướp đoạt tài sản cả miền Nam. Nay một chiếc lon goz cần thiết cuối cùng của người tù, các anh cũng không tha. Tôi không xài được, quyết không để cho các anh xài nó.*

Nói xong, tôi lẻn vào xếp hàng cùng anh em trong đội.

Có lẽ trong đời làm công an gác tù, Luật chưa hề đụng phải một hành vi chống đối táo bạo bất ngờ ngoài

♦ Đỗ Văn Phúc

sự tưởng tượng. Vì thế phải mất một phút sau, hắn mới có phản ứng. Khuôn mặt tên sadist tái đi, hắn nghiến răng trèo trẹo:

- *Anh kia, tên gì?*

Từ trong cửa miệng của hàng trăm người tù bị coi là cứng đầu nhất trong các trại tù miền Nam, những tiếng la hét bộc lộ sự uất ức dồn nén đã bao ngày:

- *Đồ ăn cướp! Đồ ăn cướp!*

Luật biết không nên gây căng thẳng trong hoàn cảnh này, vì có thể xẩy ra biến cố bất lợi. Hắn xuống giọng ra lệnh cho bọn trật tự thu vén các thứ đã tịch thu vào hai cần xé, mang đi. Xong, hắn ra lệnh cho tôi bước khỏi hàng đi theo hắn.

Luật dẫn tôi đến nhà bếp cạnh nhà kỷ luật bảo chờ ở đây. Lúc đó đã có sẵn bốn năm tên công an võ trang. Bọn này sấn tới sắp sửa đánh tôi. Tôi lùi vào sát vách bếp nói lớn:

- *Cán bộ không được đánh tôi. Không được vi phạm chính sách.*

Bọn này đột nhiên ngừng lại, hậm hực buông lời đe doạ rồi bỏ đi. Lát sau, tên Luật và tên trật tự Quý đen (con lai Mỹ da đen, từng là binh sĩ Nhảy dù của ta) đưa tôi vào nhà biệt giam. Tôi đã quá quen thuộc việc bị cùm, nên khi nhìn thấy hàng cùm chân sắp dọc theo chân tường nhà kỷ luật, tôi nhắm ngay một chiếc cùm rộng nhất hòng để cho cổ chân có thể cựa quậy chút đỉnh. Nhưng tên Quý đã nhanh tay chọn lấy hai chiếc cùm chật nhất. Chúng đẩy tôi vào căn thứ ba, bảo leo lên bệ, duỗi hai chân ra áp vào vách cửa. Quý đen ấn hai chiếc cùm vào hai cổ chân tôi. Cùm quá chật. Hắn cố nấn nấn đẩy cho miệng cùm qua được phần xương cổ chân, rồi nhét cả phần còn lại cho lọt hẳn vào cùm như người ta nhét cái bánh chưng vào khuôn gỗ trước khi gói chặt lại. Phần gân sau của căng chân tôi vẫn cứ ngoan cố không chịu ép qua hai cái lỗ cùm. Vì thế, khi tên Quý đẩy cây sắt 12 li từ một lỗ ở mép bệ xi măng qua lỗ cùm, tôi phải nén đau bóp hai gân lại. Nhưng cũng không tránh khỏi việc cây sắt cứa vào rách chân đau buốt tận trời xanh. Cần nói thêm là chúng dùng sắt vuông có bốn khía rất bén, xoắn lại trước khi uốn thành chiếc cùm chân. Vì thế nhất cử nhất động sẽ làm cơn đau gia tăng gấp bội so với loại cùm bằng sắt tròn.

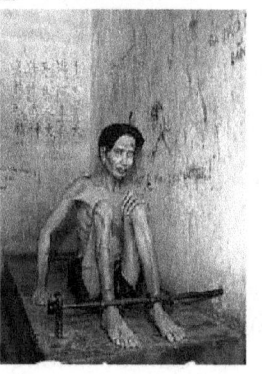

Thế là hai cẳng chân vừa bị kẹp cứng trong hai chiếc cùm chật, vừa bị gác lên cây sắt có khía cỡ 10 li. Cả sức nặng phần cơ thể tựa trên hai bàn tiếp hậu đã ốm lòi xương và trên cây sắt đó. Vì thế, cơn đau bị bó chật đang âm ỉ thì cơn đau từ nhượng chân đã phát khởi do chỗ da bị rách và cây sắt tiếp xúc trực tiếp với gân bàn cổ chân.

Bị cùm thế này, người tù chỉ có hai vị thế: nằm hẳn ra hoặc nửa ngồi nửa nằm. Không thể ngồi hẳn lên, vì hai bàn chân quá sát vách tường. Bị cùm ở Xuân Phước rồi, mới thấy trại Hàm Tân là thiên đường. Tại trại Z30C Hàm Tân, nhà kỷ luật có hai gian, mỗi gian có thể cùm 5, 6 người. Thanh sắt để xỏ cùm lớn, có đường kính khoảng hơn 2 inches, bóng mượt do nhiều bàn chân đã mài qua trên đó nhiều năm. Dĩ nhiên qua một ngày sau, thì sức nặng của chân cũng sẽ gây đau đớn. Nhưng người tù biết dùng cái lon gô kê dưới bắp chân cho bớt đau (Ở Hàm Tân, cai tù cho đem lon gô vào nhà cùm). Trước mặt người tù là một khoảng tương đối rộng. Ngày có hai lần hai vắt cơm to bằng trái cam có rắc muối đậu phụng. Tôi đã nếm mùi cùm ở Hàm Tân hai lần, cũng tự cho rằng đi nghỉ mát, né được lao động cực nhọc.

Ngược lại, ở Xuân Phước thì coi như tầng chót địa ngục. Người tù khi vào nhà kỷ luật chỉ vỏn vẹn bộ pijama tù mỏng dính. Guốc dép, khăn, mũ… bỏ lại bên ngoài. Không mùng mền chiếu gối dù mùa hạ hay mùa đông. Mỗi buồng giam có hai bệ xi măng hai bên vừa đủ rộng cho hai người nằm. Cai tù kiếm cho mỗi tù nhân một cái hộp nhựa mỏng đã cắt phần trên dùng để chứa thức ăn, một nửa hộp khác chứa nước uống. Và thêm một nửa hộp loại bình nước mắm hai lít để đựng phân và nước tiểu. Vì là chiếc hộp bị cắt ra, nên miệng bình đựng chất thải này nó mềm nhũn và dễ bể mỗi khi đụng vào. May mắn là thời gian trong cùm, chỉ ăn phần ăn của chim với hai ba lát khoai mì và khoảng hai ba muỗng nước mỗi ngày; nên ngoại trừ ngày đầu, thì những ngày sau đó chúng tôi chẳng có gì để bài tiết cả. Vả lại, với vị thế như vừa kể trên - hai chân bị khép cứng lại mà không ngồi được – thì chẳng thể nào làm công việc bài tiết được. Tôi đã nhịn đi cầu đến 32 ngày mà chẳng thấy bị thôi thúc gì.

Dãy nhà kỷ luật vừa mới xây xong trước khi chúng tôi đến. Mà chúng tôi lại được vinh dự khánh thành nó; vì thế chúng tôi được thấm thía thế nào là cơn lạnh mùa đông trên cái nền xi măng còn ẩm hơi nước.

Qua một đêm vừa lạnh, vừa đói, vừa đau buốt như thế; hôm sau, tôi được gọi ra làm việc để bọn trực trại lập hồ sơ kết luận hợp thức hoá việc thi hành kỷ luật.

Phần 3: Những Ngày Cùm Biệt Giam

Khi nghe tiếng khoá lách cách bên ngoài, tôi cảm thấy nhẹ nhàng. Dù sắp phải đối phó với những màn ép cung mà một lời nói sơ suất có thể mang lại những hậu quả phiền toái; hoặc có thể xảy ra màn tra tấn đánh đập như từng xảy ra khi chúng tôi bị gán tội sách động đòi yêu sách hồi còn ở trại K5 Suối Máu. Tuy nhiên, công tâm mà nói, ở Xuân Phước hơn sáu năm, anh em tù nhân có thể bị khủng bố nghiêm trọng về tinh thần, nhưng cảnh tra tấn thì không dã man bằng ở trại Kà Tum, hay các trại miền đồng bằng Cửu Long, nơi bọn du kích, địa phương Việt Cộng quản lý trong những năm đầu. Chúng tôi vẫn coi thường những màn hỏi cung của bọn công an vì trình độ học thức, lý luận chúng rất kém cỏi. Vấn đề là phải làm sao để không hớ hênh khai báo gì mà có thể liên lụy cho các bạn mình hay để chúng chụp thêm tội. Dù có nhận tội hay không thì thời gian bị cùm cũng chẳng thay đổi gì. Đơn giản là nếu không nhận tội, thì chúng cho là ngoan cố; mà có nhận đại cho xong, thì chúng nó đoán sẽ còn nhiều điều cần truy cứu thêm. Nên trong cả hai trường hợp, chúng sẽ biệt giam cho đến khi nào gần quy gục thì mới thả ra.

Vì gần cuối năm, khí hậu tương đối dễ chịu. Nếu ở một hoàn cảnh nào khác, thì đó sẽ là một ngày đẹp trời, êm ả. Ánh nắng mai dịu dàng và khoảng trời xanh trong. Anh em tù nhân đã xuất trại lao động. Chỉ có hai ba đội đang làm cỏ chung quanh hội trường. Đó là các đội tù nhân thuộc phân trại A (hai trại A và E liền nhau, không có hàng rào ngăn cách, chung nhau một hội trường). Các anh em đó là những người ra đi trên tàu Việt Nam Thương Tín hồi cuối tháng 4 năm 75, và đã bị bọn Việt gian sách động đòi trở về nước sau khi đến được đảo Guam. Họ được đón tiếp trọng thể tại bờ biển Nha Trang. Có vòng hoa choàng cổ, có diễn văn chào mừng như đối với những người con yêu trở về với dân tộc. Nhưng ngay sau đó, từng đoàn xe buýt đưa thẳng họ vào Xuân Phước, lột sạch tư trang và đưa vào đây để họ trở thành những người tiền phong xây dựng những lán trại mà bây giờ là trại A-20 khét tiếng. Những người này vừa dân sự, vừa công chức, quân nhân các cấp, bị giữ từ 3 cho đến hơn 10 năm tùy theo lý lịch trước 1975. Tuy nhiên, họ được quy chế rộng rãi hơn đám tù cải tạo chúng tôi. Họ làm các công việc tương đối nhẹ nhàng, ít bị quản chế.

Hội trường cũng khá rộng. Trừ mặt sau bít kín, ba mặt kia đều có nhiều cửa sổ thông thoáng. Có hai chiếc bàn kê trên sân khấu. Tôi ngồi đối diện với tên cán bộ Luật ở bàn bên trái. Một cán bộ "giáo dục" ngồi bàn bên phải đang chăm chú đọc hồ sơ mà tôi đoán là của chính tôi. Bên ngoài anh em Việt Nam Thương Tín cũng vừa làm việc vừa lén theo dõi chúng tôi.

Bắt đầu thông thường là các câu hỏi: tên họ, cấp bậc, chức vụ và tội danh.

Thời gian đầu mới vào trại, bọn Cộng Sản ép chúng tôi phải nhận là ngụy quân, ngụy quyền. Nhiều anh em né tránh những danh từ điếm nhục mà kẻ thù cố gán và khai mình là "Sĩ Quan Chế Độ Cũ". Sau này, bọn cán bộ mặc nhiên chấp nhận tội danh Sĩ Quan Chế Độ Cũ này.

Hôm nay, thì từ một động lực tiềm ẩn nào đó, tôi đột nhiên nổi cơn ương ngạnh:

- *Tôi không can tội gì cả!*

Tên Luật sững sờ, buông bút gằn giọng:

- *Anh nói không can tội, thì sao chúng tôi phải giữ anh ở đây?*

- *Đúng, tôi không can tội gì.*

- *Anh cầm súng Mỹ chống lại cách mạng và nhân dân. Đảng và Nhà nước đã khoan dung tha tội* chết, cho anh học tập cải tạo để thành người lương thiện mà anh lại chối à?

Tôi cười khẩy:

- Đối với tổ quốc và nhân dân, tôi không có tội gì cả. Năm 1975, chúng tôi lầm về các anh nên mới đi trình diện cải tạo. Nhưng đã 5 năm nay, chúng tôi nhận thức rằng các anh từ miền Bắc vào xâm chiếm miền Nam chỉ đem lại cơ hàn, đói khổ, áp bức cho đồng bào. Vì vậy, nếu chúng tôi chiến đấu, là chiến đấu cho chính nghĩa.

Luật ghi nguyên văn câu nói của tôi vào biên bản rồi chuyển qua cán bộ giáo dục (Tôi quên mất tên. Nhưng anh cán bộ này hoá ra là một người tốt, sau này đã giúp một anh trốn trại. Việc bị bể, cán bộ này lãnh án 5 năm ở trại tù tỉnh Phú Khánh). Đối thoại với cán bộ giáo dục cũng nhẹ nhàng, tôi vẫn giữ nguyên luận điệu. Vì thế, cuối cùng tôi được đối diện với viên trưởng trại Lê Đồng Vũ.

Với cặp mắt lừ đừ, gian ác trên khuôn mặt bèn bẹt của một thổ dân bán khai miền núi, Vũ nhìn tôi và bắt bẻ thế ngồi bắt chân chữ ngũ của tôi:

- Anh ngồi "nại" nghiêm túc.

- Nghiêm túc là thế nào? Năm nay ông mới là Thượng uý. Năm năm trước đây tôi đã là một Đại uý. Ngồi thế này là lịch sự lắm rồi.

Biết đụng đầu với một anh liều mạng, cứng đầu cứng cổ, Vũ bắt đầu lải nhải những luận điệu cũ rích về chính sách "khoan hồng độ lượng", về cuộc chiến "chống Mỹ anh hùng." Tôi ngồi nghe một cách lơ đãng và vẫn giữ một câu trả lời mỗi khi Vũ hỏi tôi về tội danh.

Sau cùng, không còn kiên nhẫn, Vũ đứng dậy và gầm lên:

- *Chống Cộng "nà" chính nghĩa!, Hừm, tao cho mày chết rỉ cùm trong nhà kỷ "nuật".*

Không biết trời xui đất khiến gì mà tôi cũng đâm ra liều lĩnh. Tôi rán khạc một bãi đàm, nhổ toẹt ngay trước mặt Vũ.

Anh cán bộ giáo dục thấy tình hình quá nguy hiểm, đã kéo tay tôi lôi đi:

- *Anh Phúc, bớt nóng, bớt nóng. Đi, đi mau. Mai mốt ra làm việc với tôi.*

Anh em tù Việt Nam Thương Tín quanh đó hầu như ngưng tất cả công việc để theo dõi từng diễn tiến. Vì thế khi cán bộ giáo dục dẫn tôi đi qua, nhiều anh đã lén đưa ngón tay cái biểu lộ sự tán đồng.

Sau này, mãi cho đến khi chúng tôi bị di chuyển vào phân trại B, tên Lê Đồng Vũ thường né tránh mỗi khi vào trại mà chạm mặt với tôi. Trong khi tôi cứ xấn tới, thì Vũ tìm lối khác để đi. Với quyền uy tuyệt đối của một trưởng trại, chúng muốn hành hạ gì người tù mà chẳng được. Nhưng rõ ràng là Lê Đồng Vũ e sợ bị làm nhục mất uy tín trước các tù nhân trong trại. Theo nội quy trại, tù nhân khi gặp cán bộ trại tù phải dở nón, đứng cách 6 bước và hô "chào cán bộ". Cũng theo 30 điều nội quy, tù nhân phải dở nón mỗi khi đi qua cổng trại. Sau này ở phân trại B, có một anh đội trưởng là Đặng P. L., người Huế, cựu Tiểu đoàn trưởng thuộc một sư đoàn BB ở vùng 2, còn đặt thêm lệ bắt chúng tôi phải đi qua cho hết hàng dừa bên ngoài cổng trại (cũng khoảng 50 mét nữa) mới được đội nón. Chúng tôi đặt cho anh này xú danh là ông Ba Mươi; vì nhiều lần anh ta tuyên bố rất xanh rờn: *"Khi không có cán bộ thì có tôi."* (ý muốn cho rằng mình cũng uy quyền như cán bộ. Khiếp! Về anh này, còn nhiều chuyện vui lắm. Tôi đã làm bài thơ nhại Kiều "Đoạn Trường Siêu Thanh" để nói về hai anh ĐPL (đội trưởng) và Nguyễn TL (tổ trưởng)

> *Trăm năm trong cõi tù giam,*
> *Chữ đày chữ đoạ vốn là bạn thân*
> *Suốt ngày nồng nặc mùi phân,*
> *Một buồng giam nhỏ nhốt hơn trăm người.*
> *Trong phòng hai gã đười ươi,*
> *P. L. anh cả, em là T. L.*
> *Độc như rắn, dữ như hùm*
> *Mỗi thằng một vẻ, chẳng thua thằng nào.*
> *L. xem người ngợm khác nào,*
> *Một con khỉ gió, ra vào lom khom.*
> *Loa mồm, giải mép còm ròm*
> *Rắn ghen kém độc, sói hờn thua ranh.*
> *Một hai gian ác rành rành,*
> *Sánh ngang cán bộ, xú danh để đời.*
> *L. càng nịnh thế xu thời,*
> *So bề gian ác, chẳng đời nào thua.*
> *Hai thằng cứ thế làm vua,*
> *Trại tù làm gió làm mưa một thời.*
> *Mai sau tiếng xấu để đời.*
> *Vợ con dấu mặt, miệng người truyền mau.*
> ...

Có lần, trong một cuộc họp đội, tôi đã lên tiếng góp ý cho ĐPL :

- *Anh L., tôi hỏi anh mấy câu này: (1) Giờ ăn, anh có ra ngoài nhà ăn cán bộ ăn với họ, hay anh cũng đem cái chén đến nhận cơm bên thúng cơm tù của chúng tôi ? (2) Khi anh ngủ, anh có ra ngoài nhà ban Chỉ Huy ngủ chung với cán bộ hay anh cũng nằm trên chiếc sàn gỗ nhám trong nhà này? (3) Khi anh đau ốm, ai săn sóc anh? Y sĩ cán bộ hay chính anh em chúng tôi sẽ lo lắng cho anh? Tôi đề nghị anh nên trở về thực tế, đừng cứ ở trên mây. Đó là lời chân tình tôi nhắc nhở anh.*

ĐPL giả lả trả lời :

- Anh giáng tôi một cái búa chứ nhắc nhở gì !
- Biết là cái búa thì nên coi chừng.

Bị tôi giáng nhiều cái búa như thế, ĐPL vẫn chứng nào tật nấy. Tuy nhiên, tôi chưa ghi nhận ĐPL báo cáo anh em điều gì nghiêm trọng.

Để tránh phải chào bọn cán, anh em chúng tôi có quy ước với nhau là không đội nón, cho dù mưa to gió lớn hay nắng lửa nứt da đầu. Không cần thiết thì không nên xáp lại gần bọn cán. Lấy đủ cớ như đau mắt, nắng chói không nhìn rõ để biện minh cho việc không chào cán bộ. Sáu năm sau, vào năm 1985, khi tôi làm thủ tục ra tù ở ban chỉ huy trại, một tên cán bộ an ninh đã cúi nhìn tận mặt tôi và lắc đầu:

- Anh "lày nà" Đỗ Văn Phúc đây. Anh mà cũng được tha thì cũng "nạ"! Cán bộ Trưởng trại uy quyền tối cao mà anh còn "nàm" nhục thì hết "lước lói".

Tôi được đưa trở lại nhà kỷ luật. Trên đường đi, tôi cũng tự trách mình đã quá nông nổi để có thể bị họa lớn. Nhưng rồi cũng tự an ủi vì đã bao lần, tôi đều chịu đựng và vượt qua.

Vì sắp đến giờ phát bữa ăn trưa, là bữa ăn duy nhất trong ngày của tù biệt giam, anh cán bộ này đã ra lệnh cho nhà bếp dọn cho tôi ngay phòng quản lý bếp. Do các anh nhà bếp - cũng là anh em quân nhân - đã chiếu cố đến một người bạn đồng cảnh xấu số, tôi được ăn khá hơn cả phần người tù thường. Khi vào phòng giam, lợi dụng sự dễ dãi của anh cán bộ giáo dục, tôi yêu cầu anh ta lấy cho tôi một chiếc cùm lớn hơn. Tuy nhiên, tôi vẫn không được thêm thứ gì khác. Lại một đêm lạnh lẽo và nhức nhối cùng mối lo chờ đợi sự trả thù của tên trưởng trại, mà chắc là rất thâm độc.

♦ Cuối Tầng Địa Ngục

Hai Muỗng Cơm, Hai Muỗng Nước

Mấy ngày sau khi tôi bị cùm, trại kiếm đủ cớ để đưa vào biệt giam thêm khoảng chục anh. Chẳng bao lâu sau đó, các phòng biệt giam chật ních người. Vì sắp đến lễ Giáng sinh, chúng lựa những người có thành tích đấu tranh cho vào giam trước để phòng chuyện không hay xảy ra. Thế là chúng tôi, bốn người nằm một phòng, hai người trên một bệ chia nhau thanh sắt cùm. Chúng tôi bắt đầu gửi tín hiệu thăm hỏi nhau và tôi được biết bên ngoài cũng đang vô cùng căng thẳng. Nhất cử nhất động đều có ăng ten theo dõi và báo cáo. Vì thế các anh khuyên tôi nên ứng xử thật khéo léo để tránh bị gán thêm tội.

Mỗi ngày trong xà lim, chúng cho ăn một lần vào khoảng xế trưa. Mỗi bữa ăn là hai lát khoai mì chan ngập trong nước muối thật mặn và chừng hai muỗng nước uống. Cơn khát hành hạ chúng tôi đến điên người. Đói, khát, lạnh (vì đang là mùa đông) làm cho tôi kiệt sức rất nhanh. Chiếc cùm quá chật làm rách thịt ở nhượng chân, làm độc; tôi dùng nước muối thoa lên hàng ngày. Lâu dần, chân teo lại, có thể xoay sở được. Các anh nằm bên các xà lim cạnh bày ra ca hát, đọc thơ cho lên tinh thần. Cũng có lúc tôi nhận được tiếp tế do những anh gan lì nhất nhảy hàng rào biệt giam chuồi vào khe cửa những miếng đường tán, chút thuốc lào. Đây là công lao của Phạm Tuế, khoá đàn em của tôi và các bạn trẻ Nguyễn Tú Cường[18], Phạm Đức Nhì... còn may mắn chưa bị "tó". Chúng tôi giải quyết cơn khát bằng cách khi một người bị kêu ra làm việc, cố gắng uống thật nhiều nước và nhúng ướt áo quần, để khi về phòng vắt ra cho anh em khác uống. Có khi chúng tôi phải uống nước tiểu, nhưng tình trạng thiếu nước làm cho nước tiểu cũng quánh lại và gắt vô cùng, tưởng như uống máu của chính mình.

Cơn lạnh của vùng núi rừng miền trung thật khủng khiếp. Sàn xi măng thì ẩm, trên người chẳng có gì che. Suốt ngày đêm chỉ gắng ngồi thu người, ôm gối run cầm cập. Tôi kiệt đến mức xuất tinh và tiểu tiện mà không kiểm soát được, cũng không cảm giác được. Hình như ai ở xà lim lâu ngày cũng có thể trở thành nhà triết học. Nằm buồn, khó ngủ, thời gian thì như dừng lại. Tâm trí bắt đầu làm việc. Trước hết là ôn chuyện quá khứ, bạn bè, yêu đương; những kỷ niệm vui buồn đời lính, những ngày tháng gian khổ hiểm nguy nhưng hào hùng. Hết chuyện để suy nghĩ, tôi bắt đầu nhìn chòng chọc vào vách tường, cố hình dung ra những hình ảnh kỳ ảo như khi ta nhìn đám mây vân cẩu. Một con thằn lằn chậm chậm bò ra, chạy đuổi bắt những chú muỗi no máu. Thế là thằn lằn trở thành bạn đường để tôi trao gửi tâm sự. Trời ơi, ước chi có tập giấy và cây bút để tôi ghi lại cả trăm ngàn trang tư tưởng. Có lúc quay về nghĩ đến đấng tối cao, lúc thì cầu nguyện, lúc thì than trách. Tôi nhớ cựu đại tá Trung hoa Quốc dân đảng Lý Thành Cầu

---

[18] Phạm Tú Cường hiện ở Atlanta, Georgia; Phạm Đức Nhì ở Houston

(năm đó đã gần 80) dạy tôi một câu: *" Na ở chuy, wò mãn sơ kuo cha rản."* (dù bất cứ đâu, ta cũng là một người quốc gia), hoặc *"Thien cung mỉ dậu dằn xinh, cầy tha mẫn sắng cung ma."* (Trời không có mắt để cho chúng nó thành công sao?). Chúa trời ôi, nếu đây là con roi điện để Chúa trừng phạt dân Nam, thì hoá ra bọn Cộng Sản này là tay sai của Chúa sao? Cũng có lúc nghĩ rằng Chúa thử thách chúng ta, và ngày mai đây sẽ đền bù xứng đáng cho những ai vượt cơn khổ ải. Tôi đã làm được hai câu thơ, nhặt cây đinh khắc lên vách nhà giam:

Đời có gian lao mới rạng danh hào kiệt,
Tù không đày đọa sao rõ mặt anh hùng

Sau cùng, gần đến ngày tết, chúng lần lượt thả chúng tôi ra. Lại nói chuyện "khoan hồng cho ra ăn tết, phải thực tâm cải tạo tốt để được sớm tha về." Tôi vịn hàng rào, lê bộ xương khô từng bước về phòng giam, và thấy quang cảnh hoàn toàn khác lạ. Bước qua khung cửa phòng, thấy một sự im lặng đáng sợ. Khác với trước đây, mỗi lần có người ra khỏi xà lim là anh em kéo đến săn sóc, kẻ điếu thuốc, người viên đường. Lần này chỉ thấy những đôi mắt lén lút trao gửi chút ái ngại, thương cảm. Tôi nhìn thấy một nhúm thuốc lào của ai đó để dưới tấm chăn. Đến chiều, khi anh em từ lao động về đông đủ, không có cảnh ồn ào như trước kia, mà ai nấy lặng lẽ về chỗ mình, lãnh phần ăn, buông màn nằm im thít. Tôi được chuyển qua đội tù chính trị và được thu xếp chỗ nằm bên người đội trưởng Trần Ph., bên trái là Nguyễn Văn Ch., tổ trưởng. Hai người này là thành phần tù gọi là chính trị nhưng thuộc loại được trại tin dùng. Thế là chim bị tách đàn, trói buộc trong cái lồng vô hình nhưng rất chặt chẽ.

Phần 4: Hung Thần Trong Trại Giam

Lê Đồng Vũ (Xú danh Lê Văn Nhừ)

Chuyện là như thế này. Tên phân trại trưởng là Lê Đồng Vũ, người miền núi Thanh Hoá có lẽ thuộc sắc dân Mường. Khuôn mặt y bèn bẹt vô tri vô giác, trên đó có đôi mắt lèm nhèm và cái miệng mỏng dính, thâm sì trông vô cùng nham hiểm. Chúng tôi đặt tên nó là Lê Văn Nhừ. Nó đúng thuộc con cháu ba đời của Chí Phèo, tượng trưng cho loại người hạ đẳng của xã hội, mang đầy mặc cảm thân phận đớn hèn, nên khi có chút quyền thế là ra tay sinh sát thậm tệ với đồng bào đồng loại. Tên này ít nói, vô học đến nỗi đọc lại lời trong trang sách cũng sai bét sai be. Có lần nó đọc đoạn viết về phát triển nhà ở bên Liên sô. thay vì: *"năm nay, có 10000* **căn hộ** *đủ tiện nghi được đưa vào sử dụng,"* nó đọc thành *"có 10000* **cán bộ** *đầy đủ tiện nghi..."* Cũng có lần, vì không biết ngừng đúng nơi dấu chấm câu, nó đã đọc một đoạn văn như sau: *" Nhân dân ta, sau khi chiến thắng đế quốc Mỹ, đã trở thành biểu tượng anh hùng của nhân loại."* thành: *" nhân rân ta sau khi chiến thắng,* **đế quốc Mỹ đã trở thành biểu tượng anh hùng của nhân noại.***"*

Thấy không trị nổi đám tù quân đội bướng bỉnh, Lê Đồng Vũ dùng cái ăn để lung lạc. Ban đầu, nó bày ra ban văn nghệ, hứa hẹn có cháo gà, có chè bồi dưỡng. Ngày đầu tiên, chúng gọi một số anh em có chút máu văn nghệ lên họp, nấu sẵn một nồi lỏng lỏng mấy cục bột khoai mì với đường mật gọi là chè. Ngoại trừ vài anh vì thiếu quyết liệt đã tham gia để có được một tô chè đầy ; còn đa số đều bỏ về, tẩy chay văn nghệ, trong đó có ca sĩ Duy Trác và Tăng Ngọc Hiếu. Đội văn nghệ phải lấy chủ lực là đám tù hình sự và Việt Nam Thương tín.

Khi cán bộ Minh về làm quản giáo đội chúng tôi, anh chỉ là một thiếu niên mới lớn. Khuôn mặt non choẹt, đôi môi dày thâm đen và hàng răng vàng ố, Minh trông như một cậu bé quê cố làm ra vẻ người lớn. Chẳng bao giờ thấy Minh cười, dù chỉ là một cái mím môi. Minh rất khắt khe trong việc theo dõi lao động. Giọng nói Nghệ An đã khó nghe, lại phát ra từ cửa miệng của một anh cán bộ như Minh thì càng thêm đáng ghét. Làm quản giáo chừng vài tháng, chúng tôi thấy Minh bị đưa ra làm vũ trang, đeo súng trường đi theo các đội tù. Nhưng không rõ do đâu, Minh lại được chuyển qua làm cán bộ an ninh. Có lẽ công việc này hợp với tác phong và bản tính của Minh. Tôi đã có dịp bị Minh thẩm vấn vài lần. Cung cách quan liêu, nhưng tri thức và khả năng biện bác hạn chế. Minh thường bị đuối lý mà kết cuộc thì Minh dùng uy quyền của cai tù để áp chế.

Tại phân trại B, chúng tôi lại gặp một tên khó ưa khác, đó là cán bộ Giáo dục Hùng. Tù nhân hình sự đặt cho anh ta tục danh là Hùng Chuột. Vì anh ta có cái mồm chu ra như cái mõm chuột. Anh này thì rất hỗn láo và xấc xược. Khi gặp một người mang kính cận, Hùng bắt lột ra trước khi chào kính anh ta. Lần thứ hai mà vi phạm như thế, Hùng giật phăng cặp kiếng, quăng xuống đất và thô bạo đưa bàn chân nghiền nát hai tròng kính. Đám hình sự rất sợ Hùng, vì Hùng dễ dàng đưa tù vào nhà kỷ luật. Anh em tù sĩ quan thì coi khinh Hùng ra mặt.

Ngoài các tên hung thần trên, còn vài anh cũng khó khăn. Nhưng họ đều ở mức độ có thể chịu đựng được. Vì cũng như thời tiết khi nóng khi lạnh; những người này cũng lúc vui lúc buồn. Nếu biết khéo xử thì cũng tạm an thân.

Chiên ghẻ Dương Đ. M.

Khi anh em chúng tôi còn ở trong xà lim, phong trào chống đối lên rất cao. Lê văn Nhừ bèn đưa một con chiên ghẻ là cựu Trung tá Dương Đ. M. từ phân trại B ra làm trưởng ban Thi đua trật tự. Người này có một cuộc đời binh nghiệp đầy hào hùng, trên đầu từng đội ba màu nón: màu đỏ của Nhảy dù, màu xanh Lực lượng đặc biệt và màu nâu Biệt động quân. Người này từng làm quận trưởng Ninh hoà, từng làm Liên đoàn trưởng BĐQ. Người này trên cánh tay phải còn vết xâm hình cánh dù và dòng chữ SKY WARRIOR. Nhưng người này đã sớm bán linh hồn cho quỷ đỏ.

Hiểu rõ tâm lý và sinh hoạt của anh em, Dương Đ. M. thiết lập một hệ thống kìm kẹp tinh vi, với những chủ đề thi đua, sắp xếp nội vụ. M. tổ chức một mạng lưới ăng ten, tuyển lựa bọn người yếu kém tinh thần sẵn sàng vì miếng ăn và chút ưu đãi mà phản bội anh em. Có lần họp đội, nhà trưởng, một anh đội trưởng phàn nàn rằng bọn trật tự cư xử mất dạy với anh em tù cải tạo, Dương Đ. M. không ngại ngùng tuyên bố:

- *Đối với các anh, thế vẫn chưa đủ.*

Có thể nói Dương Đ. M. từng bước đã thành công trong việc đàn áp tù nhân. Anh em đành phải thu lại, chỉ âm thầm chịu đựng; vì rõ ràng ngày tù thì lê thê, không biết kéo dài bao nhiêu năm, không còn tia hy vọng gì ở sự hưng phục. Còn giữ được tinh thần đấu tranh là vì có chính nghĩa và lòng căm hận, khinh bỉ đối với kẻ thù, chứ khó mong ngày lật ngược thế cờ. Cũng trong giai đoạn này, tin tức bùng nổ về việc Việt cộng bằng lòng cho tù nhân cải tạo ra đi do Hoa kỳ tranh đấu và sẵn sàng đón nhận. Đó là niềm hy vọng độc nhất và cao nhất của chúng tôi. Nhưng đó cũng là điều làm cho nhiều anh vì quá lạc quan mà gây ra những việc làm ngây thơ, để cho Việt cộng có dịp truy ra hết mầm mống chống đối.

Dương Đ. M. đã làm cho không khí trại tù ngột ngạt như tôi vừa nói ở đoạn trên. Anh em không còn dám ngồi gần nhau trên hai người. Chẳng ai dám ăn chung với ai, chẳng ai tâm sự với ai. Buổi tối, ở góc phòng chỗ cửa vào nhà cầu, có một ngọn đèn dầu và bóng dáng một tên ăng ten ngồi rình mò. Trong giờ sinh hoạt, có đứa nhìn tận mồm anh em xem thử có hát thiệt hay chỉ mấp máy đôi môi. Một người bị đội trưởng nêu ra là loại xấu, thì không ai dám bào chữa dùm. Chế độ ăn uống cũng được Dương Đ. M. sáng kiến ra làm năm thành phần: Loại tích cực 21 kí khoai, loại khá 18 kí, loại trung bình mười lăm kí, loại kém 12 kí, và tù biệt giam chỉ có 9 kí thôi. Thực tế đã tính luôn vỏ khoai, đất cát mà lại không cân đong đủ như thế. Chiếc bánh bột khoai mì gồm cả vỏ, tim, đất cát... nhỏ bằng bao thuốc lá là phần ăn cho loại trung bình. Người tích cực được thêm nửa cái, khá được thêm một phần tư; loại kém thì cái bánh bị cắt đi một góc mà chúng tôi gọi đùa là cây súng lục. Chế độ ăn như thế phần nào có hiệu quả trong việc đàn áp sự chống đối. Có ai ở tù, chịu đói mới thấy miếng ăn nó quan trọng ra sao. Nó hành hạ cơ thể và tâm lý con người đến mức nào. Nó đày con người xuống tận cùng của lòng tự trọng.

Ngoài những anh có gia đình thăm nuôi đều hoặc gửi bưu kiện hàng tháng, đa số đều ở trong tình trạng dân con bà phước, nghĩa là sống nhờ vào chút thực phẩm của trại và lòng thương của anh em khác. Vì thế, nhiều người đã lợi dụng miếng ăn để sai khiến anh em mình, và cũng có kẻ ngày xưa uy quyền nay đã phải hạ mình làm một thứ đầy tớ để đổi lấy miếng đường, chút cơm khô. Tình trạng thiếu chất rau thật thậm tệ. Ngoài đồng, anh em trồng đủ loại rau; nào cải bẹ xanh, nào rau muống, củ cải... Nhưng trại chỉ cắt nấu khi rau đã già, cải đã lên ngồng, trổ hoa, chín hạt. Mỗi người được phát ra vài cọng rau muống già. Ngày tết có chút củ cải dai như bao gạo chỉ xanh, nhai mỏi miệng rồi nhổ ra như các bà già ăn trầu nhả bã. Mỗi năm chúng tôi được ăn thịt ba lần, mỗi lần một chút xương có dính tí thịt, nước váng chút mỡ. Họ cắt da bò thành từng miếng như lát mứt dừa, nấu lên phát ra cho chúng tôi, ăn vào tưởng như đang nhai vỏ xe đạp. Vì thế, trong khi ra ngoài lao động, anh em phải tìm cách cải thiện. Bất cứ con vật gì nhúc nhích, dù nhỏ đến đâu cũng là tí chất tươi cho vào miệng sau khi nướng sơ qua trên than hồng. Có anh ăn cóc, nhái, ễnh ương; có anh ăn sâu đất, bọ. Thậm chí có anh lượm cả bộ lòng chó mà bọn cán bộ vứt đi đã sình thối về ăn. Hậu quả là ói tận mật xanh, tưởng đã đi luôn về bên kia thế giới.

Trại qui định mỗi ngày, mỗi đội chỉ được hai người khai bệnh. Trong trại có một trạm thuốc với Bác sĩ Lịch (Sĩ quan Quân Y Sư đoàn 23BB) trông coi, nhưng chẳng có thuốc men gì ngoài một vườn cỏ cây mà họ gọi là thuốc dân tộc. Bọn cán bộ tịch thu thuốc tây do gia đình gửi vào để xài cho chúng. Anh em ta bệnh gì cũng "giảm thống, xuyên tâm liên". Sáu năm ở A-20, chúng tôi đã chứng kiến cảnh ra đi đau lòng của bao nhiêu bè bạn chỉ vì những chứng bệnh thông thường mà không có sự chăm sóc thuốc men. Những vị từng nổi tiếng như cụ Võ Văn Hải (nguyên Chánh văn phòng của cố Tổng Thống Ngô Đình Diệm), Cụ Lê Kiên, bí danh Bùi Lượng (nguyên Tổng thư ký Tổng công đoàn Tự do), cụ Bùi Ngọc Phương (nhà tỉ phú từng ra tranh cử Tổng Thống), Những vị này tuổi trên 70, đáng ra phải được ở nhà giữa sự săn sóc của con cháu trong những ngày cuối đời. Việt cộng đã giam giữ họ và bắt phải lao động khổ sai mà không thuốc men khi đau ốm. Trước khi chết, con cháu bên ngoài chờ không được vào thăm, cụ Phương thèm một cục đường mà không ai dám cho, vì cụ bị cách ly, theo dõi. Các cụ khi chết được bỏ vào trong một quan tài đóng bằng mấy miếng ván thô tháo gỡ từ các bệ nằm, đóng sơ sài vài chiếc đinh, hở đầu hở chân, chở trên chiếc xe ba gác lọc cọc trên con đường gập ghềnh đến một nấm mồ không bia gỗ, không thân nhân, bạn bè đưa tiễn, không chút khói nhang cho ấm lòng lúc ra đi về bên thế giới bên kia. Năm 1980, chúng đưa ra xử bắn hai anh sau khi đã biệt giam hàng năm trời. Hai anh như đã chết thật từ lâu, được bạn tù dìu đi như hai bộ xương khô. Khi những viên đạn thù đâm vào cơ thể, dường như hai anh không có cảm giác gì; từ vết đạn chẳng ứa ra nổi một giọt máu. Thiếu Tá cảnh sát Quách V. Tr. cháu gọi chủ tịch nước Nguyễn Hữu Thọ bằng cậu ruột, dù thuộc thành phần ngoan ngoãn trong tù, chết vì áp huyết cao. Gia đình ra thăm sau đó hai ngày cũng chẳng được thông báo. Họ chỉ biết được nhờ sự linh cảm khi trên đường về đi qua nơi chôn cất, thấy ngôi mồ mới đắp và trong tâm linh rộn lên tiếng thôi thúc huyền bí nào đó. Phân trại B, nơi tôi được chuyển vào cuối năm 1982 cho đến ngày về 1985, có một số quý vị tu sĩ Công giáo, các chức sắc Cao đài, có Thiếu tướng Lê Văn Tất, có nhà báo Nguyễn Tú. Cụ Tú năm đó đã hơn 60 tuổi, râu tóc bạc phơ, nhưng tinh thần vẫn còn minh mẫn. Cụ là nhà báo nổi tiếng thời trước 1975. Có điều kiện di tản mà cụ từ chối không đi, để ở lại Việt Nam đơn thân độc mã. Đi ở tù không có gia đình săn sóc. Dù không ai thăm nuôi trong cả chục năm tù, cụ vẫn giàu nghị lực chống chọi cơn đói thèm và giữ gìn tư cách cao quý. Cộng Sản bắt cụ đi lao động khổ sai, nhưng cụ cứ khai bệnh nằm lì ở nhà. Sau cùng chúng đưa cụ ra trước toàn trại kiểm điểm. Cụ đã đứng lên nhận lỗi như sau:

- *Tôi thực có tội, đã già đến sa1u, bảy mươi tuổi đầu mà không biết lao động là vinh quang, không chịu đi lao động khổ sai..*

Phần 5: Gương Bất Khuất Trong Tù

Thời còn đi học, chúng tôi bị ảnh hưởng bởi những truyện lịch sử truyền thống Việt Nam, chỉ quan niệm các vị anh hùng phải là thuộc giai tầng ưu tú xã hội như những vị vua Đinh Tiên Hoàng, Lý Thái Tổ, Lê Lợi, Quang Trung, hay các vị tướng lãnh thống soái như Lý Thường Kiệt, Trần Hưng Đạo, Nguyễn Trãi… Nhờ chế độ Cộng Hoà và nền văn minh dân chủ khai sáng, người Việt Nam đã nhìn đến những người anh hùng ở các tầng lớp thấp hơn như các thiếu úy, trung úy, các hạ sĩ, binh nhì, thậm chí đến những chị Ba Hàng Xanh, em học sinh Quách Thị Trang. Mỗi lần Bộ Tổng Tham Mưu tưởng thưởng chiến sĩ anh hùng, đều có đủ mặt các cấp từ tướng tá trở xuống đến binh nhì, có đủ quân binh chủng từ Dù, TQLC, BDQ cho đến ĐPQ và Nghĩa quân. Nói đến anh hùng thời chiến là nói đến những chiến sĩ quả cảm, lập nên chiến công hiển hách trong phạm vi khả năng của họ. Thời bình hay nơi hậu phương là nói đến những nhân vật có những hành vi hơn người, vượt thắng khó khăn sợ hãi để bảo toàn danh dự, hay lý tưởng; hoặc có hành vi hy sinh bản thân để cứu người. Sự phong tặng danh vị Anh Hùng của chúng ta không quá lạm dụng như trong chế độ Cộng Sản. Họ phong anh hùng cho ngay những tên ngu muội, điên rồ bị lừa gạt chết oan nghiệt cho cái lý tưởng sai lầm; hay những kẻ vai u thịt bắp, đem sức mình ra làm hùng hục để kiếm tiếng khen. Kiểu anh hùng gánh phân, anh hùng thủy lợi làm cho hai chữ cao quý này trở thành mỉa mai, lố bịch.

Thời chiến trận, quân lực ta vốn đã sản sinh nhiều gương anh dũng. Thời quốc nạn, những người tù cải tạo cũng không kém phần can trường. Không thiếu gì những gương bất khuất mà chúng ta có bổn phận phải ghi nhớ và nhắc lại để con cháu hãnh diện về cha anh họ.

Mười năm tù, tôi đã chứng kiến nhiều hành vi dũng cảm mà không phải ai cũng có thể biểu lộ trước mũi súng, cùm kẹp của kẻ thù. Họ anh hùng hơn trăm lần những tên cán binh Cộng Sản ngoan cường trong trại giam tù binh của chúng ta. Vì người Cộng Sản bị giam giữ trong khi còn chiến tranh tức là còn niềm hy vọng, còn hậu phương của họ, còn công ước Geneve về tù binh bảo vệ. Những người tù cải tạo thì hoàn toàn cô đơn và tuyệt vọng. Cái gì đã giúp họ thắng được sự sợ hãi của cái chết, sự tra tấn, sự đày ải? Đó là lý tưởng, tinh thần quốc gia, là lòng tự trọng và sĩ khí của người lính Việt Nam.

Người mà tôi khâm phục nhất không mang cấp bậc tướng, tá, mà là một hạ sĩ tầm thường. Hạ sĩ Nguyễn Văn Đèn dáng người thấp, đậm, da ngăm đen, có bước đi mạnh, vững. Anh người miền Bắc, tham chiến từ đầu thập niên 1950 trong binh chủng Nhảy Dù. Từ Z30D, anh được chuyển về Xuân Phước cùng một đợt với chúng tôi. Câu nói thường xuyên của Hạ sĩ Đèn là:

- *Ngày nào còn Cộng Sản, tôi còn chống.*

Anh không những nói với anh em, mà còn dư can đảm để nói trước mặt bọn cán bộ trại giam. Anh vào ra xà lim như người ta đi chợ. Nhưng dù bao đe dọa, đàn áp, anh vẫn không sờn lòng, không thay đổi lập trường, hay ít ra thay đổi thái độ bên ngoài để được tạm yên.

Đèn đã có lần phanh áo, ưỡn ngực ra thách thức tên cán bộ:

- *Tôi chống Cộng đó, cán bộ muốn bắn thì bắn đi.*

Điều đặc biệt là suốt thời gian chúng tôi biết anh, không thấy ai thăm nuôi anh một lần. Anh là con bà Phước thực thụ, nhưng lúc nào anh cũng giữ gìn tư cách, không để miếng ăn làm hạ phẩm giá mình. Tôi từng chứng kiến những lần hiếm hoi trong năm, khi tù được ăn cơm trắng, có cá thịt; anh chẳng bao giờ đứng gần chỗ chia thức ăn để soi mói nhìn vào cái chén của mình, so đo sự chia chác.

Anh Đèn hình như về trước tôi vài năm. Vì đối với trại, miễn đừng làm gì nghiêm trọng như cướp súng, trốn trại, thì dù chống đối đến đâu cũng được về khi đã đáo hạn mà bọn cai tù đã âm thầm tuyên án vào những năm đầu tiên (1975-1976). Điều này cũng áp dụng cho những anh hăng say lao động, làm ăng ten lập công mà tưởng sẽ được về sớm.

Có nhiều anh em dân chính mà tôi không nhớ hết tên họ. Những người mới lớn lên trước khi miền Nam sụp đổ. Họ hoặc còn mài đũng quần trong các lớp học Trung và Đại học, hoặc làm những việc rất khiêm tốn trong guồng máy xã ấp. Nhưng họ lại có những ý chí bất khuất và hành vi dũng cảm không ngờ trong trại giam. Tôi muốn nhắc đến vài tiêu biểu là sinh viên Vũ Mạnh Dũng. Trắng trẻo, đẹp trai, hiền lành, tư cách; Dũng làm cho chúng tôi thương mến và khâm phục. Sau này Dũng bị liệt bán thân, anh em cựu tù A-20 hải ngoại có quyên góp gửi về nhiều lần cả ngàn đô la cho Dũng tạm sống qua ngày. Nguyễn Văn Phước, biệt danh Phước Chột, vì anh hư một mắt. Gốc gác từ miền quê xa xôi ở đồng ruộng Nam phần, thuộc thành phần Hoà Hảo. Phước thất học, hình như làm nghề chăn vịt và bị bắt vì theo kháng chiến Hoà Hảo sau 1975. Phước làm đủ thứ linh tinh trong trại tù. Bắt trộm vịt, cá của trại để ăn, nhổ rau trộm của bệnh xá. Trong tay Phước khi nào cũng có một cái lon gô. Phước làm thế nào mà câu được cả con vịt rồi lột da, nhét trọn vào lon nấu có khi chưa kịp chín. Có khi Phước bẫy cả đàn chuột kho nấu bay mùi rất hấp dẫn. Nhưng Phước rất thảo ăn và có tình với anh em. Phước đã tận tình săn sóc Phạm Đức Nhì trong hàng tháng trời khi Nhì bị liệt, ăn uống vệ sinh tại chỗ. Đói thì lấy trộm của trại giam, Phước không bao giờ lấy của anh em; và cũng chẳng bán mình làm tay sai cho bọn cai tù. Phước sẵn sàng liều mạng nhảy hàng rào xà lim tiếp tế cho các đồng tù bị biệt giam (việc này xin ghi thêm công lao của Phạm Tuế khoá 2 CTCT đã tiếp tế đường, thuốc lào, giấy bút cho tôi liên tục trong lần cùm đầu tiên cuối năm 1979).

Lâm Sơn Hải cũng là dân chính. Anh là con của cố Thiếu tướng Hoà Hảo Lâm Thành Nguyên. Hải tuy nhỏ tuổi nhưng chững chạc, tư cách đứng đắn. Ít nói nhưng chân tình, rất đáng tin cậy. Mỗi lần Hải được thăm nuôi tiếp tế, Hải chia xẻ cho anh em rất rộng rãi. Lâm Sơn Hải có một đàn em thân tín là Mai Hoà Rết, tuy thất học, nhưng tính khí kiên cường, trung thành và hiền hậu.

Tôi bị chuyển khỏi trại Suối Máu trước khi nổ ra vụ nổi loạn đêm Giáng sinh 1978. Chia cùng một cặp cùm chân trên chiếc Molotova rời Suối Máu lúc sau nửa đêm là anh bạn Trần Hướng Đạo. Trần Hướng Đạo, Phạm Văn Nhựt (Thiếu Úy Biệt Cách Dù) và tôi bị nhốt chung một Conex nhỏ ngay trước cổng trại K-5. Đạo, D., anh Tuấn và tôi bị đưa đi Hàm Tân trong cái đêm "kinh hoàng" cùng tất cả những người đang bị biệt giam của toàn trại Suối Máu.

Đến Hàm Tân, Đạo, D., Tuấn và tôi lại cùng ở chung đội 45 là đội bị lưu ý nhất của Z30C. Sau này D. chuyển hướng vì có người bố tập kết trở về hình như đang làm Trưởng ty Công an Phú Khánh. Ông ta đã đến thăm con sau gần 30 năm xa cách và chắc có hứa hẹn điều gì đó; làm cho D. thay đổi lập trường mà tôi là nạn nhân đầu tiên.

Đến A-20, Đạo gia nhập ngay đám sĩ quan trẻ như Phạm Đức Nhì, Lê Trung Phương, Nguyễn văn Hải (Hải Cà), Hải Bầu, Nguyễn Hạnh, Bùi Đạt Trung thành một nhóm hoạt động chống đối liên tục và tích cực. Nhóm lớn tuổi hơn thì có Vũ Trọng Khải (CSQG), Vũ Ánh (Ký giả), Nguyễn Chí Thiệp (Quốc Gia Hành Chánh), Trần Danh San (Luật sư), Tăng Ngọc Hiếu (Giáo sư biệt phái), Phạm Chí Thành (Con trai Đại tá sử gia Phạm Văn Sơn), Trần Trọng Minh (Không quân), nhà văn Duy Lam, ca sĩ Khuất Duy Trác.

Nhóm Sĩ quan xuất thân từ cựu Hướng Đạo Huế thì có Võ Xuân Hy, Võ Trịnh Xuân, Cái Trọng Ty[19]. Nhóm tù chính trị tôn giáo thì có Châu Sáng Thế (Hồi giáo), các Linh Mục Nguyễn Văn Vàng, Nguyễn Quang Minh, Nguyễn Huy Chương (Vinh Sơn)... Nhiều lắm không thể nhớ ra hết. Những người này là linh hồn của các cuộc đấu tranh trong tù. Họ là những con đại bàng dù sa cơ vẫn không để bị lẫn lộn trong đám gà què. Những ngày lễ lớn của VNCH, thế nào các anh cũng tổ chức những buổi hát ca nhạc chiến đấu, phát hành nội san, vẽ cờ vàng hay khẩu hiệu chống Cộng trên vách. Vì thế, gần như thông lệ, gần đến các ngày 1-11 (quốc khánh VNCH), 19-6 (ngày Quân Lực), 25-12 (Giáng Sinh)... bọn cai tù lùa các anh vào xà lim nhốt lại cho

---

[19] Võ Xuân Hy ở California, Cái Trọng Ty ở Houston

chắc ăn, phòng trước những biến cố có thể xảy ra. Những lần ruồng bố này, chúng không cần đọc bản án trước trại như những lần khác. Có lần, xà lim trại E chật quá, dù đã cùm bốn người một phòng vẫn không đủ chỗ. Chúng đưa các anh vào tận trong các phân trại B, C để nhốt. Và thời hạn thì vô chừng. Có người một tháng, có người vài ba tháng. Cho đến khi nào bọn cai tù thấy tình hình có vẻ yên ổn, chúng mới thả các anh ra.

Điều cảm động và khích lệ nhất đối với tôi là lần các anh Phùng Văn Triển, Cái Trọng Ty và tôi bị đem vào cùm giữa năm 1980 do việc lãng công phản đối sau vụ hai tên cán bộ quản giáo Quyền và Hoà đánh trọng thương hai anh Ty và Triển trong nhà lô; anh em toàn trại đã không chịu nhận khoai mì sáng hôm sau và đồng thanh la lớn: **"No Eat, No Work"**. Tiếng la vọng đến tận xà lim như một sự nhắn gửi: *"Có chúng tôi bên các anh đây."* Trại đã phải thả chúng tôi ra vài ngày cho dịu cơn phẫn nộ của tù nhân. Sau đó tìm cách bắt chúng tôi trở lại đem vào biệt giam. Lần này thì cả loạt cũng đến hơn mười người.

So với con số ít ỏi những tên làm ăng ten thì thành phần bất khuất chiếm một đại đa số áp đảo. Thành phần thầm lặng cũng khá nhiều, nhưng họ không làm gì đáng trách ngoại trừ việc giữ im lặng, nín thở qua song. Ngoài ra có một số ít thì biểu lộ "an tâm" cải tạo, hăng say lao động để giữ quyền lợi thăm viếng, được bình bầu khá và xuất sắc để được ăn phần 21, 18 kilo khoai mì khô mỗi tháng. Chính những người thuộc thành phần sau này đã làm cho chỉ tiêu của trại tăng lên gấp ba, gấp năm lần so với thời gian đầu khi chúng tôi mới đến.

Chúng tôi còn nhớ những ngày đầu vào cuối năm 1979, chúng ra lệnh cho mỗi người phải đào 1 mét khối đất mỗi ngày. Anh em chúng tôi chỉ nhẩn nha khoét sâu chừng 2 tấc rồi lấy cớ đói, bệnh không thể làm hơn. Thậm chí chúng tôi còn lợi dụng sự ngu dốt của bọn cán bộ để qua mặt bằng cách đắp một lớp đất mỏng dài 3 mét, rồi bảo chúng nó: "*Một mét khối (1 m3) bằng ba mét thường.*" Sau này chỉ tiêu lên đến 7 mét khối, mà vẫn có anh là vượt để được đi tắm suối, được bầu xuất sắc. Từ chỉ tiêu hai hố trồng khoai mì, sau này đã lên đến 45, 50 hố mỗi ngày.

Nguyễn Chí Thiệp có lần đã lớn tiếng với tên cán bộ quản giáo Quyền khi tên này lên án anh em tù gian lận về chỉ tiêu. Anh nói:

- *Cán bộ không làm nên nói dễ dàng lắm. Còn chúng tôi, chúng tôi phải so đo tính toán vì đổ bao mồ hôi, công sức.*

Lần thứ hai bị cùm ở A-20 vào khoảng giữa năm 1980, khi tôi từ nhà kỷ luật ra, được chuyển qua đội 21 xây dựng (là đội lao động xuất sắc nhất của trại. Đội trưởng là Trung tá BĐQ Lương Văn Ngọ, một người xuề xoà, vô tâm). Hai chân tôi còn rất yếu, chưa đi đứng vững mà đã được giao việc chuyển đất từ dưới độ sâu hơn 2 mét đem lên bờ. Dĩ nhiên cho dù có muốn làm cũng không thể nào làm được. Anh em thương tình xin cho tôi đứng trên bờ cầm cuốc để ban đất. Ấy thế mà khi bình bầu hàng tháng, có một anh trong đội đã phán một câu xanh rờn:

- *Anh Phúc chây lười, yếu kém, bóc lột sức lao động của anh em khác.*

Tôi trả lời ngay:

- *Các anh xuất sắc thì các anh một tô đầy ụ khoai mì, còn tôi chỉ vài lát. Như thế anh chưa vừa lòng ư?*

Nhà bếp được lệnh chia khoai mì theo tiêu chuẩn cho từng loại: thau dành cho các anh tích cực

(21kg/tháng), một thau dành cho loại khá (18 kg/tháng), thau dành cho trung bình (mười lăm kg/tháng), và thau dành cho loại kém (12 kg/tháng). Trên mỗi thau đều có ghi số lượng người trong phân loại đó. Nhưng có lần, anh em nhà bếp lấy cớ không đủ thau để chia ra từng loại, nên phát chung, và có ghi nhân số từng loại trong đội. Chúng tôi biết thâm ý của nhà bếp là để anh em tù tìm cách chia xẻ đồng đều cho nhau. Nhưng thế nào khi chia khoai mì, cũng có vài anh đứng quanh soi mói nhìn và thắc mắc:

- Anh P. thuộc loại kém, sao chia nhiều thế? gần bằng các anh loại khá?

Hai đội tích cực của Phân trại E là đội Xây dựng, đội Mộc. Có ít nhất là ba phần tư các thành viên trong hai đội đó thuộc loại xuất sắc. Tuy nhiên đa số các anh vẫn luôn tỏ ra thông cảm, che chở cho các anh yếu sức và bị trù dập.

Nhìn chung, nhờ thành phần chống đối bất khuất khi nào cũng đông và đoàn kết, nên dù qua bao giai đoạn căng thẳng, khủng bố, anh em tù nhân vẫn giữ được khí thế làm cho bọn ăng ten phải e dè, bọn trật tự thi đua phải khâm phục và ngay một số cán bộ cũng dần dần bị cảm hoá.

Phần 6: No Eat, No Work

Phùng Văn Triển vốn dân từ Bộ binh chuyển qua Không quân. Cái Trọng Ty là sĩ quan An ninh Quân đội. Cả hai anh đều thuộc loại bất khuất, khí tiết. Hôm đó, hai anh gánh chung một cần xé gạo từ kho về nhà bếp cán bộ trại. Trên đường, họ cố làm vung vãi đổ xuống đường rất nhiều. Việc phá hủy hoa màu, tài sản trại cũng là một biểu hiện của sự chống đối. Việc này, không may, lại lọt vào mắt tên cán bộ quản giáo đội tên Quyền.

Khi đội ra lao động bên ngoài phía Tây Bắc của trại. Cán bộ Quyền gọi hai anh vào nhà lô của đội. Nơi đây đã có sẵn cán bộ Hoà, quản giáo đội của tôi - đang lao động gần đó – và ba tên công an bảo vệ. Vừa bước qua cánh cửa tre, Quyền và Hoà xông vào đánh anh Triển tới tấp. Anh Ty thấy vậy, định chạy ra, thì ba tên võ trang chĩa súng ra ngăn lại. Ty đã la hét thật lớn để các đội lao động quanh đó có thể nghe được:

- *Cán bộ đánh anh em chúng tôi là sai. Không được quyền đánh tù.*

Tuy nhiên, vì mới học được vài thế võ từ một anh tù (xin giấu tên), Hoà và Quyền rất hăng máu. Chúng đánh hai anh nhiều cú đòn hiểm hóc trong khi hai anh chỉ rán dùng cánh tay để che các chỗ hiểm yếu.

Sau chừng mười lăm phút, chúng thả các anh ra.

Tôi đã thấy từ xa, hình ảnh hai bạn mình tiều tuỵ, ôm bụng cố lết về phía anh em. Tôi vội lấy lọ dầu cù là ra xoa các vết thương cho bạn.

Anh em đã dìu hai bạn về gần chỗ nấu nước để chăm sóc. Tất cả đều biểu lộ một sự căm phẫn cực độ.

Khi tên Quyền và Hoà bước ra, thấy cả ba đội đang đứng bàn tán và không làm việc, chúng ra lệnh anh em đứng dậy tiếp tục cuốc đất. Không một ai nhúc nhích; và cũng không một ai lên tiếng.

Sau hai ba lần la hét không hiệu quả, Hoà dùng thủ đoạn chia đũa ra từng chiếc để bẻ. Hắn bước đến từng anh, gọi đích danh và bảo đứng dậy đi làm. Đa số các anh đã miễn cưỡng đứng dậy, uể oải cầm lấy cây cuốc. Khi đến lượt tôi, tôi đã ôn tồn nói:

- *Cán bộ đánh hại bạn tôi, tôi còn xúc động, chưa làm việc được.*

Hoà đến bên cạnh Quyền, bàn tán gì đó rồi trở lại bảo tôi ra đến bìa rừng cho anh ta hỏi chuyện. Nhiều anh đã biết chuyện bọn Việt Cộng gạt tù ra bìa rừng rồi bắn chết, vu oan rằng họ dự mưu trốn trại. Vì thế, các bạn ra dấu cho tôi đừng đi.

Tôi nói:

- *Cán bộ muốn làm việc thì vào nhà lô hay về trại rồi làm. Ở đây không tiện cho tôi và cả cán bộ.*

Hoà và các quản giáo khác đều cho lệnh thu gom dụng cụ và kéo ba đội về. Trên đường đi, tôi thấy tên cán bộ Quyền nhìn tôi bằng đôi mắt rất căm hận. Lúc đó cũng đã gần đến giờ tan việc. Vì thế, vừa nhập trại xong là đến lúc người trực nhà đi lấy khoai mì về phát.

Khi chúng tôi vừa bê bát khoai mì vào nhà, thì cán bộ trực trại gọi tên ba người chúng tôi (Ty, Triển và tôi) ra và dẫn đi vào nhà kỷ luật ngay.

Tên Quyền lại xuất hiện trước nhà cùm. Hắn nhìn vào tôi chằm chằm như muốn nhảy vào đánh chết. Tôi cũng trừng mắt lại nhìn tỏ vẻ không biết sợ. Quyền trước đây từng làm quản giáo đội của tôi, và đã từng nghe đến các việc táo bạo mà tôi làm, nên y cũng rút lui sớm.

Sáng hôm sau, khi tiếng kẻng báo giờ lao động. Tôi nghe nhiều tiếng vang từ khu nhà giam số bốn ở góc trại:

- *No Eat No Work*

Tiếng la lập đi lập lại nhiều lần, mỗi lúc một lớn vì có sự phụ hoạ của nhiều nhà khác.

Thế là khoảng xế trưa, có tiếng mở khoá. Chúng tôi được tháo cùm trả về đội.

Thì ra, các đội, bắt đầu từ nhà bốn của chúng tôi, đã không nhận phần ăn sáng và tuyên bố không lao động cho đến khi nào trại thả chúng tôi ra. Cán bộ giáo dục, trực trại, rồi đến trưởng trại đã vào thương thảo và cuối cùng, họ thả chúng tôi ra.

Vài ngày sau khi sinh hoạt trở lại bình thường, trại đã lùa chúng tôi vào cùm trở lại cùng với thêm nhiều anh khác mà tội danh rất mơ hồ.

Phần 7: Hạt Vàng Trong Bãi Bùn Đen

Có lẽ vì thù ghét Cộng Sản quá, nên chúng ta chỉ nhìn thấy những xấu xa của họ, coi tất cả cán bộ Cộng Sản đều hung ác, thâm hiểm và dốt nát, ngờ nghệch. Nhưng thực tế, đôi khi trong chặng đường khổ nạn, chúng tôi cũng tìm thấy đó đây những tấm lòng nhân hậu, chưa biến chất bởi sự giáo dục đồi trụy của chủ nghĩa Cộng Sản vô luân, vô nhân.

Cán bộ Ngà coi đội 13 chúng tôi rất lâu. Câu nói thường xuyên của anh là:

- *Các anh cải tạo lâu dài, làm vừa vừa để còn sức khỏe mà về với gia đình.*

Anh không bao giờ đặt ra chỉ tiêu cho đội hay cá nhân các đội viên. Trong lúc đội làm việc, thì anh chạy ngược chạy xuôi kiếm khi thì mớ khoai, khi mớ sắn đem về cho đội nấu ăn tại chỗ. Trong một thời gian dài, không có anh nào trong đội bị làm khó dễ hay la mắng nặng lời.

Cán bộ Hoa, trắng trẻo đẹp trai, cao lớn và rất hiền lành. Biết săn sóc cho anh em trong đội. Cán bộ Lương người Hà Tĩnh, nhưng chắc thuộc thành phần bần nông mà không được ưu đãi trong chế độ. Có lần, khi trò chuyện về giai cấp xã hội, anh đã thổ lộ:

- *Người ta nói "con vua thì lại làm vua". Mình con nhà khó, suốt đời khổ cực.*

Khi tại nhà lô của đội, nơi cất giữ nông cụ và hoa màu cũng như những mớ khoai để "cải thiện" bị một anh hình sự nào đó bẻ khoá vào trộm thực phẩm. Cán bộ Lương hỏi ý kiến xem ai có cách gì để tránh mất cắp.

Có một ý kiến táo bạo đề ra là làm một cái bẫy bên trong cửa. Ai léng phéng mở cửa sẽ bị một cây cuốc rơi xuống đánh vào người. Cán bộ Lương đã tần ngần vài phút rồi nói:

- *Vì một chút thức ăn mà làm hại người ta như thế thì không nên.*

Chúng tôi dư biết sau nhiều năm vào Miền Nam tiếp xúc với dân Nam và qua việc hàng ngày trò chuyện với các cựu sĩ quan Việt Nam Cộng Hoà, rất nhiều cán bộ binh lính Cộng Sản đã mở mắt và nhận ra được đâu là chân lý. Chẳng qua vì chút quyền lợi cấp bách của đời sống mà họ phải bám vào cơ cấu của nhà nước.

Vì thế, đã có một cán bộ "giáo dục" thấy tôi vào ra nhà kỷ luật nhiều lần, đã nói nhỏ:

- *Anh Phúc muốn vào rừng chống Cộng, muốn vượt biên, hay làm gì khác, thì phải sống và còn sức khoẻ là tiên quyết.*

Ngay trong thành phần trật tự thi đua, cũng có những người tốt. Thường trại xử dụng tù hình sự để làm thi đua trật tự. Vì thế, họ rất hỗn láo với tù nhân dù đáng tuổi cha ông. Họ rất đắc lực với trại, vì họ nuôi hy vọng sớm giảm án. Việc đưa Dương Đ. M., một tù sĩ quan, làm trưởng ban Thi Đua Trật Tự phân trại E là một biệt lệ. Ở phân trại E, Trưởng ban Thi đua (tiền nhiệm của Dương Đ. M.) là anh Hân. Hân là sinh viên Đại học Sài Gòn, đi nghĩa vụ quân sự đào ngũ tại chiến trường Kampuchea và bị tù. Hân rất mến các chú, các anh quân đội Cộng Hoà. Anh luôn tìm cách che chở và giúp đỡ cho tù nhân trong khả năng và phương tiện của mình.

Anh trật tự Trực, sĩ quan bộ đội người Bắc, lúc đầu cũng rất khó. Về sau được cảm hoá, anh cũng tỏ ra thân thiện dễ dãi với anh em tù nhân.

Một trật tự ở phân trại B, anh Của, người Tây Ninh, là một sĩ quan của Việt Cộng. Khuôn mặt anh vuông, xương xấu, trông rất hung ác. Mỗi khi nói chuyện, hai hàm răng nghiến vào nhau. Anh Của là hung thần của Phân trại B. Nhưng từ khi có Thiếu tá Nguyễn Chí Hiền – là người cùng đạo Cao Đài như anh Của - chuyển vào B và tiếp xúc với Của, Của có phần lơi ra. Sau này Của như trở thành tà lọt cho anh Hiền. Anh Hiền là Tiểu đoàn trưởng xuất sắc của Sư Đoàn 5 BB. Sau đó, anh về làm Quận trưởng Quận Châu Thành, tỉnh Bình Dương. Trong trại, anh Hiền luôn giữ một tác phong nghiêm trang, đường bệ như thể anh vẫn còn làm một Tiểu đoàn trưởng nổi danh của Sư đoàn. Vì thế, đám trật tự thi đua cũng phải nể anh.

Phần 8: Những Khuôn Mặt Đáng Nhớ

Không thể không nhắc đến những người đặc biệt trong trại ít nhiều đã để lại trong lòng anh em tù nhân, những ấn tượng đặc biệt..

Sư huynh Phạm Quang Hồng, thuộc dòng Đa Minh (?), bị án 20 năm khổ sai vì tội tham gia lực lượng chống đối. Sư huynh còn trẻ, cao ráo, khôi ngô. Tuy cuộc sống trong tù khổ ải, anh vẫn luôn tỏ vẻ vui tươi vì anh cũng là Hướng đạo sinh nên tuân theo điều luật "gặp khó khăn vẫn vui tươi." Qua anh, tôi học được rất nhiều điều. Anh dạy cho tôi hát các bài hát trong các phim **The Inn of the Sixth Happiness, The Sound of Music**, và các bản Thánh Ca… Tôi không nghe các tác giả nhắc đến Sư huynh trong các hồi ký. Hiện nay, Sư Huynh đã là Linh Mục Chánh Xứ tại một Giáo Xứ ở Perth, Tây Úc.

Trung tá Vũ Đức Nghiêm[20], người nhạc sĩ tài hoa mà chúng ta từng thổn thức những câu hát mượt mà của ông qua giọng ca ngọt ngào của ca sĩ Thanh Lan:
...

Thương em dáng vai gầy xinh xinh
Thương em mắt nai vàng long lanh
Thương em tóc buông lơi dịu dàng
Thương em mong manh, như một cành lan[21]

Anh từ trại Nam Hà ngoài Bắc chuyển về Xuân Phước vào khoảng 1980 cùng đợt với hàng trăm sĩ quan cấp tá khác. Anh em tại Phân trại E và B (về sau này) đã đón tiếp anh rất niềm nở. Vì ngoài tư cách một đàn anh trong quân đội, một nhạc sĩ tài hoa, anh còn là một người nhân hậu đáng mến mà đã quy kết xung quanh anh một nhóm tín hữu Tin Lành ngày đêm cùng cầu nguyện. Khi cao trào chống đối của anh em tù nhân lên cao, anh đã viết những bản nhạc xuất sắc để động viên. Tôi còn nhớ bài hát mà anh diễn tả tâm trạng của một người tù cám ơn người vợ yêu của mình đã lặn lội núi non đi thăm chồng nơi trại tù xa xôi rừng thiêng nước độc. Bài hát có tựa đề Muôn Trùng Xa Em Về rất cảm động và được các anh em trong trại yêu thích.

Khi nụ hôn trao nhau vội vàng
Còn ấm chút hương môi
Ta đã xa nhau rồi.
Tay rời tay, con tim bồi hồi

---

[20] Qua Hoàng Lan Chi của đài VOVN, tôi đã tiếp xúc được với anh Nghiêm hiện ở California.

[21] Nhạc phẩm Gọi Người Yêu Dấu.

Sầu chất ngất chia phôi,
Thương nhớ dâng nghẹn lời.
Muôn trùng xa, em về
Bụi mờ vương theo bước em đi
Mặn nồng xưa ray rứt cơn mê
Đưa em về, biết nói gì, giây phút từ ly.
Gượng cười bên nhau phút cuối,
Nghẹn ngào bâng khuâng tiếc nuối
Xót xa người nơi chân mây
Âm thầm tháng năm lưu đày
Miệng cười nhưng tim héo hắt
Ngậm ngùi long lanh ánh mắt
Dáng em, đường dài đơn côi,
Vai gầy, chiếc bóng lẻ loi.
Bao ngày qua, trong nơi ngục tù
Chợt thoáng chút hương xưa
Sao đắng cay không ngờ
Thương tuổi xanh, phôi pha đợi chờ
Đành sống với ước mơ
Năm tháng trôi hững hờ
Mong thời gian nhiệm mầu
Làm người quên bao nỗi thương đau
Lời thề xưa đêm sáng muôn sao
Hẹn cùng ta muôn kiếp bên nhau
Xin đợi chờ, anh sẽ về, chung sống dài lâu.

Một người, mà cái tên cũng đủ nói lên tấm lòng của anh: Nguyễn Thi Ân[22]. Có lẽ khi song thân anh đặt tên cho anh, đã nhìn thấy ý muốn của Chúa (Ân là một tín hữu Tin Lành rất ngoan đạo) gửi gắm vào anh. Anh rất nhân hậu, điềm đạm và rộng rãi chia sớt với hay bất

---

[22] Nguyễn Thi Ân hiện ở Utah

cứ ai đến hỏi xin anh, dù thân hay sơ, hay dù chưa quen biết. Anh lại là một người ngoan đạo. Tôi chưa thấy anh bỏ một lần cầu nguyện nào trước các bữa ăn. Mỗi lần thăm nuôi, anh giao tất cả thức ăn cho bạn cùng mâm. Muốn cho ai thì cho, muốn lấy gì ăn thì lấy. Trong điều kiện thiếu thốn, đói khát ở trại tù, mà xử sự như thế thật hiếm có trên đời.

Tôi sực nhớ đến Thiếu tá Bửu Chí, làm đội trưởng đội nông nghiệp một thời gian dài. Anh hiền lành và vui vẻ. Tuy nhiên trong cương vị đội trưởng, anh phải thúc dục chúng tôi làm việc để khỏi bị rầy rà. Tôi rất ân hận vì đã có vài lần nóng nảy xúc phạm anh. Giờ này trên hành tinh bao la này, không biết anh đang sống nơi đâu. Xin anh rộng lòng tha thứ cho đứa em hỗn láo này. Tôi vẫn quý mến anh và cầu chúc anh một cuộc đời an lạc, phù hợp với bản chất hiền hoà của anh..

Vào những thời điểm tương đối dễ chịu, mỗi tối chúng tôi thường quây quần nghe kể chuyện. Có ba người nổi tiếng về tài kể chuyện. Một anh tù chính trị còn trẻ gốc ở Ban Mê Thuột mà tôi đã quên tên. Người thứ hai là Thiếu tá Phan Vĩnh Thánh (phi công L-19) chuyên kể chuyện vui. Người thứ ba là Võ Xuân Hy[23]. Hy là cựu Hướng đạo sinh ở Huế; dáng cao cao, đẹp trai và dễ mến. Hy kể chuyện rất có duyên và hấp dẫn. Anh thường đệm hai tiếng "biết chưa" như ta thường dùng "you know" khi nói chuyện bằng Anh ngữ tại Hoa Kỳ. Từ truyện kiếm hiệp Kim Dung đến các loại truyện trinh thám kiểu Hoàng Hải Thủy. Anh thuộc lòng từng tên nhân vật, từng chi tiết; mà có khi anh còn thêm thắt cho tăng phần hấp dẫn.

---

[23] Võ Xuân Hy hiện ở Westminster, California

Cả hai anh Thiên Ân và Xuân Hy đều là những sĩ quan bất khuất và tư cách vững vàng. Họ là những tấm gương cho nhiều anh em khác noi theo.

Vào giữa năm 1980, trại cho gọi khoảng 40 người để yêu cầu viết lý lịch chi tiết, mà chúng tôi gọi đùa là "tiểu sử đời tù". Họ cung cấp giấy bút không hạn chế, và cho thời gian cũng vô hạn:

- *Các anh cứ thư thả, suy nghĩ cho kỹ. Viết cho thật đầy đủ, thật chính xác, thật nhiều chi tiết về cuộc đời mình từ khi sinh ra cho đến ngày hôm nay. Đừng giấu giếm điều gì, vì cách mạng đã biết hết về các anh.*

Biết hết rồi thì bắt viết làm gì? Rõ xạo. Tuy nhiên, chúng tôi cũng cứ lợi dụng thời gian này để khỏi đi ra ngoài cuốc đất; ở trong trại lại có dịp "ca cóng"[24], tha hồ liên lạc tiếp xúc trò chuyện với các anh từ các nhà khác tụ họp lại.

Vì không có ai theo dõi ra mặt, chúng tôi cứ lề mề lo chuyện riêng tư cho đến gần 9 giờ sáng, mới đem giấy viết ra bắt đầu. Đến chừng ba bốn giờ chiều là kéo nhau xuống nhà bếp đun nấu thức ăn.

Chuyện thưở còn bé thơ rồi đi học tiểu học thì mấy ai nhớ được. Thay vì viết các chi tiết hệ trọng, chúng tôi viết ba hoa những đoạn văn tả cảnh, tả tình lê thê kéo dài hàng chục trang giấy. Vì trại ra chỉ tiêu mỗi ngày phải viết vài ba trang, tôi đã viết với khổ chữ lớn mà đứng xa chục mét vẫn có thể đọc được. Lại viết hàng đôi, nên mỗi trang nhiều lắm chừng vài chục chữ.

Ba tuần sau, trại đã thấy âm mưu kéo dài của chúng tôi, nên bắt chúng tôi phải tập trung lại trong những nhà ăn và không cho đi đâu cả.

---

[24] Ca cóng chỉ việc nấu nướng.

Nhiều anh đã chán nản bỏ cuộc. Họ viết vội vàng cho xong rồi giao nộp. Từ gần bốn chục anh, chỉ còn lại khoảng năm anh. Cán bộ trực trại xách còng vào còng chân chúng tôi vào chân bàn từ sang cho đến chiều để chúng tôi khỏi chạy lui chạy tới, ca cóng linh tinh.

Có lẽ tôi đã viết hơn trăm trang giấy mà vẫn chưa nói hết giai đoạn ở quân ngũ. Chỉ riêng việc tả cảnh Đà Lạt, tôi đã xài hết hơn mười trang giấy. Sau khoảng 40 ngày, chỉ còn lại Phạm Chí Thành và tôi. Rồi trại mất kiên nhẫn trước, ra lệnh chúng tôi ngưng viết, trở về đội đi lao động như cũ.

Phạm Chí Thành đã ở xà lim nhiều hơn ở tập thể trong suốt tám năm tù, nhưng không biết tại sao đã không chịu đi định cư trong chương trình Tị nạn HO. Đến nay, sau gần 20 năm, anh mới làm đơn xin đi. Nhưng do rắc rối nào đó, anh bị người phỏng vấn của Ủy Ban tái xét từ chối vì họ nghi giấy tờ giả mạo.

Có lẽ chúng tôi phải soạn một bộ "Who's Who in Prisons" mới kể hết những người tù công chính trong các trại giam của Cộng Sản, những người mà ngày nay gặp lại, chúng tôi rất hãnh diện vì được từng quen biết với họ.

Điều đáng khâm phục không phải chỉ vì họ công chính, bất khuất; mà vì tấm lòng son sắt đối với lý tưởng sống mà họ từng theo đuổi, cho dù trong hoàn cảnh hoàn toàn vô vọng.

Ngày về giải phóng Sài Gòn đối với chúng tôi giờ chỉ còn trong ước mơ.

"Tôi đã gặp em, bỡ ngỡ tình cờ.
Đôi mắt nai tơ, đến từ thành phố.
Ngục tù tối tăm, nói với cuộc đời,
Sài Gòn có vui, Sài Gòn có vui?

Em ngước nhìn tôi, cúi đầu nói nhỏ
Còn gì nữa đâu, thành phố mộng mơ
Sài Gòn dấu yêu, vẫn thường nhắc nhở
Sài Gòn chỉ vui khi các anh về

Tôi sẽ về, đòi lại quê hương đã mất,
Tôi sẽ về, cùng em lau khô giòng nước mắt
Đem tiếng hát cười, dâng đời khúc hát yêu thương
Cám ơn Sài gòn, Tôi sẽ trở về
Tôi sẽ về, quỳ bên Thánh giá bao dung
Tôi sẽ nguyện cầu, cho tình yêu và cuộc sống
Tôi sẽ cùng em, dạo chơi phố xá thênh thang,
Cám ơn Sài Gòn, tôi sẽ trở về
Sài Gòn dấu yêu, Sài Gòn dấu yêu
Tôi sẽ trở về"[25]

Phần 9: Tết Trong Tù

Người ta bảo rằng: Nhất nhật tại tù, Thiên thu tại ngoại. Tôi ở tù gần mười năm, từ tháng 5 năm 1975 đến tháng 2 năm 1985, tổng cộng ba nghìn bốn trăm sáu mươi lăm ngày, nhân lên một nghìn, vị chi là ba triệu bốn trăm năm. Nếu bỏ đi con số lẻ chẳng thèm tính, thì tôi đã sống lâu hơn cụ Bành Tổ bên Tàu. Đó là nhờ *"lượng khoan hồng nhân đạo của Đảng và nhà nước Việt Nam Cộng Sản anh hùng, đỉnh cao nhất của trí tuệ loài người, lương tâm nhân loại, vân vân và vân vân."* Cũng nhờ ân điển vời vợi đó, anh em chúng tôi được

---

[25] Một đoạn trong bài hát "Sài Gòn Chỉ Vui Khi Các Anh Về" của Duy Trác.

♦ Cuối Tầng Địa Ngục

hưởng trọn bao nhiêu cái tết tù cô đơn, đói khát tưởng ở tận cùng vực sâu của nhân loại, con người dù cơ hàn đến đâu cũng không mường tượng nổi.

Ba năm tù đầu tiên, khi còn ở trong bàn tay quản lý của bộ đội, khách quan mà nói thì cũng tương đối khá. Vì bộ đội Bắc Việt cũng chỉ là con em của dân, phải chịu thi hành nghĩa vụ quân sự mà đi chiến đấu chết thay cho bọn đồ tể Hà Nội. Tuy được giáo dục lòng hận thù sâu sắc đối với anh em quân sĩ miền Nam, những cán binh cấp thấp vẫn tỏ ra chút gì phóng khoáng hơn. Nhất là sau thời gian tiếp xúc thấy anh em quân nhân miền Nam không giống như hình ảnh họ biết qua tuyên truyền của Hà Nội. Họ cư xử nhẹ nhàng hơn. Thực tình mà nói, thì chính những người này cũng hiểu lầm về chính sách cải tạo của đảng, họ cho rằng chúng tôi là những học viên, chỉ phải chịu qua một thời gian ngắn là trở về cùng với họ chung lưng đấu cật xây dựng Tổ quốc, bình đẳng với họ. Chỉ có bọn lớn cấp, nham hiểm, tàn độc luôn úp mở về số phận chúng tôi.

Tết đầu năm 1976, khi chúng tôi ở trại K2, Long Khánh, nơi trước đó là hậu cứ của một Trung đoàn thuộc Sư đoàn 18 BB. Một vụ nổ dữ dội xảy ra những ngày gần Tết phá hủy gần sạch các dãy nhà, gây thương vong cho một số anh em chúng tôi và bọn lính cai tù. Chúng tôi được gia đình thăm viếng lần đầu tiên sau 8 tháng xa cách. Những xúc động, bồi hồi, hứa hẹn... Chúng tôi còn u mê, tin tưởng ngày về không còn xa, khuyến khích vợ con làm đơn từ lo bảo lãnh để mau được về đoàn tụ, dù phải chịu đi lập nghiệp vùng kinh tế mới. Sau này, mới biết những lá đơn do vợ con mình lặn lội đi các nơi, hao tốn bao thời giờ, tiền bạc (Thưở đó Cộng sản sắp xếp lại các đơn vị hành chánh; muốn chứng một lá đơn có khi phải vượt hàng trăm cây số, mất cả tuần lễ) được chúng xử dụng làm toilet paper. Ôi bao tình cảm, nỗi niềm hy vọng đặt vào tờ giấy mỏng manh đã bị bọn thú vật trắng trợn dày đạp lên. Ba năm đầu, gian khổ nhiều, có chết chóc, thương tật do phải làm những công tác lao động hiểm nghèo, nhưng về ăn uống, tương đối có khá. Ngày Tết, có dủ thịt cá, bánh trái, thuốc lá và nhất là có chút thì giờ nhàn rỗi để cùng nhau tâm sự, ôn kể chuyện gia đình, trao đổi nhau ước vọng ngày xuân.

Nhưng từ sau Tết 1978, khi bộ đội bàn giao quyền quản lý cho bọn bò vàng Công an thì chúng tôi như bước sụp một bước dài xuống tận cùng mười tầng địa ngục. Đến đây, trang sử cuộc đời chúng tôi đã qua một bước ngoặt vĩ đại, an bài với bao cay đắng, tuyệt vọng. Ngày về sẽ là ảo ảnh, vợ con từ đây ngàn đời vĩnh biệt. Tuổi thanh xuân hoa mộng từ đây bị chôn vùi nơi những vùng rừng thiêng, nước độc. Bọn cán bộ nói thẳng ra với chúng tôi: *"Khi nào bò đực đẻ con thì các anh được về"*. Chế độ tù khắc nghiệt nhưng không làm chúng tôi đau đớn bằng suy nghĩ về gia đình. Vợ con bé bỏng, mẹ già gần đất xa trời từ nay chỉ còn trong hoài niệm. Ngoài cái khổ cực về thể xác, chúng tôi còn chịu cái đau đớn tủi nhục của sự đối xử không nhân tính của bọn thất học vô loài. Chúng tước đoạt của chúng tôi từ tư trang, thực phẩm cho đến nhân phẩm. Chúng đày đoạ chúng tôi tệ hơn đối với loài súc vật, giam đói bỏ khát, và đem chút khoai mì ra khuyến dụ lòng chính trực, lương tâm của chúng tôi. Chúng tôi thắng, trong cuộc đấu tranh cam go này, khi sức chịu đựng đến tận cùng mà một con người xương thịt có thể chịu đựng nổi. Biên giới của người anh hùng và kẻ hèn mạt là ở đây, được thử thách bằng miếng cơm thừa của bọn cai ngục.

Ngày đầu tiên được chuyển ra trại giam công an, mở màn là cuộc khám xét hành trang tận tình. Chúng tịch thu tất cả, tất cả, chỉ trừ chiếc chiếu rách, vài bộ áo quần tù in chằng chịt dấu cải tạo. Thuốc men, thực phẩm bị tịch thu ráo trọi. Để rồi sau đó, chúng phát ngày hai bữa khoai mì độc ăn không đủ bén môi với một muỗng nước muối. Ăn như thế, mà hàng ngày mười tiếng đồng hồ phơi mình ngoài nắng gắt hay những cơn mưa triền miên của miền Trung nghèo, khắc nghiệt, lao động cật lực với những chỉ tiêu phi lý mà bọn cán bộ đặt ra. Dĩ nhiên chúng tôi biết cách đối phó để khỏi đem sức tàn của mình phục vụ kẻ thù. Lúc thì giả đau, lúc thì đồng lòng lãng công, phá hoại hoa màu, dụng cụ...Sau cơn đói kéo dài cho đến ngày gần Tết, bọn cán bộ, qua các tên tay sai nhà trưởng, thi đua trật tự, cho biết:

- *Tết đến, Rờ Nượng khoan hồng Rân đạo (lại khoan hồng nhân đạo!) và sự quan tâm của Nãnh đạo, các anh sẽ được ăn Tết đầy đủ. Trại cho mổ hai con bò, ba con Nợn, có bánh đa, một gói thuốc Ná xây Rựng, kẹo Nạc, Rưa cải...*

Nghe mà thèm chảy nước miếng. Chiều ba mươi, nhà bếp tấp nập, tiếng dao thớt cụp cụp nghe sao mà êm ái lạ, hương thơm bay ngào ngạt. Ai nấy chuẩn bị chén bát để lãnh phần. Kìa hai anh trực ngày đang khiêng thức ăn về, tiếng xôn xao nổi lên, chúng tôi bắt bạn với nhau để cùng chia xẻ cái Tết tù hẩm hiu. Nhưng buồn sao và thất vọng sao, khi trong cái thau cỡ số mười chỉ lỏng bỏng những nước và nước; tận đáy thau có vài miếng da bò cắt như miếng mứt dừa. Thau thịt "nợn" thì gồm những miếng xương, tí "nòng", tí huyết. Thau "rưa cải" thì lòng thòng nguyên cây cải dài từ ngọn cho đến cuống rễ. Vì muốn đạt chỉ tiêu về cân lượng, bọn Cộng Sản chỉ cho thu hoạch cây cải sau khi nó ra hoa, đem về ngâm nguyên cây trong hồ nước muối, sau khi nhúng vào một cái chảo gọi là rửa qua. Quí bạn có khi nào nhai thử miếng vỏ xe đạp thì sẽ hình dung chúng tôi đã ăn da bò như thế nào. Dưa cải thì thật sự nó dai nhách như cái bao tải, nhai qua nhai lại cho có chút nước xong nhả ra như các bà cụ già nhai trầu. Chỉ có cục xương heo, gặm cho hết phần gân có dính tí mỡ, tí thịt, rồi cất đi. Ngày ngày cho thêm muối, kho lui kho tới, và sau vài tuần cố gắng dùng mấy cái răng hàm đã khập khễnh, tiêu hoá luôn phần mà cả con chó đói cũng chê. Chắc quí vị sẽ hỏi: "thế bao nhiêu thịt đi đâu?". Thưa, thịt ngon thì giao cho nhà bếp tiểu táo của bọn chỉ huy trại, thịt vừa thì đại táo của bọn cán bộ, thịt bạc nhạc thì bọn trật tự thi đua, nhà bếp thiếm xực.

Sau năm đó, hàng năm bọn Việt cộng cho phép gia đình ra thăm định kỳ nửa năm một lần, và gửi quà theo đường bưu điện hàng tháng vì lý do được giải thích như sau:

- *Nhà Lước Lói chung, và Trại Lói riêng có nhiều khó khăn, không No cho các anh đầy đủ, vì thế cho phép các anh được nhận quà để có sức khoẻ.*

Thế là Tết đến, một số nhỏ các anh có gia đình tương đối khá ăn Tết rất ra chi. Họ tụ tập với nhau từng nhóm năm, mười người hùn hạp làm đủ các thứ, mứt bánh, xào nấu từ mười ngày trước Tết, kéo dài cả mười ngày sau Tết. Chỉ tội nghiệp cho các anh mồ côi, nằm đắp chiếc chăn rách, ôm bụng đói nghe những tiếng nhai nuốt nhồm nhoàm, ngửi hương vị thơm tho của cá thịt mà tủi cho thân phận mình. Chỉ những anh em nghèo dễ dàng chia sẻ với nhau. Thường, anh em chúng tôi ngồi tụm với nhau, kể ra vô số món ăn ngon do mình tự sáng chế, ôi thôi đủ loại cao lương mỹ vị, chúng tôi gọi là ăn hàm thụ. Nhớ nhất là Phan công Danh, một nhạc sĩ, họa sĩ tài ba, chiều chiều làm bộ thơ thẩn gần chỗ hội trường, thấy vắng đôi mắt cú vọ của bọn trật tự, là nhanh như cắt, vặt lấy vặt để mớ cỏ kiểng trồng làm hàng rào.

Đem về, ngâm với nước muối làm thành một thứ Salad độn cho đầy cái bụng lép. Những anh bạo hơn thì làm bộ khai bệnh, trong lúc ngồi chờ xin thuốc, vọt ra vườn thuốc Nam hái trộm các loại rau do bọn y tá trồng vừa làm thuốc "dân tộc" vừa để cải thiện bữa ăn của họ.

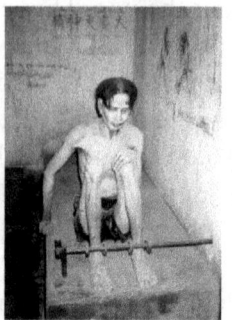

Gần ngày Tết, bọn cán bộ thường yêu cầu anh em làm cho chúng lồng đèn. Tôi vốn khéo tay, được đội nhờ ở nhà làm, khỏi ra lao động. Dùng bất cứ thứ gì kiếm được, vì bọn cán cũng nghèo, không mua nổi giấy màu, mực viết. Màu thì dùng lá cây làm màu xanh, hoa mồng tơi làm màu tím, thuốc đỏ làm màu đỏ, kí ninh làm màu vàng. Giấy thì lượm lặt đủ thứ dán lại. Tôi ở nhà, lợi dụng thời gian nghỉ ngơi, lén nấu nướng ăn uống, lâu lâu bày giấy, hồ ra kẻo tên cán nóng ruột mò vào xem. Ngày giao nộp, tên cán vui vẻ cho anh em nhổ khoai mì, nấu một nồi ăn "bồi dưỡng" tại nơi lao động, trong khi anh ta vào trại để lấy lồng đèn. Tội nghiệp, khi tôi đưa cho anh cái đèn, vẻ thất vọng hiện lên rõ rệt, vì cái lồng đèn méo mó, màu thì nguệch ngoạc, tối tăm. Anh cán bộ vội trở ra, trút cơn giận dữ đạp đổ thùng khoai mì sắp chín. Thế là ba mươi anh em đành tiu nghỉu nhìn những củ mì H 34 lăn lóc giữa đất đá. Sau này một vài anh em trách tôi, nhưng biết làm sao!!!

Phần 10: Tù Trong Tù

Trong căn phòng tối mịt mù này, tôi không còn ý thức rõ rệt về thời gian. Tôi chẳng nhớ đã bị đưa vào cùm nơi đây bao nhiêu ngày rồi. Dễ cũng đến hơn hai tháng chứ không ít đâu. Những người tù thay phiên nhau vào ra ở phòng hai bên đã nhiều bận mà tôi thì vẫn cứ trụ trì trên chiếc bệ xi măng lạnh cóng này; với hai cổ chân xích cứng vào thanh sắt 12 li bằng hai chiếc cùm xoắn oan nghiệt.

Mỗi ngày, tên cai tù cùng một tên trật tự vào đưa cơm một lần. Theo thông lệ là phần ăn trưa. Có lúc chúng đem vào khoảng 9 giờ sáng, khi nhà bếp vừa ra chảo bánh khoai mì đầu tiên. Có khi mãi đến giờ lao động buổi chiều mới nghe tiếng dép lẹp kẹp của chúng. Hai mươi bốn tiếng đồng hồ chờ đợi, chỉ để nhận khi thì vài lát khoai mì luộc, khi thì một góc chiếc bánh cũng bằng bột khoai mì chỉ nhỏ bằng phần tư bao thuốc lá. Chẳng phải vì đói mà chúng tôi mong sớm đến bữa ăn đâu. Chẳng qua là muốn cho ngày tháng qua mau kẻo nằm mãi trong xà lim cũng buồn chán và kiệt sức quá đỗi.

Tôi vào ra xà lim như người ta đi chợ. Ở cái trại Xuân Phước này, một chút vi phạm cũng đủ là cớ để bọn cai tù đọc bản án cùm 7 ngày, mười lăm ngày như chơi. Chỉ cần tên ăng ten nào đó hót bậy một câu với cán bộ quản giáo, là thấy trước mắt hàng tháng dài trong nhà đá lạnh lẽo. Phân trại E chứa khoảng gần 700 tù nhân cải tạo. Đa số là thành phần quân nhân; có khoảng mười lăm phần trăm là các anh bị bắt sau 1975 do các hoạt động chống đối. Một số thuộc nhóm Vinh Sơn, một số thuộc lực lương Fulro bị bắt từ các tỉnh Tây Nguyên đưa về. Xung quanh phân trại E là các phân trại chứa tù hình sự có án từ mười lăm, 20 năm đến chung thân, tử hình. Đi sâu vào phía núi khoảng 10 cây số là phân trại B, giam giữ các quân cán chính mà theo Cộng Sản là thành phần nguy hiểm nhất. Tôi đã ở phân trại E gần năm năm, sau ba năm chuyển vòng vòng từ các trại ở Long Khánh, Biên Hoà ra Hàm Tân. Cứ mỗi lần chuyển trại là thấy bị đẩy xuống thêm một tầng của địa ngục; là thấy ngày về một xa xôi, và đi dần đến tuyệt vọng. Coi như chôn chặt cuộc đời trong cái thung lũng khỉ ho cò gáy này thôi. Ba năm sau cùng, tôi cũng được ưu ái cho vào phân trại B để nếm cho đủ mùi khổ nhục trần gian trước khi lãnh tờ giấy ra trại trở về với gia đình sau đúng 10 năm tròn làm kiếp tù.

  Mấy ngày trước đây, tên cán bộ an ninh vào mở cùm dẫn tôi ra làm việc. Làm việc có nghĩa là bị hỏi cung trong một không khí vừa hăm doạ vừa vuốt ve. Khi thanh sắt vừa được kéo ra, tôi nhanh chóng tháo cùm để cho hai chân vội vàng hưởng ngay cái giây phút nhẹ nhàng hiếm có. Chiếc cùm do chính tên cán bộ lựa chọn sao cho siết cứng vào cổ chân, đã làm rách da ở phía nhượng chân tôi. Chỉ nửa giờ sau khi bị cùm là có ngay cảm giác đau đớn tột độ. Hai lòng bàn chân úp sát vào vách không cho phép tù nhân ngồi thẳng dậy. Chỉ có hai vị thế. Một là nằm dài ra, hai là gượng nhổm lên một chút. Sức nặng của hai chân tì lên thanh sắt nhỏ 10 li, dần dần như một khối đá nặng làm tăng lên sự đau đớn. Cơn đau này kéo dài ít lắm vài tuần lễ trước khi cơn đói và lạnh làm cho tù nhân gầy guộc nhanh chóng để cảm nhận sự lỏng lẻo của chiếc cùm.

  Bị đưa ra hỏi cung cũng là một điều may mắn. Không cần biết những gì đang chờ đợi trong căn phòng u ám kia, sau khuôn mặt gian xảo, độc ác của những tên cán bộ an ninh trại. Chỉ cần cho đôi chân được thoải mái vài giờ đồng hồ. Được ra ngoài nhìn thấy ánh sáng mặt trời, hít thở chút không khí trong lành, và nhìn thấy được sinh hoạt của anh em là vui lắm rồi. Nhất là một dịp để vục mặt xuống uống cho đã thèm từ bất cứ nguồn nước nào. Có khi là vũng nước đọng nơi góc tường, có khi là từ chảo nước rửa cạnh nhà bếp. Cũng có khi may mắn, ngắt được cọng rau sam, rau dệu ven đường. Đến rau trai dai nhách cũng không chừa.

Tuy có các vườn rau bát ngát xung quanh trại do anh em tù ngày đêm chăm bón, nhưng suốt năm dài, hoạ hoằn lắm chỉ được ăn vài ba bữa có rau tươi. Mà lại là các ngọn rau đã già dai như giẻ rách. Thứ nào non mềm thì thu hoạch đưa ra nhà bếp cán bộ hết rồi. Anh em tù phải tự cải thiện lấy bằng các loại rau rừng hay lẹ tay chôm nhẹ từ các luống rau. Đa phần là chẳng rửa ráy gì, cho nhanh vào miệng nuốt vội kẻo bị cán bộ bắt gặp là mang hoạ vào thân. Người bên ngoài đã thế, thì người trong xà lim càng thảm hại hơn. Chất rau, chất ngọt, chất thịt là những thứ chỉ có trong giấc mơ của người tù. Ngay cả nước uống, tù nằm xà lim cũng chỉ được cấp cho vừa đủ nhấp thấm môi. Mỗi ngày chừng một phần tư lon nước, đong ra được ba bốn muỗng canh thôi.

Vì thế, cứ được mở cùm ra ngoài là vui rồi. Đối phó ra sao ta sẽ liệu tính. Phải tìm cách để kéo dài thời gian hỏi cung; phải tìm cớ để được ra thêm, dù phải căng thẳng chuẩn bị để khỏi bị sơ hở, sa bẫy bọn an ninh mà hại cho bạn bè hay chính bản thân mình.

Chút kinh nghiệm mà anh em chúng tôi truyền nhau là cứ chối, chối phăng tất cả, ngay dù có bị chúng nó nắm được đầu dây mối nhợ. Vì có nhận tội, thì cũng bị cùm tiếp tục để cho chúng khai thác dài dài để mong truy ra thêm nhiều vấn đề khác. Mà có chối thì cũng bị giam thêm cho đến khi nào chúng thấy không thể khai thác gì được. Khi thân xác sắp kiệt quệ, nghĩa là khi tên cán bộ đánh giá cái thân tàn ma dại kia không cho ra thì sớm muộn cũng bị tử thần lôi đi. Đó là lúc chúng vêu mồm khoe khoang cái nhân đạo của đảng, của cách mạng cho ra khỏi cùm để học tập, lao động cho sớm tiến bộ. Chẳng phải chúng coi trọng cái sinh mạng khốn khổ của người tù đâu. Nhưng có những cái chết mà chúng thấy không cần thiết bằng để cho sống lất lây mà lao động làm tôi mọi cho chúng cũng như một thứ lợi khí tuyên truyền để làm ổn định trật tự trong trại giam.

Lần nào ra làm việc thì tên cán bộ cũng cho người đem vào một bát cơm trắng, có chút thịt từ nhà bếp cán bộ. Đặc biệt là có vài điếu thuốc thơm. Có anh em tù nhân khẳng khái không thèm nếm bát cơm ngon lành đó. Có anh cho rằng ăn thì ăn, mà cứng đầu thì cứ cứng đầu. Tội gì không ăn để cho cơ thể có chút sinh lực mà chịu đựng. Tôi đã ra làm việc tổng cộng ba lần trong thời gian bị cùm ba tháng vào dịp Giáng sinh năm 1979 vì tội chống đối. Ngày đầu tiên vào cùm, chúng lột sạch trên người chỉ chừa bộ áo quần tù bằng vải mỏng màu xám tro. Không chăn, không chiếu, không cả chiếc mù xoa, đôi dép. Trong cơn lạnh mùa đông của núi rừng, ngày đêm co ro run cầm cập. Cố nhắm mắt cho qua ngày đêm dài dằng dặc cũng không xong. Tấm lưng chịu lạnh riết rồi cơ quan bài tiết cũng bị hư luôn, không tự kiểm soát được việc tiểu tiện. Tự dưng thấy ướt mông là biết mình đái; thấy chất nhờn chảy ra trong quần là biết mình đã xuất tinh. Lần đầu, tên cán bộ Hiến gọi tôi ra khoảng mười lăm ngày sau khi vào xà lim, tôi đã đem chuyện Hồ Chí Minh cởi áo lạnh cho tù binh Pháp mà thuyết phục y; so sánh giữa kẻ thù ngoại chủng và người "trại viên cải tạo" đồng màu da để mong y có chút nhân tố nào còn sót lại trong thâm tâm. Đêm đó, khi trở về nhà cùm, tôi được tên trật tự quẳng vào cho chiếc chiếu. Đó là giây phút hạnh phúc tuyệt vời nhất. Hoá ra hạnh phúc của con người thật đơn giản và mang tính tương đối. Những ai sống sang giàu, nhung lụa có bao giờ tưởng tượng được một muỗng cơm, một bát nước, một tấm chiếu rách là cả một thiên đường của những người cùng khổ.

Nhờ tấm chiếu đó, tôi yên thân được thêm một thời gian để chịu đựng cơn đói và khát. Hai lần ra làm việc sau này cũng chẳng bên nào thắng lợi. Tôi chẳng đòi hỏi được thêm gì, cũng chẳng nhường một bước nào. Vì quả tình thì có gì mà khai với báo ngoài việc tôi đã hành động chống đối và chịu sự trừng phạt đến mức này. Việc anh em bên ngoài âm thầm tổ chức sinh hoạt Giáng Sinh, viết khẩu hiệu dán đầy phòng giam, tôi biết rõ các bạn tôi ai hô, ai ứng. Chẳng Phạm Đức Nhì, Nguyễn Tú Cường, thì Hoàng Ngọc Thủy, Phạm Văn Hải, Huỳnh Văn Bá Vạn chứ còn ai vào đây. Nhưng tôi nằm trong cùm thì tại sao mà hỏi tôi? Mà nếu tôi ở ngoài thì có bắn chết, anh em tôi cũng chẳng khai nhau ra. Ai xui bị tó thì ráng chịu một mình. Tụi Quang què, Cao H. V., Dương Đ. M. thì bị coi như chó ghẻ; ai chơi với chúng mà chúng biết đầu dây mối nhợ. Tiếc là những năm sau cùng, Ngô Văn L. phản thùng. Từ nhân vật tranh đấu rất anh dũng đã trở cờ làm ăng ten khi bị đưa vào phân trại B. Có lẽ thời gian tù lâu quá làm cho anh ta mỏi mòn, tưởng có thể lập công mà về sớm.

Phần 11: Mưu Sinh Trong Trại Tù

Khó mà nói cho thật hết hay thật rõ ràng để cho mọi người thấy được những đày ải, khổ nhục mà những người tù nhân phải chịu đựng nhiều năm trong các trại tù cải tạo sau khi miền Nam bị Bắc Việt chiếm đoạt. Những người bị giam giữ này lại không phải là thành phần hình sự, can án cướp của giết người; mà là hàng trăm ngàn quân nhân, viên chức từng phục vụ trong chính quyền Cộng hoà Việt Nam đối kháng với Cộng Sản miền Bắc. Họ được Cộng Sản gọi bằng mỹ danh là các trại viên học tập cải tạo, nhưng thực ra là các tù khổ sai vô hạn định mà chủ trương cải tạo chỉ là một sự trả thù dã man của những người thắng thế đối với kẻ bại trận.

  Ai đã đọc qua cuốn sách Quần Đảo Ngục Tù (The Gulag Archipelago) của Alexander Solzhenitsyn hay đã xem cuốn phim Papillon do tài tử lừng danh Steve McQueen đóng thì chỉ mới hình dung được một phần những điều mà những người tù tại Việt Nam sau 1975 phải chịu đựng. Tuy rằng hàng trăm trại cải tạo dựng nên từ Bắc vào Nam vào cuối thế kỷ 20, nhưng tất cả đều mang bản chất man rợ của thời Trung cổ và những sự tra tấn, khủng bố tinh vi hơn của Gestapo thời Đức Quốc Xã.

  Ngoài con số ngàn đã chết trong tù vì bệnh hoạn không thuốc men chữa chạy, vì kiệt sức do lao động khổ sai mà không có bồi dưỡng, vì bị tra tấn hành hạ, biệt giam; những người tù còn lại đã sống sót do nuôi dưỡng một tinh thần lạc quan, hy vọng và biết cách đối phó trong từng trường hợp khó khăn.

  Chúng tôi là 5 anh em sĩ quan từng sinh hoạt trong các đoàn hướng đạo Huế cùng chung một phân trại E, trại A-20 Xuân Phước. Đó là Võ Trịnh Xuân, Cái Trọng Ty, Võ Xuân Hy, Trần Văn Chung và tôi. Không nhớ trong trường hợp nào, và lúc nào anh em chúng tôi đã nhận ra nhau. Có lẽ do cái phong thái rất Hướng đạo của nhau chăng? Chúng tôi chưa hề quen nhau ngoài đời cũ. Nhưng một khi đã đưa những bàn tay trái nắm chặt lấy nhau, chúng tôi liền trở thành thân tín và sẵn sàng thổ lộ cho nhau những suy tư mà không hề e dè lo lắng như khi nói chuyện với các anh em khác. Trong những thời điểm khủng bố căng thẳng nhất, chúng tôi chưa thấy anh em hướng đạo nào làm điều sai quấy vừa về đạo lý, vừa về lý tưởng chính trị. Chưa thấy anh em nào bán rẻ tư cách vì miếng ăn trong khi cơn đói, thèm vật vã. Chưa thấy anh em nào chịu quy lụy để được hưởng đặc ân từ cán bộ nhà giam. Chúng tôi đã thực hiện trọn vẹn ba lời hứa và 10 điều luật Hướng đạo. Và chính nhờ sự giáo dục tinh thần và kỹ năng của Hướng đạo, mà chúng tôi đã vượt thắng những trở ngại thách thức mà đủ đánh gục những con người trung bình.

Các em tráng sinh và thiếu sinh tại Hoa Kỳ chắc không có dịp nào va chạm những khó khăn quá mức để cần học hỏi kinh nghiệm của chúng tôi ở trong tù. Nhưng tưởng cũng nên kể ra để ôn lại chút kỷ niệm mưu sinh trong trại cải tạo để các em thấy được khả năng ứng phó của con người trong những điều kiện ngặt nghèo nhất.

Trong tù thì đói triền miên năm tháng. Chất bột căn bản là khoai mì công nghiệp giã nhỏ đúc thành bánh cỡ bằng gói thuốc lá, hay xắt lát và phơi khô. Ngày có hai bữa mỗi lần là một cái bánh hoặc chục lát khoai mì đã luộc chín. Buổi sáng trước giờ đi lao động, tù được phát chút ít lát khoai mì luộc. Tuy nhiên, tiêu chuẩn không đồng đều, mà tùy thuộc vào sự đánh giá hàng tháng của cai tù về các mặt lao động và chấp hành nội quy. Có người ăn một cái bánh rưỡi, có người chỉ được ba phần tư cái bánh. Thức ăn thì quanh năm chỉ toàn là nước muối. Không rau, không thịt cá trừ ba ngày lễ chính: Tết nguyên đán, 2 tháng Chín, và 30 tháng Tư.

Đói như thế nên tù nhân phải tìm mọi cách để tự "cải thiện". Hoặc lén bắt con nhái, con rắn, chuột; hoặc vặt trộm mớ rau, tìm hái các loại cỏ ăn được. Nhưng phải kín đáo đừng để bị cai tù bắt được.

Việc cho thăm nuôi hay nhận quà từ gia đình không phải là quyền lợi của tù nhân như thường thấy ở các nước tự do. Đó là một thứ ân huệ mà ban quản lý trại tù dùng để ràng buộc tù nhân phải làm việc hay tuân thủ các quy định của trại. Người tù bình thường, không có vấn đề với trại sẽ được phép nhận 10 kí lô quà mỗi tháng, hay được gặp gia đình hai lần trong một năm. Dĩ nhiên với điều kiện là gia đình có đủ khả năng kinh tế để mua quà hay đi thăm.

Dù có quà từ gia đình hay không, hầu như tất cả tù nhân đều có nhu cầu phải nấu nướng. Người có quà thì nấu thêm chút cơm khô, hâm nóng thịt cá. Người không có quà (chúng tôi gọi đùa là Con Bà Phước) thì luộc chút rau, hay nấu giùm cho các anh có của để được chia chút thức ăn. Khi ra hiện trường lao động, thì cho cơm khô hay thức ăn vào một cái lon gô; đặt kế vào bếp lửa của anh tù nhân nấu nước sôi cho đội tù. Khi về trại, thì phải nấu lén. Vì trại cấm hẳn việc nấu nướng trong nhà giam.

Tuy trại có quy định cho phép nấu nướng vào ngày chủ nhật mỗi tuần tại một nơi nào đó ngoài phạm vi phòng giam. Quy định này cũng thất thường như mưa nắng.

Nấu nướng ngoài trời ngày chủ nhật tuy được phép cũng chẳng thoải mái như khi chúng ta đi cắm trại đâu. Thì giờ rất eo hẹp, chỉ vài mươi phút trước khi điểm danh tối mà phải làm sao cho chín nồi cơm, soong thịt. Có lúc trời mưa như trút, gió thổi ào ào tứ bề. Mặt đất ủng nước, củi vụn ướt như vừa vớt dưới sông lên. Lửa mồi từ cục than lấy ở bếp trại, chuyền tay nhau. Vừa nhóm được chút lửa là hơi nước từ mặt đất bốc lên làm tắt ngúm. Chúng tôi phải lót một lớp dày các thứ khô ráo, chọn ba cục đá làm chân lò. Một hai anh cầm tấm nylon che phía trên để một anh ngồi chồm hổm bên dưới phì phò thổi lửa. Khói lùa vào mắt cay xè nhưng vẫn cố gầy lên ngọn lửa bằng cách châm thêm chất đốt bằng giấy báo hay túi nhựa. Vừa thổi, vừa quạt, vừa lau nước mắt. Nước mưa cứ tuôn ào xuống ướt đẫm cả áo quần. Những kỹ năng học được từ thời thiếu niên đi Hướng Đạo hay bài mưu sinh học được ở quân trường nay mới có dịp đem ra áp dụng thực tế. Ngoài chiến trường có cam go cũng không đến nỗi như trong trại tù, vả lại đã có anh lính hoả đầu quân lo cho rồi.

Độc đáo nhất là nấu lén trong nhà. Anh em chúng tôi đều tự làm lấy mỗi người ít nhất một cái lò vừa đủ cho cái lon guigoz. Lon guigoz là thứ nồi thông dụng nhất, có thể đun nước, nấu cơm hay kho thịt cá. Tù nhân làm một cái đai sắt và quai xách gắn vào khoảng phía trên thành lon. Một lon guigoz cơm là phần ăn một ngày để tạm có sức khỏe chịu đựng. Chúng tôi dùng một cái lon có đường kính lớn hơn như cỡ lon cà phê thường thấy hiện nay tại các siêu thị tại Mỹ để làm lò. Có hai loại lò: lò than, lò đun hoả tốc. Than vụn thì ăn cắp từ bếp trại, rưới nước cho tắt đi rồi cất dấu trong nhà giam. Hoả tốc là loại nhiên liệu bằng bao nhựa gói đồ cuốn bên ngoài một nùi giẻ. Thứ nhiên liệu này rất dễ cháy, cho nhiệt cao, nhưng bốc khói đen ngòm và khét lẹt, và phải được khều luôn để khỏi bị tắt ngủm. Lỡ xui lửa tắt, khói sẽ bay đầy nhà, mùi khét toả rất xa. Vô tình như thế "lạy ông tôi ở bụi này" báo động cho bọn trật tự thi đua tìm đến để bắt quả tang.

Những người tù, khi nấu lén trong nhà thường thủ sẵn một xô đầy nước lạnh ở một góc nhà. Được báo động là nhúng cả cái lò đang cháy vào xô nước. Có anh đẩy cái lò than vào dưới cái đòn rồi ngồi lên, làm mặt tỉnh táo đang chơi cờ hay làm một thứ gì đó vô hại. Lửa nóng dưới đít mà phải gồng mình chịu trận cho đến khi hết sự hiểm nguy. Tôi cũng nhiều lần hú vía. Một hôm đang đun một lon nước sôi để nấu mấy vắt mì thì nghe tiếng tên trật tự vang lên ngoài sân:

- *Có mùi hoả tốc, lại có anh nào nấu nướng linh tinh trong nhà.*

Không kịp nhảy xuống dấu lò (và cũng quýnh quá chẳng biết dấu vào đâu), tôi cho tất cả vừa lò vừa lon nước gần sôi vào cái bao bàng (loại túi xách đan bằng lá các bà đi buôn thường dùng ở Việt Nam) và treo lên xà nhà. Khi tên trật tự đến gần, tôi đang làm bộ căng thẳng với một nước cờ chiếu bí. Trực, tên trật tự, dừng lại xem vừa hỏi:

- *Ai đang nấu hoả tốc? Mùi khói bay đầy nhà.*

Chẳng ai lên tiếng trả lời. Trực nhìn soi mói từng góc nhà vẫn không thấy gì trong khi tôi ngồi bồn chồn vì lò hỏa tốc có thể tắt ngấm bất cứ lúc nào; và nếu thế thì khói sẽ bay tuôn ra như khói tàu lửa. Một phần sợ cái lò nghiêng, nhựa và lửa sẽ tràn ra cháy luôn cái túi; hoặc nước sôi trào ra sẽ tạo nên âm thanh xèo xèo là thua cuộc.

Tên Trực tìm một lúc, không tìm thấy gì và cũng không hào hứng quan sát bàn cờ mà chẳng ai động quân nên bỏ đi sau khi buông một vài đe dọa.

Ngoài cái nguy cơ dễ bị phát hiện, lò hoả tốc còn mang lại nguy hại cho sức khoẻ. Vì mỗi ngày phải hít vào buồng phổi loại khói độc do sự cháy của chất hoá học tổng hợp. Tuy nhiên cái đói là nguy cơ trước mắt. Nỗi nguy xa không thắng được cái nguy gần. Và lại, trong khoàn cảnh khắc nghiệt này, liệu chúng tôi có sống sót cho đến ngày nhận lãnh cái hậu quả của khói độc không mà lo với lắng!

Có lò, đã giấu giếm hàng ngày, rồi phải nghĩ cách giữ nó khỏi bị tịch thu mỗi khi cán bộ khám phòng. Việc khám phòng xảy ra hàng tháng, thường là bất chợt để tù nhân không phòng bị kịp. Đang tập trung ở sân trại chờ đi lao động, thì bị gọi lần lượt từng nhà trở về thu xếp hết hành trang đem ra sân. Tù nhân ngồi thành hai, ba dãy. Trải manh chiếu hay tấm vải ra, lôi hết áo quần đồ đạc như bày bán chợ trời, rồi ngồi chờ cai tù và trật tự đến khám từng người. Trong lúc đó, vài tên trật tự và tù hình sự sẽ vào nhà, lục lọi không chừa một khe hở để tìm xem tù nhân có giấu giếm gì không. Một viên thuốc tây nhỏ bằng nửa hạt đậu cũng không thoát với chúng nó. Ngoài sân, cai tù và trật tự nắn nót từng món đồ, vạch miệng, sờ nách, lần háng để khám xét. Chúng tịch thu các thứ bén nhọn, bật lửa, sách vở, những thức ăn bị cấm, và các loại không được phép dùng trong nhà giam. Có khi chúng tịch thu luôn những vật đã cho phép nhận, như cơm khô, soong nồi, viện lý do tình hình an ninh thay đổi. Nói chung, chúng khám xét và tịch thu rất tuỳ tiện. Là thân tù, chỉ biết cam chịu, không biết khiếu nại cùng ai.

Ấy thế mà nhiều anh em đã giữ được cái lò, ngay cả loại lò lớn kê được cái nồi hai, nồi ba. Làm thế nào ư? Cứ tuân theo nguyên tắc tình báo: "Chỗ sơ hở nhất chính là nơi an toàn nhất." Tôi đã để cái lò chình ình ngay giữa sân, cạnh gốc dừa. Bọn trật tự ưa nhìn các nơi kín đáo, ngóc ngách mà chẳng mấy để mắt đến chỗ rất hớ hênh. Một nguyên tắc khác đã giúp tôi giữ được bật lửa, con dao trong hàng năm trời. Đó là: đừng để bị khám thì sẽ không mất đồ. Trung sách là nắm bật lửa, con dao trong lòng bàn tay. Chờ tên trật tự khám xong một nửa đồ đạc của mình rồi xin phép tên cán bộ cho xếp gọn thứ đã khám vào túi. Lợi dụng lúc này, thả thứ quốc cấm vào túi xách. Thượng sách là khi sắp hàng ngoài sân, nên ngồi ở khoảng giữa hay gần cuối. Sau một hồi khám xét, trật tự và cai tù sẽ bắt đầu thấm mệt. Tù khám xong thu xếp đi vào đi ra tạo cảnh lộn xộn. Ta cứ ung dung thu xếp đồ đạc cho vào túi và làm mặt tỉnh bơ đem túi xách ba lô trở vào phòng như một người đã được khám xét xong. Đừng nói con dao cái bật lửa; ngay cả cây súng lục (nếu có) cũng dấu được. Miễn là có bản lãnh và bình tĩnh.

Chúng tôi đã từng đem vào trại cả buồng chuối, bó củi, chục củ khoai lang mà không hề bị tịch thu khi bị khám xét ngoài cổng trước khi nhập trại.

Năm 1979, khi trại mua trồng hàng ngàn cây dừa con; chỉ có lác đác vài cây sống và lớn lên. Đại đa số trái dừa giống chui vào bụng tù nhân. Chúng tôi bẻ cây con cắm xuống đất, lấy trái dừa ăn tại chỗ hoặc mang về phòng nạo lấy cơm dừa và mộng dừa. Hàng trăm vỏ và gáo dừa cứ tống lên trần nhà phi tang mà cả năm sau, bọn trật tự mới tìm thấy.

Mưu sinh trong trại tù còn nhiều hình thái khác, để ứng phó trong nhiều lãnh vực như sức khoẻ, tâm lý, sinh lý, vân vân. Tất cả đều nhằm vào mục đích tự thích nghi với các điều kiện khắt khe để sống còn trong một thời gian tù rất dài, có khi gần cả đời người như trường hợp nhà thơ Nguyễn Chí Thiện, Phạm Trần Anh hay tiến sĩ Nguyễn Hữu Luyện.

Cái đói khát và sự khủng bố về tinh thần lẫn vật chất trong nhà tù Cộng Sản vượt quá giới hạn chịu đựng của con người. Phải có một ý chí, một bản lãnh vững vàng mới giữ được tư cách, không bị kéo xuống hàng một sinh vật giành giật, xâu xé nhau vì miếng ăn. Những người có thăm nuôi, có của ăn dồi dào đủ hương vị dễ dàng bĩu môi lắc đầu khi thấy bạn đồng cảnh mình đánh cắp củ khoai, con gà, hay vặt ngọn rau của trại, của cai tù. Trên quan điểm chính trị và đạo lý thông thường, lấy của kẻ thù đang đày đoạ mình để nuôi sống bản thân không có gì là sai trái cả. Chúng tôi đã thấy những người giàu có đã bán mình vì chút ân huệ của trại; ngược lại cũng thấy những anh em nghèo đói mà tự chế và tự thắng được nhu cầu bản thân, nổi bật lên như những tấm gương cao quý.

Dĩ nhiên, con người ít nhiều có một bản năng thích ứng do thiên phú; nhưng sẽ trở nên dễ dàng hơn nếu có kinh qua một quá trình đào tạo từ các phong trào sinh hoạt thanh niên như Hướng Đạo, hay được chuẩn bị từ các khoá học trong quân ngũ. Nhưng có những yếu tố rất quan trọng, đó là lòng tự trọng cá nhân, niềm tự hào của quá khứ xuất thân và sự ràng buộc của những giáo dục gia đình, hướng đạo, quân ngũ đã giúp cho anh em chúng tôi đứng vững vàng trong hoàn cảnh oan nghiệt.

Phần 12: Không Nơi Ẩn Nấp

Ở các trại khác còn nghe chuyện tù trốn thoát chứ tại Xuân Phước thì con kiến cũng không ra lọt. Để phòng ngừa tù trốn trại, bọn cán bộ cấm ngặt gia đình tiếp tế các thực phẩm khô. Những đội tù gồm quân nhân chế độ cũ chỉ được lao động quanh quẩn gần trại; bao quanh là các đội hình sự. Khi xuất trại, dù mưa hay nắng, anh em phải đi chân đất. Mùa hè, cơn nắng miền trung nung cháy con đường đất, bước chân đi như dẫm lên than hồng. Mùa mưa, đường sá ngập bùn lầy lội, trong lúc bọn cán bộ ngồi trong căn nhà lô, ăn uống lu bù, thì anh em tù vẫn phải làm việc. Bọn Việt cộng dùng sự tắm rửa như một ân huệ cho những ai làm đủ chỉ tiêu trong ngày; dù là tắm vội vàng trong một khúc suối động, nước quậy lên đen ngầu toàn rác rưởi pha với phân người. Trước khi ra khỏi trại, các đội phải ngồi chờ đến phiên, là lúc bọn thi đua đảo qua đảo lại kiểm soát xem có ai mang theo thứ gì không. Chúng tôi chỉ được mang theo một bình nhựa đựng nước uống mà thôi. Khi nhập trại lại một màn lục soát rất kỹ, xem tù có hái trộm rau trái hay mang vào những vật cấm. Việc xét phòng xảy ra thường xuyên hàng tháng. Tuy vậy trong chúng tôi vẫn có người dấu được con dao, hộp quẹt, giấy mực... Hoá ra chỗ lộ liễu nhất vẫn là chỗ kín nhất. Có lần tôi để chiếc lò than (chúng cấm nấu nướng trong phòng) chình ình ngay giữa sân mà không tên nào phát hiện. Trốn, thì cũng nhiều anh trốn, nhưng thoát thì không. Đa số là bị bắt lại ngay quanh quẩn trong địa phương vì dân ở đây họ sẵn sàng báo cho công an để đổi lấy thực phẩm. Đi ra xa thì không phương kế mưu sinh. Đâu cũng là núi, rừng. Nước thì độc, trái cây không có, thú rừng cũng không. Rừng phía tây chạy ngút ngàn về hướng Phú bổn; rừng phía Nam dẫn vào trại tù A-30 chẳng kém phần dã man; ra Bắc thì lọt vào khu căn cứ du kích cũ của chúng, chỉ thấy toàn những khuôn mặt thù nghịch. Năm 1980, có mười bốn anh em (trong đó có Trung Úy Trần Lưu Úy, phi công F-5; Đại Úy Lê Thái Chân, Pháo binh Dù) thoát khỏi trại, giết một tên chủ tịch xã người thượng, cướp súng đi về hướng Phú Bổn; nhưng sau đó bị du kích Thượng truy đuổi và bắn chết hết, chỉ còn Lê Thái Chân bị bắt về chịu án 18 năm. Có lần, một anh bên hình sự trốn về được gần sáu tháng, trốn lên miệt rừng làm rẫy, cũng bị bắt lại. Trại này có đủ cán bộ và thì giờ cộng với sự kiên nhẫn, chúng mò về tận quê nhà người tù, phục kích hàng tháng trời cho đến khi bắt lại mới thôi.

Nhớ lại những ngày đầu tiên, ngay sau khi Việt cộng cưỡng chiếm miền Nam, chúng cho trưng bày những hình ảnh trong trại tù Côn sơn mà chúng gọi là "tội ác Mỹ Ngụy". Hình ảnh người tù bị nhốt trong những chuồng cọp, bị tra tấn đánh đập... Chúng viết những lời lẽ rất khích động về việc ngược đãi tàn nhẫn do chế độ Việt Nam Cộng Hoà hành xử đối với tù phiến cộng. Nhìn kỹ mới thấy những tấm hình đó rất cũ, chụp từ thời còn mồ ma thực dân Pháp, với những người lính cai tù mặc chiếc quần sọt rộng thùng thình, trên đầu đội mũ vải rộng vành của lính viễn chinh. Tất cả những gì xấu xa mà chúng có, chúng đều gán cho ta; còn dành về phần chúng những gì cao quý nhất, tốt đẹp nhất. Thời chiến tranh, chúng ta đã tôn trọng Công ước Geneve về việc đối xử với tù binh. Chúng ta trả chi phí ba dollars mỗi ngày cho một người tù binh. Họ tổ chức lấy ban kiểm thực, được quyền từ chối những thực phẩm thiếu chất lượng. Mỗi tuần phải cho họ hai bữa ăn ngọt, hoặc chè, hoặc bánh. Đau ốm thì có cả container thuốc tây để điều trị. Tôi nhớ có lần gặp chuyến bay chuyển tù từ Saigon ra Đà Nẵng, người tù Cộng Sản được phát bữa trưa gồm bánh mì và cá hộp Sumaco hoặc một khoanh chả lụa. Những người này khi được trao trả về Bắc sau Hiệp định Paris có lẽ không dám nói ra sự thực. Vì trong chế độ Cộng Sản, ai nói điều tốt cho kẻ địch là phản động. Đối với tù nhân là cán bộ, du kích miền Nam, tuy không được hưởng quy chế tù binh, có thể bị đánh đập ngay khi vừa bị bắt để tra vấn. Nhưng một khi đã chuyển vào nhà giam, nếu không có hành vi phá rối, cũng được đối xử rất nhân đạo.

Phần 13: Án Cải Tạo!

Đúng là ở Xuân Phước không thấy ngày về :

Đến đây thì ở lại đây,
Đến khi bén rễ xanh cây, chửa về.

Vài vị linh mục trong nhóm Vinh Sơn, ra toà nhận án 5 năm. Thời gian trôi qua, hết hạn 5 năm, chờ hoài không thấy kêu lên làm thủ tục trả tự do, các vị mới hỏi và được trả lời:

- *Tội các anh lớn lắm, đáng ra phải ra toà nhận thêm án, nhưng cách mạng khoan hồng chuyển qua tập trung cải tạo, khi nào xét thấy tiến bộ sẽ cho về.*

Thế đấy, cái luật pháp xã hội chủ nghĩa là thế đấy. Trên một tờ báo Nhân Dân (năm 1983, không nhớ ngày), khi trả lời một câu hỏi về sự khác nhau giữa án tù và tập trung cải tạo, chúng đã giải thích rằng: "Án tập trung cải tạo dành cho những tội mà xét ra chưa đáng phải cho ra toà," (có nghĩa là nhẹ lắm?), chúng liệt kê một số tội như "Làm gián điệp, âm mưu chống đối, lũng đoạn kinh tế..." (giải thích thế này thì có trời mà hiểu!). Một thanh niên tên là Nguyễn Văn Phước, bị bắt tháng 5-1975 vì tội ngủ qua đêm trong nhà người quen, khi công an đến xét hộ khẩu không có tên. Chú bị án tập trung cải tạo 3 năm, mãi cho đến năm 1985 mới được tha về. Những thanh niên tù hình sự miền Bắc khi vào tù cải tạo đều gây thêm án giết người để được ra toà lãnh án 5, 10 năm để còn hy vọng có ngày về hơn là chịu án tập trung cải tạo.

Xã hội chủ nghĩa không có luật pháp. Cộng Sản Trung hoa cướp lục địa năm 1949, mãi đến năm 1972 mới có bộ hình luật. Cộng Sản Việt Nam nắm quyền từ năm 1945, đến 1982 mới cho ra đời bản dự thảo hình luật. Khi chưa có luật, chúng lên tiếng chỉ trích rằng luật pháp là công cụ của bọn tư bản để áp chế nhân dân. Khi sắp có luật, cũng cái mồm nham nhở của chúng lên án quan thầy cũ là Trung cộng (khi đó là kẻ thù không đội trời chung) đã xử oan ức cho hàng triệu người vì không có luật trong hàng chục năm dài, trong đó hàng trăm ngàn người bị giết oan! Lật lọng, léo mép vốn là bản chất của Cộng Sản.

Trong những năm đầu thập niên 80, một số cán bộ sau khi ở trong Nam lâu ngày, tiếp xúc được với dân Nam đã phần nào có cái nhìn khác đối với chúng tôi. Họ cảm phục chúng tôi về trình độ, tư cách nên cư xử mềm mỏng hơn. Có cán bộ như anh Ngà, anh Hoa chẳng bao giờ để cho chúng tôi làm việc quá sức. Các anh hàng ngày chạy ngược chạy xuôi kiếm cho chúng tôi giỏ khoai lang, nồi rau muống. Họ muốn trò chuyện và học hỏi nơi chúng tôi. Cán bộ Lương, trong lúc nói chuyện quá trớn, tôi đề cập đến vấn đề giai cấp; anh đã chép miệng thở dài: "giai cấp nghèo khổ vẫn muôn đời nghèo khổ, chỉ có giai cấp lãnh đạo là sướng thôi."

Một chuyện đáng nói về một người mà đa số anh em đã quá dè chừng và nghi ngờ. Cựu trung tá Việt cộng Huỳnh Cự, sau khi ra hồi chánh với chế độ cộng hoà, đã được cử làm phụ tá bộ Chiêu hồi. Anh ở tù cùng trại, cùng nhà với tôi. Oái oăm thay, tên Thân Như Yên, trưởng trại, trước đây là thuộc cấp của Cự. Một hôm nhân đứng gần, tôi nghe tên Yên nói với anh Cự:

- *Từ ngày anh ra theo giặc, bọn chúng tôi khốn đốn vì anh...*

Câu nói này như một bản án nặng nề đè lên cuộc sống tù vô vọng của Cự. Chúng nó cho anh làm đội trưởng, nhà trưởng vì đoán rằng anh sẽ ra sức lập công - tội anh là tội chết mà. Anh chỉ tích cực trong lao động, và những mặt nổi, như sinh hoạt, học tập. Còn báo cáo thầm kín thì không có ai biết được. Lúc mới quen anh, tôi ưa nói chuyện và ít khi cảnh giác. Có lần tôi nói về Hồ chí Minh nhiều điều. Anh khẽ nói vào tai tôi:

- *Cẩn thận cái miệng, cái mồm; nói gì khác thì cũng còn đường sống, chứ đụng vào lãnh tụ, chúng nó đập chết.*

Tôi điếng người, mấy tuần lễ như ngồi trên lửa, chờ chúng gọi ra làm việc. Nhưng thời gian qua khá lâu không thấy gì xảy ra. Tôi biết anh Cự cũng thâm thù Cộng Sản, và anh không khi nào hại người cùng chiến tuyến mà anh đã lựa chọn. Anh hiểu Cộng Sản, nên biết chọn cho mình cách cư xử đúng mực nhất để sống qua ngày.

Sáu năm ở trại tù Xuân Phước, thấy anh em lần lượt ra về. Đó là nhờ các phong trào đấu tranh của các hội đoàn, các chính phủ bên trời Tây. Tôi tập cho mình quên đi ngày tháng, thờ ơ với việc đi, ở, hay về. Ba năm sau cùng tôi không tỏ ra mặt chống đối bên ngoài hung hăng như trước nữa, và cũng chẳng thấy nôn nóng mỗi khi sắp đến ngày có đợt tha tù. Qua thư nhà, tôi biết mẹ tôi nhờ chiếc tủ lạnh, hàng ngày bán nước đá cho bà con lối xóm; vợ tôi thì bán gạo đong từng lít vớt vát qua ngày. Con cái thì lớn dần trong sự ngược đãi. Có ưu tư về gia đình cũng chẳng giúp giải quyết được gì. Bao nhiêu bà vợ, vì vô vọng, vì hoàn cảnh cần nơi nương tựa đã đành gạt lệ sang ngang. Tôi còn hạnh phúc biết có người vợ vẫn ngày đêm ngóng chồng; như mẹ tôi thủa xa xưa, một lòng thờ chồng nuôi con khôn lớn. So với cảnh tù không án phạt, cái án tử hình e nhẹ nhàng thơ thới hơn nhiều; vì chết một lần thôi là xong nợ đời. Tù cải tạo cứ dai dẳng nhìn gia đình tan vỡ, nhìn thân xác tiêu hao, ý chí bị bào mòn, đau đớn lắm.

Nói sao cho hết bao đau thương cùng cực mà Cộng Sản đã đổ lên cuộc sống chúng ta. Bao gia đình vĩnh viễn không còn thấy mặt người thân mà khi ra đi còn hẹn sẽ về sau mười lăm ngày cải tạo! Thân phụ tôi bị Việt Minh (tiền thân của Việt Cộng) bắt đi năm 1948 khi tôi vừa lên hai. Người bị đưa ra Thanh hoá, giam ở trại Lý Bá Sơ cho đến 1954 được thả ra theo quy định của Hiệp định Geneve. Nhưng người không về được đến nhà. Cộng Sản đã tổ chức đón đường thủ tiêu ngay tại Vinh những người Quốc gia mà họ e sợ về sau này. Sống trong trại tù của những năm cuối thế kỷ 20 đã khắc nghiệt như thế, thực lòng tôi không thể hình dung nổi cái dã man và cùng cực mà các cụ phải trải qua trong trại Lý Bá Sơ, Đầm Đùn ba mươi năm trước đó. Nếu có một địa ngục như lời các tôn giáo thường răn đe, thì chắc hẳn địa ngục đó cũng không sánh được với cái địa ngục mà Cộng Sản đã dành cho người quốc gia và những ai không theo họ.

Mỗi năm trôi qua, tâm hồn chai lì thêm một tí. Vì chẳng hy vọng ngày về, nên dại gì mà lo lắng, ưu tư. Cứ coi như vô vi, sáng chui ra, chiều chui vào cái chuồng chật ních nhốt hàng trăm người, đủ thứ bệnh truyền nhiễm. Ơn trời cho ai nấy sống, cũng ơn trời kêu ai nấy dạ. Có nghe tin đồn sẽ có đợt về ngày Tết, lòng tôi cũng trơ đi, không mảy may suy nghĩ đến. Cho đến ngày Tết 1985, nghe đến tên mình, ngồi giữa hội trường, tôi cũng chẳng vui, chẳng thấy mừng, lạ thật!

Đối với tôi, ra khỏi trại Xuân Phước chẳng qua là một sự di chuyển từ nhà tù nhỏ đến một nhà tù lớn hơn mà thôi. Nhưng được một điều là ở cái nhà tù lớn này, chúng tôi được gần gũi với gia đình để cùng nhau chia xẻ những ngày còn lại trong sự ngược đãi và hận thù.

Nguyễn Tuân, trong cuốn **"Hà Nội Ta Đánh Mỹ Giỏi"** kể lể chi tiết về khẩu phần ăn ngày Tết của Hà Nội dành cho tù binh Hoa Kỳ. Với cái bánh chưng, vài miếng thịt, ông đã dành nguyên một phần mười cuốn sách để ca ngợi lòng nhân đạo của bọn Cộng Sản khi cho tù ăn uống như thế. Tội nghiệp cho cái xã hội bần cùng, miếng cơm không ra gì cũng trở thành một thứ ân sủng quý báu và được nêu ra như một hành vi cao cả!

Giờ đây, hơn hai mươi năm sau ngày ra tù, gần mười tám năm trên miền đất tự do, hưởng thụ đủ thứ ngon vật lạ, hưởng thụ đủ thứ tự do, làm người với đầy đủ ý nghĩa, tôi vẫn lấy làm lạ sao con người có thể phải chịu đựng phi lý sự đối xử tàn tệ, dã man. Càng thương hơn, thông cảm sâu sắc với những nỗi bất hạnh của bạn bè, chiến hữu và đồng bào còn kẹt ở nơi tận cùng địa ngục đó.

Ngày nay đây, hỡi các bạn từng chia xẻ niềm đau thương tủi nhục trong vòng lao lý; hỡi những ai đang sống trong phồn hoa, sung mãn, quý vị nhân danh nhân quyền, tự do, xin hãy hướng lòng về những đồng chí, những đồng bào đang quần quại trong các ngục tù Cộng Sản vì sự nghiệp đấu tranh cho dân chủ, dân sinh, xin hãy làm một điều gì đó, dù nhỏ nhặt đến đâu, ngõ hầu rút ngắn lại các chế độ phi nhân, giải phóng con người, trả lại cho họ quyền sống xứng đáng lúc cả nhân loại đã bước vào thế kỷ 21 tràn đầy hạnh phúc, thịnh vượng.

Một Chuyến Thăm Anh

(Kính tặng các chị, vợ tù nhân chính trị Việt Nam)

Lắc lư trên chiếc xe đò nêm chật người đã hơn hai tiếng đồng hồ, Thoa cố nhướng mắt chống lại cơn buồn ngủ vì đã gần như thức trắng mấy đêm nay. Con đường từ Vũng Tàu, Sài Gòn ra Ngã Ba Chí Thạnh chỉ vài trăm cây số nhưng phải mất hai ngày mới tới. Một phần do đường sau chiến tranh đã bị tàn phá nặng nề mà không sửa chữa; phần do cái phương tiện thổ tả là chiếc xe đò già nua, chạy bằng than đá cứ khục khặc như những cụ già ho suyễn đêm mùa đông. Khổ tâm nhất là số lượng hành khách nhồi nhét trên xe còn hơn cá mòi sắp trong hộp Sumaco, cộng với nạn cắp trộm xảy ra ngay trên xe làm hành khách cứ phải cố tỉnh táo, khư khư ôm hành lý vào lòng, từng phút canh chừng người đồng hành bên cạnh, người đồng hành phía sau.

Từ khi nhận được thư của chồng báo tin trại cho phép thăm nuôi, cùng với một "đơn đặt hàng" hơn nửa trang giấy, Thoa vừa mừng vừa lo. Mừng vì sau hơn hai năm không được gặp chồng vì anh cứ bị trại biệt giam và trừng phạt cúp thăm nuôi, nay sắp có dịp được gặp lại nhau, dù chỉ trong vòng nửa giờ ngắn ngủi. Xa đến đâu, gian nan đến đâu, nàng cũng không ngại ngùng để đi đến tận nơi thăm viếng người chồng đang bị đày đọa trong cái địa ngục mang mỹ danh "Trại Cải Tạo Xuân Phước".

Mừng chưa trọn, thì nỗi lo lại kéo đến. Từ gần cả chục năm nay, sau ngày bọn Cộng Sản vào chiếm miền Nam bắt các anh vào trại tù; thì các chị cũng hứng chịu vô vàn khốn đốn. Trước hết là mất sinh kế. Chỉ có lác đác vài chị trong nghề giáo thì còn được tạm lưu dụng với đồng lương kém cỏi và bị theo dõi hà hiếp ngày đêm. Làm vợ một quân nhân rày đây mai đó, Thoa chẳng thể nào có một việc làm nhất định dù có đủ bằng chuyên môn. Ngày trước, lo cho một mẹ chồng và bốn đứa con, cả gia đình chỉ trông cậy vào đồng lương của anh và nguồn thu nhập ít ỏi từ hai bàn bi da đặt trước nhà. Nay Việt Cộng vào, ai còn vui vẻ mà chơi nữa. Lớp trai tráng thì phần đi vào tù, phần nào không dính chế độ cũ thì đi thanh niên xung phong. Nhiều gia đình phải bị buộc rời thành phố để đi xây dựng khu kinh tế mới mà thực chất là một sự lưu đày để trả thù đối với thành phần thị dân khá giả, cũng như để công khai cưỡng chiếm nhà cửa tài sản họ.

Rồi qua hai lần đổi tiền mà dân miền Nam coi như mất trắng.

Rồi qua những chiến dịch đánh từ tư sản xuống đến tiểu thương để dọn đường cho cái gọi là cải cách thương nghiệp xã hội chủ nghĩa.

Cả gia đình sáu miệng ăn của Thoa chỉ còn trông cậy vào tài xoay chuyển của nàng. Khi thì mua mớ cá lén lút đem lên Sài Gòn bán; khi thì nửa đêm cùng đứa con trai lớn mới 6. 7 tuổi ra tận bãi Dâu, chở ì ạch trên chiếc xe đạp những thứ cá vụn đem về làm mắm bán cho bà con lối xóm. Có khi phải lặn lội xuống tận miền Tây mua chục ký gạo đem về kiếm chút lời. Một thiếu nữ xinh tươi mơn mởn ngày nào của xứ Hoa Anh Đào nay chỉ còn lại hình dạng tồi tàn, ốm o đen đúa của một "con buôn chui nhủi". Nàng phải học bao mánh mung thủ đoạn để qua mặt bọn đao phủ thuế vụ dày đặc trên những chặng đường. Nàng phải quen với lối ngủ bờ ngủ bụi vất vả trăm bề để bảo vệ miếng ăn nghèo nàn cho mẹ già và đàn con thơ.

Vì thế, khi nhận lá thư của chồng, khô khan đầy những câu đúng bài bản rập khuôn cải tạo - lại kèm theo bản kê khai những thứ nhu yếu phẩm mà anh đã đắn đo rất nhiều mới viết ra, nàng bồi hồi và lo lắng. Lấy đâu ra tiền để vừa chi phí cho chuyến đi xa hàng trăm cây số từ Vũng Tàu ra tận miền Trung và mua những thức ăn, đồ dùng cần thiết cho người chồng tù tội.

Biết hoàn cảnh của gia đình bên ngoài, đa số tù nhân chính trị đều rất khổ tâm khi phải xin vợ con. Trong tù, hàng năm dài với những bữa ăn không đủ với khoai mì và nước muối - thậm chí có khi không có muối để ăn- thì cái gì cũng thèm cả. Người tù đã phải ăn bất cứ con vật nào kể cả côn trùng, bò sát nào vô phúc lọt vào tầm tay của các anh. Các anh cũng chẳng chừa loại cỏ nào, miễn là nhét cho đầy cái bao tử luôn luôn trống rỗng. Trừ một số ít mà gia đình còn khá giả hay có thân nhân từ ngoại quốc gửi về tiếp tế, thì đa số chỉ dám xin vài ký cơm khô, ít cá khô hay sang hơn là mắm ruốc xào sả ớt. Đường tán thì rất cần vì cơ thể không thể thiếu nó. Vật dụng cần thiết thì cái khăn mặt, bánh xà phòng, bàn chải răng... Thư xin quà của Đức cũng đơn giản thế thôi nhưng anh vẫn thấy áy náy vô cùng.

Nhưng chớ nghĩ rằng nó đơn giản đối với những gia đình bên ngoài đang lo vật lộn với cuộc sống. Người tù, khi có dịp lén lút gửi lá thư về nhà, có thể không ngại gì mà không thành tâm bộc lộ hết những hoàn cảnh của mình. Nhưng trái lại, ít thấy trường hợp mà những bà mẹ, những người vợ dám kể ra nỗi cơ cực của họ. Họ âm thầm chịu đựng và giữ im lặng để cho người đang khổ nạn trong bao lớp hàng rào kẽm gai kia còn ấp ủ chút hy vọng mà sống sót trở về. Kể lể đau thương ra phỏng có giải quyết được gì? Họa chăng chỉ làm cho người tù trong kia thêm quẫn trí mà có những hành vi có hại cho bản thân. Đã có nhiều trường hợp còn đau thương hơn sự nghèo đói về vật chất. Có những bà vợ không chịu nổi khó khăn, đã nén lòng mà bỏ con cái sang ngang, có khi với chính bọn thù. Có những người cha, mẹ già đã quá mỏi mòn chờ tin con mà ra đi về bên kia thế giới trong uất hận cô đơn. Có lẽ sức chịu đựng của những người tù khó vượt qua những cơn mất mát đau thương này dù họ còn nhiều dũng cảm và nghị lực để đứng vững trước tra tấn, hành nhục của quân thù.

Suốt cả tuần lễ trước ngày đi, Thoa phải vất vả lắm mới xin xong giấy phép đi đường. Chạy từ khóm, lên phường rồi lên huyện; nơi đâu cũng chỉ thấy những đôi mắt cú vọ, gầm gừ và những lời khi thì mỉa mai, khi thì giáo điều. Nào là : động viên chồng lao động tốt, học tập tốt, động viên; cách mạng khoan hồng… Nàng cứ già mù sa mưa vâng vâng dạ dạ để được việc.

Bà Hai, mẹ chồng, thì đã nấu những nồi cơm đem sấy khô và mua mắm ruốc về xào với sả thêm chút thịt bằm. Biết con đói thèm, bà cũng rán gói thêm vài cặp bánh chưng. Nhờ chiếc tủ lạnh cũ, mẹ làm nước đá bán cho bà con lối xóm dành dụm cả năm trời để chờ dịp bới xách cho đứa con trai độc nhất của mình. Đã có rất nhiều thời điểm mẹ và con dâu, cháu phải ăn bo bo, khoai lang sùng. Có khi cả nhà đi nhặt rau sam, rau dệu mọc ven đường để ăn. Lòng người mẹ, người vợ là thế đó. Nó còn bao la hơn cái đại dương mà người ta thường ví von trong những câu thơ, bài hát.

Xế chiều, sau khi qua chiếc cầu Đà Rằng dài nhất nước và chạy thêm chừng vài cây số, xe đã đến ngả ba Chí Thạnh, nơi các bà vợ tù Xuân Phước sẽ đón xe làm để vào tận Đồng Xuân. Thoa xuống xe, khệ nệ xách hai tay hai xách túi quà nặng trĩu lê lết qua bên vệ đường để tìm xe lam đi tiếp. May thay, còn một chuyến xe chót. Cùng đi trên xe đó có hai chị cũng đi thăm chồng nên họ nhập bọn với nhau dễ dàng và cởi mở. Chị Sơn, vợ anh Phạm Hoàng Duyên trước đây là sĩ quan Cảnh

Sát, cũng đi từ Vũng Tàu nên tỏ vẻ thân thiện và giúp đỡ nhất. Chị hướng dẫn từng chút làm thế nào để tránh bị cướp giật, móc túi; chị nhắc thức ăn gì có thể qua được sự khám xét của trại, thứ nào có thể nấu ngay tại nhà thăm nuôi, thứ nào để tù có thể cất dành ăn lâu, vân vân và vân vân. Chị đi thăm nhiều lần nên rành lắm.

Xe lam chạy chậm trên con đường đất đi vào quận Đồng Xuân và đỗ tại ga Xuân Phước. Từ đây, hai bên đường đã có rải rác nhà dân vừa mới xây dựng trở lại. Những căn nhà tranh vách đất ba gian nho nhỏ như những chiếc bánh ú. Dân tình xứ này chán lắm. Họ toàn là dân từng theo và sống trong vùng chiến khu của Việt Cộng nên được bố trí ở quanh trại tù như để tạo thêm một vòng đai ngăn tù. Họ được hứa hẹn một số gạo thưởng nếu báo cáo hay bắt được tù trốn trại. Như thế, cộng với một vòng núi bao quanh, trại A-20 Xuân Phước được xem là kiên cố và là nơi mà con kiến cũng khó lọt ra ngoài được.

May chỉ mang ít quà, nên Thoa cũng lết vào cổng trại A theo kịp các bà bạn. Họ trình giấy tờ cho một anh công an có bộ mặt non choẹt nhưng cố làm ra mình là quan trọng.

- Chị này thăm Phạm Hoàng Duyên ở phân trại E thì chờ đây. Chị kia thăm Võ Văn Đức thì đi vào phân trại B.
- Trại B là ở đâu anh?
- Chị phải gọi tôi nà cán bộ, không được gọi anh.
- Vậy thì ở đâu cán bộ?
- Ra ngoài kia, đi rẽ sang tay trái theo con đường xe bò chừng hai ki nô mét.
- Giờ này tối rồi làm sao mà đi thêm được. Cán bộ cho ở lại tạm chờ sáng mai được không?

- Được nàm thao mà được. Ai cho chị ở đây! Đi đi.

Nhìn ra bên ngoài, trời đã tối sầm lại. Ngoài ngọn đèn mù mờ trong cái chòi tiếp thân nhân này, chỉ còn bóng đêm đầy đe dọa. Thoa rùng mình nghĩ đến khoảng đường bất trắc còn lại. Biết không thể năn nỉ được những anh cán bộ vô cảm này, nàng lặng lẽ quay bước. Hai tay đã mỏi đừ vẫn phải cố nâng hai túi quà giờ này như đã nặng thêm lên.

Con đường vào phân trại B đi qua xuyên rừng. Hai bên đường là những lùm cây rậm có vẻ rình rập. Bóng đêm và thú dữ, rắn rết thiếu gì. Trong lòng nàng đã thấy chột dạ, chỉ muốn ngồi bệt xuống gần nơi cổng trại E rồi ra sao thì ra, để chờ trời sáng; một phần tình thương nhớ chồng thôi thúc giúp nàng tăng thêm sức mạnh và lòng can đảm. Nàng vừa đi vừa lâm râm cầu nguyện. Nhớ những ngày đi thăm chồng trong vùng hành quân, súng đạn bom mình cũng nguy hiểm vô vàn nàng còn vượt qua được kia mà. Thỉnh thoảng, nàng lại nghĩ về các con ở nhà. May mà không đem chúng theo; nhưng dù sao có chúng, cũng đỡ cho mình cô đơn.

Đường thì vẫn thấy xa hun hút. Đi mò mẫm trong gần một tiếng mà tưởng chừng như càng đi vào hoang dã. Những ánh sao trên trời cho chút ánh sáng mờ mờ để còn thấy lối đi. Qua những khoảng đường có cây cao, thì phải nói là hoàn toàn tối tăm.

Thoa phải thỉnh thoảng đứng lại đặt hai túi xách xuống mà thở dốc. Hai cánh tay đã mỏi nhừ, không còn sức để nâng. Sau cùng, nàng nghĩ ra một cách, tuy chậm, nhưng đỡ vất vả. Thoa để một túi xách bên đường, dùng cả hai tay ôm túi còn lại. Đi khoảng hai chục mét, để xuống và quay trở lại bê túi xách kia. Cứ thế, nàng đi tới đi lui như một con kiến tha mồi. Bỗng, vụt một cái. Một bóng người từ đâu đó nhảy xổ ra. Thoa hoảng hốt giật nẩy mình và cảm nhận sự hiểm nguy của một thân đàn bà giữa chốn rừng hoang vắng. Nàng dụt túi xách xuống và dợm bỏ chạy. Nhưng cái bóng người đó đã chắn ngay trước mặt. Từ khuôn mặt không thấy được, thốt ra một câu hỏi rất hiền hoà:

- Chị đi thăm ai mà khuya khoắt thế này? Không sợ sao?

Vẫn chưa hoàn hồn, nhưng cảm thấy tạm an tâm, Thoa đáp:

- Tôi đi thăm chồng ở trại E, họ chỉ vào trại B. Đã tối mà họ không cho ở tạm để chờ sáng.
- Chị thăm anh nào thế? Tên gì?
- Tên Đức, Võ Văn Đức, ở đội 7.
- Ôi dà, anh Đức thì ai mà không biết. Em là tù hình sự đi tự giác, giờ này mới về trại. Để em mang phụ chị hai túi xách. Chị cứ đi theo em, không sao đâu.

Nghe đến đây, Thoa thấy càng yên tâm. Hai người vừa đi vừa trò chuyện. Long, người tù hình sự kể cho Thoa nghe những chuyện về Đức.

- Anh ấy lì lắm chị. Cán bộ quản giáo trực trại gì cũng phải né anh. Tội nghiệp, anh cứ vào cùm liên tục. Chống đối mà! Trại họ đâu có tha. Em hồi đó cũng đi lính, "giải phóng" vào em theo bạn bè đi cướp bị bắt xử 15 năm. Ở được 7 năm rồi, chờ giảm án.
- Chú về rồi làm gì mà sống?
- Chưa biết, chị. Chắc phải vượt biên thôi. Chớ không khéo lại vào tù.

Cho đến khi hai cẳng chân đã rả rời, Thoa mới thấy vài ánh đèn từ trại hắt ra.

- Tới rồi đó. Chị đi vào căn nhà bên trái mà trình giấy. Ngày mai anh mới ra được. Chị mượn nồi mà nấu nướng. Tụi em có chất củi sẵn gần bếp cho mấy gia đình thăm nuôi.

Thoa ngỏ lời cám ơn và lấy ra một cặp bánh chưng biếu cho Long. Nhưng Long không nhận

- Chị để dành cho anh ấy. Tụi em đi tự giác kiếm ăn được thoải mái, thịt cá gì không thiếu.

Thoa cảm động thầm nhủ: "Chú ấy là lính cũ hèn chi tốt đến thế."

Trong căn nhà tranh nhỏ dựng đơn sơ chếch phía ngoài cổng trại, đã có hai gia đình đang lui cui nấu nướng thức ăn. Vài em bé bồn chồn đứng chờ bên mẹ. Thoa chờ chừng khoảng 10 phút thì thấy có một anh công an lùn từ trong dãy nhà trại đi ra. Anh ta tự xưng là cán bộ giáo dục. Với một giọng xách mé, anh ta hất hàm hỏi:

- Thăm ai? Đội mấy?
- Dạ, chồng tôi là Võ Văn Đức, Đội 7.
- Chị chờ đây. để tôi vào xem lại hồ sơ.

Lại chờ. Một bà đã lớn tuổi đến bên nhỏ nhẹ nói:

- Em kiếm một chỗ cất đồ và dọn dẹp nghỉ lưng đi. Em ở đâu tới? Đường xa chắc mệt lắm.

Anh cán bộ giáo dục đã quay trở lại, lần này thêm một anh khác trông còn hách dịch hơn. Anh này dáng cao, ốm, có cái miệng chu ra như mõm chuột chù.

- Tôi báo cho chị biết, anh Đức vi phạm nội quy nhiều lần, chây lười lao động, có thái độ chống đối. Chúng tôi cúp thăm nuôi một kỳ này. Khi nào anh Đức tiến bộ, chúng tôi sẽ cho gặp gia đình.

- Mấy cán bộ thông cảm, tôi có giấy báo của trại. Đi từ trong Nam ra mất cả hai ngày trời. Xin cho tôi gặp chồng tôi năm mười phút cũng được.

- Nói không là không. Chị phải viết thư giáo dục anh ấy thực tâm cải tạo thì mới hưởng lượng khoan hồng của đảng và nhà nước cho về sum họp.

- Tôi van cán bộ. Đã hai năm nay không được thăm gặp anh ấy…

- Chị đừng van nài vô ích. Trại đã có chính sách. Đánh kẻ chạy đi chứ không đánh người trở lại. Những người như anh Đức lẽ ra là bắn bỏ, nhưng trại tạo điều kiện cho cải tạo. Thời gian nhanh chậm là do anh ấy. Chị phải động viên anh ấy.

- Thì cán bộ có cho tôi được gặp một vài phút, tôi mới động viên được chứ.

- Chị này lý sự nhỉ! Thôi ở đây tạm rồi ngày mai đi về. Không cho là không cho.

- Đã không cho thăm thì sao lại cho gửi giấy báo? Làm mất bao nhiêu công sức người ta.

Hai anh cán bộ lườm Thoa một phát sắc như dao rồi lạnh lùng bỏ đi.

Ngồi thụp xuống chiếc giường tre, Thoa bật lên khóc nức nở. Bao nhiêu công sức lặn lội đường xa ra thăm chồng mà không được gặp mặt. Đã có ít lắm hai lần khi anh còn ở trại Hàm Tân, nàng cũng nghe những lời cảnh cáo răn đe về anh. Nhưng họ còn cho gặp gỡ năm mười phút để trao chút quà và vội vàng nói lời thương nhớ ủi an. Tủi thân, nàng lại đâm ra trách chồng. Đi cải tạo sao không chịu an phận qua ngày như mọi người. Cứng đầu cứng cổ làm chi cho khổ thân mình, khổ lây vợ con. Cứ thế biết ngày nào về anh ơi!

Thoa lại khóc. Vợ chồng chỉ cách nhau không hơn trăm mét, qua hai lớp hàng rào và một cái hào sâu kia thôi, mà chẳng được thấy nhau. Giờ này chắc anh đã ngủ, có biết vợ anh đang ngồi thổn thức ở đây không? Hai giỏ quà mang cả tình thương gia đình cho anh họ cũng không cho gửi vào. Biết bao giờ mới lại được gặp nhau đây?

Mấy bà thăm nuôi kéo đến vỗ về an ủi. Chị Huệ, vợ anh Huỳnh Văn Bá Vạn cùng từ Vũng Tàu ra - nhanh trí đưa ra đề nghị.

♦ Cuối Tầng Địa Ngục

- Thế này chị Thoa. Ngày mai chị đưa giỏ qua cho em, em nhờ anh Vạn đem vào cho anh Đức. Chị có muốn nhắn gì thì nhắn miệng. Em cố giúp cho.

- Cám ơn chị. Chỉ nhờ anh Vạn nói với anh ấy biết là có em ra thăm. Anh ấy đừng cương quá, chỉ hại thân mình không về được với vợ con. Đã gần mười năm tù tội rồi. Ai cấp nhỏ như anh cũng đã về từ lâu.

- Thôi rán chịu vậy. Không năn nỉ chúng nó được đâu. Em biết cái thằng cán bộ cao cao đó. Nó là thằng Hùng. Nó ác lắm và hỗn nữa.

Phía bên trong những hàng rào tre nhọn chơm chởm, tiếng kẻng báo giờ đã vang lên nghe rợn người. Có lẽ đó là lúc tù nhân phải đi ngủ. Vài tiếng lên đạn rắng rắc của mấy vệ binh trên chòi làm cho Thoa chợt thấy sợ hãi bâng quơ. Nàng để nguyên cả áo quần đang mặc, nằm dài xuống quay mặt vào vách mà suy nghĩ mông lung. Nàng thầm nguyện sao cho đêm nay, được mơ thấy anh và anh cũng nằm mơ thấy nàng để ít ra họ còn gặp nhau trong giấc mộng.

Bên kia, các bà cũng đã thu dọn xong và lục tục đi ngủ. Một cây đèn dầu leo lét đặt ngay trên chiếc bàn giữa nhà.

Thoa buông một tiếng thở dài sườn sượt. Đêm nay sẽ rất dài, dài chừng vô tận. Tiếng côn trùng ngân nga trong đêm rừng tịch mịch như ru thêm điệu buồn ai oán trong lòng người vợ tù nhân.

(Khởi sự viết từ năm 1992, sửa chữa và thêm thắt nhiều trong 20 năm qua).

Chương 5 : Phụ Lục 1
Những bài viết liên quan đến trại tù

Ai Giết Cha Tôi?
Thương tiếc một anh hùng:
cố Đại Úy Quách Dược Thanh, Cựu Sinh Viên Sĩ Quan Đại Học Chiến Tranh Chính Trị, Đà Lạt.

Chịu đựng được bao đày ải trong tù đã là hay. Nhưng ngẩng đầu đứng thẳng trước đe dọa của gông cùm, họng súng thì thật xứng là anh hùng. Đất nước chúng ta đã sản sinh và quân đội đã đào tạo không ít những anh hùng. Đó là hàng trăm ngàn thanh niên đã lên đường tình nguyện tòng quân chiến đấu ngăn quân thù Cộng Sản xâm lược miền Nam. Đó là hàng vạn những chiến binh quyết chiến đấu bảo vệ từng tấc đất quê hương mà chiến trường Trị Thiên, Cổ thành Quảng Trị, Kontum, Bình Long vẫn còn lưu dấu tích. Đó là những Lê Văn Hưng, Lê Nguyên Vỹ, Trần Văn Hai, Nguyễn Khoa Nam, Hồ Ngọc Cẩn và nhiều nữa, đã chọn cái chết phút cuối cuộc chiến để bảo toàn khí tiết. Và còn nhiều, rất nhiều gương bất khuất đấu tranh trong trại tù để bảo vệ chính nghĩa và lý tưởng của mình. Nhiều người đã bị Cộng Sản sát hại một cách hèn hạ trong xà lim, bắn chết tại hàng rào trại hay bên ven rừng chỉ vì không thể làm cho họ khuất phục. Những con đại bàng dù gãy cánh sa cơ, vẫn không để lẫn mình trong đám gà vịt.

Quách Dược Thanh là một trong những tấm gương bất khuất đó.

Năm 1966, khi trường Đại học Chiến Tranh Chính Trị tuyển mộ sinh viên cho khoá đầu tiên, Quách

Dược Thanh bỏ nghề giáo của mình, từ giã Rạch Giá, miền đồng bằng sông Cửu để thi và trúng tuyển vào trường. Là một trong những sinh viên sĩ quan lớn tuổi nhất trong khoá, Quách Dược Thanh được anh em mến trọng và đặt cho biệt danh là Quách Già. Thanh có một kiến thức sâu rộng về nhiều lãnh vực, có tài ăn nói, hùng biện, có sức thuyết phục cao. Đặc biệt giọng nói rất trầm và mạnh. Vì thế anh được chọn làm xướng ngôn viên trong các buổi lễ của trường. Đêm gắn alpha hay đêm truy điệu của lễ mãn khoá, Thanh là người đã đọc bản văn tế truy điệu. Đêm Đà Lạt lạnh lẽo, không gian uy nghi trầm lắng, tiếng anh vọng lên giữa những ánh đuốc chập chùng làm ai nấy "rợn người" và cảm động tột độ vì như cảm thấy anh hồn của bao chiến sĩ được gọi về, đang lẩn quẩn đâu đây để chứng kiến lời thề của mấy trăm người tân sĩ quan mà mai đây sẽ tiếp tục đem xương máu tô thắm màu cờ. Ngoài ra Thanh có rất nhiều tài năng: Anh là một đấu thủ bóng bàn xuất sắc. Anh cùng với Nguyễn Mạnh Vỹ đã đoạt chức vô địch bóng bàn đôi nam do thị xã Đà Lạt tổ chức. Anh còn là một tay billard lão luyện, không ai qua mặt nổi. Về văn nghệ, Thanh rất có tài đóng kịch nhất là hài kịch.

  Thanh đã được giữ lại trường làm việc tại Quân huấn vụ để dạy dỗ các khóa đàn cm. Với kinh nghiệm những năm đi dạy trước khi nhập ngũ, anh đã trở thành một trong những giảng viên xuất sắc của trường.

  Sau khi mất miền Nam, anh không đi trình diện nên bị Cộng Sản vũ trang đến nhà bắt đưa vào trại cải tạo Chi Lăng thuộc vùng 4 chiến thuật. Trại nằm bên đường đi vào Mộc Hoá, Cai Lậy, sau khi qua cầu Phước Mỹ Tây. Nơi đây, giam giữ gần 3000 cựu quân nhân từ cấp chuẩn úy cho đến cấp Đại tá. Theo anh Nguyễn Văn Tiến (Pháo binh Sư đoàn 7 BB), là người ở chung trại tù trong thời gian đó, thì trong trại, còn có cựu Đại tá

Nguyễn Đức Xích (Tỉnh trưởng Gia Định thời cố Tổng Thống Ngô Đình Diệm), và linh mục Hoàng Đình Khang, cùng với Quách Dược Thanh là những người bất khuất nhất. Trong hoàn cảnh cực kỳ đói khát, đày đoạ, các anh đã luôn chứng tỏ tinh thần bất khuất trước những kẻ thù thấp kém. Vì thế, các anh luôn bị theo dõi, đe dọa. Bọn cai tù xem các anh là những cái gai cần loại trừ và tìm dịp để hành động.

Trong những cuộc sinh hoạt học tập về đề tài chính trị, họ luôn dùng lý luận bẻ gãy mọi luận điệu tuyên truyền dối trá của bọn quản giáo. Trước mặt hàng trăm người tù cải tạo, đó là một điều xấu hổ, nhục nhã cho bọn cai tù dù chúng có toàn quyền sinh sát. Vào khoảng tháng 10 năm 1979, tên Ba Minh, cán bộ giáo dục Liên trại 2 (được di chuyển về Vườn Đào khi có sự đe doạ của quân Khmer Đỏ) ngầm ra lệnh cho Thanh bỏ tài liệu vào tư trang của cựu Đại tá Xích để hãm hại ông. Quách Dược Thanh từ chối. Ngay sau khi Đại tá Xích bị giam conex và bị đưa ra hàng rào trại bắn chết hai tháng sau đó với tội danh là mưu trốn trại. Thanh biết sẽ đến lượt mình nên tương kế tựu kế, anh viết một thư tuyệt mệnh đề tên Ba Minh là người nhận, trong đó Thanh ngỏ ý nhờ Ba Minh săn sóc giùm gia đình. Khi bọn lính đến bắt Thanh biệt giam sau đó đưa vào trong conex, chúng lục soát tư trang và đem trình lá thư cho tên chính ủy liên trại là Trần Thâu[26]. Ba Minh liền bị hạ tầng và thuyên chuyển đi nơi khác. Trần Thâu tập hợp toàn trại, tuyên bố rằng Quách Dược Thanh là phần tử cực kỳ phản động, nguy hiểm, đã âm mưu chia rẽ nội bộ của chúng. Sau mười lăm ngày nhốt trong conex không cho

---

[26] Tên Ba Thâu này hiện đã về hưu, sinh sống ở Kiên Giang

ăn uống, một buổi tối giữa tháng 12, 1979, khoảng 9 giờ, tên tham mưu trưởng liên trại (cấp đại úy VC, quê ở Vĩnh Bình)) mở cửa conex dùng tay xiết cổ Thanh cho đến chết. Sự việc này diễn ra không xa nhà giam giữ các anh em tù cải tạo. Theo một nhân chúng, anh Hoàng Trang (viết trên báo Văn Nghệ Tiền Phong số 354, trang 44), những ngày cuối cùng của đời anh, Quách Dược Thanh đã đấm cửa Conex kêu gào xin nước uống vì quá khát. Nhưng chẳng có ai dám cho, vì conex thì khoá kín và để cạnh vọng lính gác và nhà của bọn lính Vệ binh Cộng Sản. Anh Hoàng Trang cho biết là đêm chúng giết anh, tất cả tù nhân đều nghe tiếng vẫy vùng của anh, nhưng ai cũng tưởng là anh vì quá khát mà lăn lóc la hét thôi. Xác anh sau đó bị vùi nông bên ven đường. Bọn Cộng Sản tàn nhẫn đến độ san bằng đất, không cho đắp lên một nấm mộ[27]. Lúc đó anh vừa 37 tuổi, cách đây hai mươi mốt năm, để lại vợ và bốn con, mà hai cháu lớn nhất sanh đôi lúc đó mới 8 tuổi.

Vì gia đình cố dấu chuyện đau thương về cái chết tàn khốc của anh, nên hai mươi lăm năm sau, các con của anh - nay đã trưởng thành, có gia đình - mới bắt đầu tìm kiếm, góp nhặt những chi tiết về anh để được biết rõ hơn về người cha anh hùng và bạc phước của mình. Không nên trách các cháu trễ tràng vì trên đất Mỹ rộng lớn này, khó lòng cho các cháu toại nguyện nhanh chóng điều mong ước của mình.

Cháu Quách Giao Châu, qua trang web của tôi, đã gửi email thăm dò và thổ lộ tâm tình của một người con gái mất cha trong một hoàn cảnh cực kỳ đau thương. Cháu đã cho phép tôi chọn và chuyển dịch cũng như

---

[27] Người em trai của anh Thanh đã tìm được mộ và cải táng.

nhuận sắc 3 lá thư của cháu để gửi gắm đến các cha chú và bạn bè thế hệ hai như một chứng tích về tội ác của Cộng Sản Việt Nam đối với các thế hệ sau, như lời cháu đã viết trong thư : *"It is not the loss of lives through fighting, but the true casualty is far more reaching. The war didn't stop with the loss of South Vietnam. It didn't stop with the loss of my father. The loss extends to me, my siblings, my father's family, my cousins, my children, my children's children. The loss is immeasurable. That is the true cost of war."*

(Chiến tranh không chỉ đem lại cái chết của những người lính tại trận tiền, mà còn là những thiệt hại sâu xa hơn. Miền Nam mất, nhưng chiến tranh vẫn còn chưa dừng lại. Chiến tranh không chấm dứt với cái chết của cha cháu, nó còn kéo dài trong đời sống của cháu, của anh chị em cháu, gia đình, bà con, và cả thế hệ sau. Sự mất mát này là vô bờ bến. Nó mới chính là cái giá thực sự của chiến tranh)

19 tháng 10 năm 2005

Who Killed My Father?
How Captain Quach Duoc Thanh Was Murdered In Communist Concentration Camp

By Michael Do

We name heroes those who are capable to survive years being imprisoned, tortured, and starved in the hand of the enemies. It is not rare when people are brave enough to stand upright and speak the truth even if it probably leads to their death. Those are our superheroes whose names we would never forget.

Right after the Vietnam War ended in April 1975, dozens of high ranking officers chose the death rather than to surrender to the enemies in defending their moral integrity. Generals Le Van Hung, Le Nguyen Vy, Nguyen Khoa Nam, Pham Van Phu, Tran Van Hai, Ho Ngoc Can, to name a few. In the so-called re-education camps throughout the country, we have learned numerous cases that our fellow detainees stood up against the Communist cadres for the righteousness without fear of being killed. As a result, many were isolated in the darkness and murdered mercilessly.

The death of Captain Quach Duoc Thanh is one of such cases.

In 1966, the Republic of Vietnam Armed Forces' Polwar College recruited cadets for its first class who after 30 months would be commissioned as political officers at army company level. The young Quach Duoc Thanh quitted his teaching job at his hometown Rach Gia to begin new military career at the Polwar College. Of 168 officer candidates, Thanh was one of the oldest. He was given the nick name "Quach Gia" (The old Thanh). Thanh had a broad knowledge on every subject. His warm voice was so convincing made him the Master of Ceremony of all events during the years in college. He won the Dalat city championship in table tennis (dual with Cadet Nguyen Manh Vy.) He was very good in Chinese chess, pool table, and acting in comedy.

After graduation, 2nd Lieutenant Thanh was assigned to the Political Education Department of the college where his background and skills would later earn him the full admiration of the cadets of the following classes.

Thanh was arrested at home by two armed Viet Cong months after the fall of South Vietnam. He was sent to Chi Lang camp in the former 4th military tactical region. On the eve of the invasion threat of the Khmer Rouge, the prisoners were moved to a new camp Vuon Dao,. The camp was built close to the road that leads to Moc Hoa, Cai Lay District. There were about 3000 South Vietnamese soldiers ranking from CWO's to Colonels. Among them the most steadfast were Colonel Nguyen Duc Xich (Gia Dinh Province Chief under the late President Ngo Dinh Diem), the venerable Hoang Dinh Khang of Catholic church, and Captain Quach Duoc Thanh. Despite of starvation, torture, they always showed the courage and steadfastness in the face of the enemy. To the camp authorities, they became the obstacle to be annihilated.

In October 1979, Ba Minh, the camp Communist party political commissar, accused Colonel Nguyen Duc Xich of being agent left behind by the American CIA and locked him in an old US army container. One day, as the guards escorted Colonel Xich to go out the barbed wire perimeter, they shot him from the back and told the prisoners that Xich was attempting to escape. Thanh could not avoid the same destiny. They put him in the container in 15 days without food and drink. At about 9 o'clock one night in December 1979, a VC captain unlocked the container and found Thanh was still alive. He then beat and suffocated Thanh to death. The event occurred not far from the barracks where prisoners were sleeping. Many years have passed, but Vuon Dao camp ex-detainees still recall the story with horror. Thanh died at age 37, survived by his wife and four children.

Ms. Quach Giao Chau, Thanh's eldest child was 8 when visited her father the last time just months before the murder. She had unsuccessfully searched for more information on her father for 25 years until recently found my website and hoped that I could help her to collect such info.

Thanks to my classmates and other ex-detainees from camp Chi Lang, I could provide Giao Chau with enough details on how her father had lived and died. I also have her permission to make the letters public for the next generation to learn how their fathers have endured the ordeal in the Communist prisons.

Bạn Ơi, Xin Đừng Quên Mình Là Người Tị Nạn Chính Trị

Những điều cần nói thẳng với nhau, dù sẽ rất đau lòng

Hàng chục ngàn đồng bào thuyền nhân đã và đang bị đưa ngược về Việt Nam, nơi họ trước đây đã từng bị ngược đãi và đối xử bạo tàn bởi nhóm cầm quyền Cộng Sản. Trong lịch sử thế giới, chưa có giai đoạn nào mà có hàng triệu triệu con người phải ngậm ngùi lìa bỏ quê hương ra đi tìm đất sống như thời đại chúng ta, sau khi ngụy quyền Cộng Sản được thiết lập tại Nga Sô Viết, Trung Hoa, Việt Nam, Cu Ba, và các nước Đông Âu. Mà nào phải ra đi dễ dàng đâu. Đem cả tài sản, sinh mạng và hạnh phúc mong manh để thoát khỏi móng vuốt của bạo quyền. Phải chịu bị đập đầu thả trên biển khơi; phải chịu nhìn vợ con mình bị luân phiên hãm hiếp bởi bọn hải tặc, phải ngậm ngùi biết tin vợ con bị đem bán cho các nhà thổ ở Thái Lan. Hàng chục ngàn (hay hàng trăm ngàn đây, chỉ có trời biết!) đã vĩnh viễn không bao giờ thấy được bến bờ tự do, mà phải gửi thân trong bụng cá. Hàng trăm ngàn khác chen chúc trong các căn nhà tồi tàn gọi là trại tạm cư, tị nạn. Hàng chục năm sống như những người tù trên mảnh đất tự do mà không một mảy may hy vọng được đi định cư. Hàng chục ngàn em bé không biết đến tuổi thơ, không biết đến học đường, vui chơi hồn nhiên, mà phải hàng ngày chứng kiến cuộc sống chật hẹp, giành giựt và thảm trạng trong trại tị nạn. Người ra đi chịu cảnh đau đớn của kẻ ra đi, người không thoát được lại bị Cộng Sản đem nhốt vào các trại tù, may ra có vài lượng vàng thì mới chạy thoát ra được, thế là lại hoàn tay trắng, và vô phương làm lại cuộc đời.

Trong hàng chục ngàn người thuyền hân còn lại tại các trại tị nạn Đông nam Á, biết bao cảnh áp bức bóc lột lại xảy ra cho họ. Khi mà sự quyết định cho mỗi trường hợp sau cơn thanh lọc nằm trong tay bọn chức quyền sở tại vô lương. Lại tham nhũng, lại yêu sách xác thịt. Các cô gái thơ ngây đã phải hiến mình cho bọn Thái Lan, Nam Dương, Mã Lai để được sống yên ổn, hay may ra được chọn cho đi định cư.

Lòng nhân từ của nhân loại rồi cũng đến lúc cạn dần, người ta không còn chịu đựng được hàng chục năm cưu mang những người tị nạn Việt nam nữa. Người ta tìm cách giải quyết để trả về Việt nam những người mà qua thanh lọc bị đánh giá là ra đi tìm sinh kế chứ không phải thuộc loại tị nạn chính trị. Làm như những nhà hoạt động xã hội không biết gì về kinh tế xã hội. Làm như họ không hiểu gì về lý thuyết Mác xít Lê nin. Họ tách rời tị nạn chính trị và kinh tế ra làm hai phạm trù biệt lập với nhau. Chúng ta đồng ý rằng trong hàng trăm ngàn thuyền nhân, có đa số ra đi để tìm phương sống ấm no, hạnh phúc. Điều đó cũng hợp lý thôi. Vì làm người ai không mưu cầu một cuộc sống đầy đủ, xứng đáng với khả năng và giá trị thực của mình. Một cuộc sống như thế không thể nào có được trong xã hội Cộng Sản, khi mà mọi quyền làm người bị tước đoạt, khi mà mọi sinh hoạt từ nhỏ cho đến lớn trong mọi lãnh vực đều nằm trong tay một tập thể nhỏ là đảng viên Cộng Sản. Không phải chỉ có Cộng Sản chủ trương kinh tế đi liền với chính trị, mà thực tế bất cứ trong xã hội nào cũng thế, chính trị tốt thì kinh tế mới vững theo. Con người có quyền chính trị mới phát huy được quyền về kinh tế. Vậy thì, tị nạn chính trị hay tị nạn kinh tế cũng đều là hệ quả của một sự kiện, cũng đều có những động cơ chính đáng như nhau.

Những người Việt hải ngoại đã làm việc hết lòng can thiệp cho thuyền nhân. Bản thân những thuyền nhân cũng đã làm hết sức mình: tranh đấu, tự thiêu, tuyệt thực, bạo loạn như mới đây đã xảy ra tại trại Whitehead, Hồng Kông. Thế nhưng đều vô vọng, vì không có quốc gia nào chịu tiếp nhận, mà các nước có trại tị nạn thì cần phải giải quyết cho xong. Chúng ta ngậm ngùi thay cho họ. Biết bao cuốn truyện đã ra đời, nói lên thực trạng đau lòng của xã hội Việt Nam, tả thực những cảnh bạo tàn áp bức trong trại tù, nêu lên những tấm cho những người phải trở về. Chúng ta cầu nguyện cho những ai đã hy sinh. Và chúng ta chỉ còn một con đường, một con đường duy nhất để giúp họ, và giúp cả đồng bào Việt Nam đang quằn quại trong chế độ Cộng Sản.

Đó là đẩy mạnh đấu tranh cho một nền dân chủ, tự do trên quê hương Việt Nam, xóa bỏ chế độ độc tài thối nát dù Cộng Sản hay sau này che đậy dưới hình thức khác.

Có ai trong anh em cựu quân nhân VNCH trước đây khi còn ở trong trại tù, hay khi đã ra khỏi nhà tù nhỏ, về sống trong sự kìm kẹp của nhà tù lớn, mà không ao ước được thoát ra đi để làm một điều gì đó cho quê hương. Biết bao anh em ta đã thầm bảo nhau là dù đến đất khách có làm nghề quét đường cũng còn sướng hơn sống trong chế độ Cộng Sản. Mục đích của ra đi là tìm tự do cho bản thân, tìm lẽ sống cho gia đình, tìm tương lai cho con cháu. Mục đích của ra đi là làm chứng nhân cho một chế độ phi nhân, là góp phần vào công cuộc cứu nước. Đố có ai nói ra đi là vì cơm áo! Đố có ai nói ra đi là làm giàu và hưởng thụ.

Chương trình Định Cư Cựu Tù Nhân Chính Trị đã đến kịp thời, cứu vớt gần như toàn bộ anh em từng bị tù đày nhiều năm, có nhiều cay đắng với Cộng Sản, và anh em đã tự hào ra đi với danh xưng tị nạn chính trị. Các anh đã đến Hoa Kỳ trong một tinh thần phấn chấn, hăm hở trong những năm đầu. Nhiều anh dù lớn tuổi, sức yếu đã bắt tay vào hoạt động; đã tham gia hội đoàn, đã viết ra hàng trăm cuốn sách về đời sống lao tù, nêu gương anh hùng, dũng cảm của đồng bào, chiến sĩ chống lại bạo quyền. Những hội đoàn Cựu Quân Nhân, Cựu Tù Nhân Chính Trị... đã mạnh mẽ hẳn lên, góp một phần không nhỏ vào sinh hoạt địa phương, làm nòng cốt cho mọi hoạt động chống cộng mà bọn Cộng Sản phải khiếp sợ, không dám bén mảng.

Thế nhưng, một số anh em đã dần dần vong thân. Dần dần trở nên quá nặng vì cơm áo, đua đòi trong cuộc sống vật chất của xã hội tư bản. Một số anh em quay lưng với công tác chung.. Không một ai dám lấy một tư cách gì để trách cứ các anh được, vì quyền sống như thế nào, là quyền bất khả xâm phạm của các anh trong chế độ hoàn toàn tự do này. Đó là quyền thiêng liêng tối thượng được ghi rõ trong hiến pháp. Các anh có toàn quyền mưu cầu cuộc sống thật đầy đủ, hạnh phúc, không có luật nào bắt các anh phải nghĩ đến người khác, phải hy sinh cho hạnh phúc kẻ khác. Không có luật nào bắt các anh phải giữ đúng những điều các anh đã từng tâm niệm trước khi ra đi. Chỉ có một thứ luật tiềm ẩn trong lương tâm mỗi người mà thôi.

Chúng tôi đã biết có trường hợp người vượt biên, bị cưỡng hiếp, đến được đất tự do là viết truyện, viết báo để vạch trần những tàn bạo của Cộng Sản. Nhưng sau một thời gian làm nên giàu có, sau khi Hoa kỳ bỏ cấm vận đã đi đi về về Việt Nam tính chuyện đầu tư, nhập cảng. Chúng tôi cũng biết có vài anh có thân nhân gần gủi bị Cộng Sản giết, nhưng cũng ham tiền mà làm tay sai cho Cộng Sản. Cũng như bao tai to mặt lớn của thời Cộng Hoà đâm ra đần độn, đòi hoà hợp, hoà giải với Cộng Sản. Tha thứ là một đức tính, chẳng ai muốn lưu giữ hận thù, vì nó chỉ làm cho cuộc sống trở nên nặng nề. Nhưng đừng quên rằng kẻ thù vẫn còn mạnh và còn xảo quyệt. Những tháng dài trong căn nhà tù hôi hám, những ngày lao động khổ sai dưới ánh nắng gay gắt miền trung Xuân Phước, hay cơn lạnh cắt da trại Nam Hà, những lời mạ nhục hỗn hào của bọn cai tù thất học. Xin đừng quên, đừng bao giờ quên.

Thử làm một phép tính đơn giản để thấy chế độ Cộng Sản đã sống sót 30 năm qua nhờ ai. Trước 1975, tiền viện trợ của Hoa Kỳ dành cho Việt Nam Cộng Hoà mỗi năm khoảng 1.5 tỷ đô la; vừa trang bị súng đạn, chiến cụ, vừa trả lương cho quân nhân viên chức, vừa phát triển kinh tế, điều hành hàng trăm chương trình bình định xây dựng... Khi Cộng Sản suy sụp về kinh tế, đã vuốt ve người Việt hải ngoại, từ chửi bới là bọn Việt gian phản động chuyển qua nịnh bợ là Việt kiều yêu nước, chúng đã móc được của hơn triệu đồng bào hải ngoại từ ba đến 6 tỷ dollars mỗi năm (dự tính năm 2007 là 9 tỷ đô la kiều hối được chuyển về Việt Nam). Với số tiền khổng lồ này, chúng đã thoi thóp sống để tiếp tục đàn áp nhân dân. Nhiều người Việt vừa mới ra đi tị nạn, vượt biên một vài năm đã quay trở về thăm quê hương, không những chỉ đem tiền đóng góp cho Cộng Sản, mà còn vô tình làm phương tiện cho Cộng Sản tuyên truyền về chế độ cởi mở của chúng. Sự việc này khác nào đóng lại cánh cửa dành cho những người Việt khác đang muốn đi tìm tự do.

Đã bao nhiêu năm qua làm việc hội, chúng tôi thấy các anh xa dần, quan điểm một vài anh đã có thay đổi. Một lần, chúng tôi đi tham dự cuộc họp mặt thường niên của một hội gồm những anh em CQN trẻ thuộc một nghành nòng cốt của Quân lực, nghe các anh biểu quyết với đa số rằng các anh chỉ muốn duy trì hội để gặp mặt tương thân mà thôi, không muốn cho hội tham gia vào các sinh hoạt chính trị khác. Chúng tôi thấy buồn vô cùng, vì đang mong tìm được người đi cùng đường, hoá ra chỉ gặp những người ngồi cùng bàn. Chúng ta đã đến lúc mệt mỏi không muốn đi mà chỉ muốn ngồi rồi ư? Các hội đoàn Cựu Quân Nhân các nơi với chỉ một vài anh trong Ban Chấp hành đã đem hết tâm huyết ra phục vụ, từ công tác tương trợ, thông tin, sinh hoạt. Anh em đã bỏ ra những giờ quý báu thay vì săn sóc gia đình, an hưởng một chút sau những ngày làm việc nhọc mệt, thậm chí có anh đã bỏ cả giờ làm việc kiếm tiền để chu toàn công tác hội. Tại Austin, những năm trong chương trình tạm gọi là H.O., có đến hàng trăm gia đình mới đến. Gần như BCH hội chưa bỏ sót ai mà không có chút quan tâm săn sóc giúp đỡ trong thời gian ban đầu và ngay cả về sau mỗi khi họ gặp đau yếu, khó khăn. Sự giúp đỡ tuy các anh thấy nhỏ nhoi, nhưng thực sự đem cộng lại sẽ thấy là cả một điều to tát mà chỉ có những người thực sự có một lý tưởng mới làm được. Hội không phải muốn nêu ra để kể ơn, nhưng quả thực là có anh đã hiểu sai lạc về công việc chúng tôi. Hoặc có anh tưởng chúng tôi cũng như các hội từ thiện có ngân sách tài trợ, có hưởng lương để chỉ làm công việc này thôi. Thử tưởng tượng những đêm mùa đông lạnh cóng, những thành viên trong BCH hội đã phải ra phi trường ngồi chờ hàng giờ để đón một gia đình, có khi máy bay đến trễ, có khi phi vụ bị hoãn lại một đêm. Đưa đón xong về đến nhà đã nửa đêm, chỉ còn ngủ dăm ba tiếng là dậy đi làm việc. Có anh làm ca đêm 12 tiếng, sáng ra thay vì về ngủ một giấc cho lại sức, đã phải đi đưa một gia đình đi khám bệnh, thường phải ngồi vừa làm thông dịch, vừa chờ đợi cho đến trưa. Anh Lê Việt Hùng bỏ lỡ hàng chục ngày làm việc phụ trội thứ bảy để lo hướng dẫn lớp học Điện tử. Khi còn chủ trương tờ báo Lửa Việt, Anh Nguyễn Văn Nhàn bỏ ra mỗi tháng ít ra là 3 ngày tròn để lo đi đưa báo, thu tiền. Bản thân chúng tôi, từ khi bắt đầu lay out, viết bài, in bài, lo gửi invoice, mail báo..., mất hoàn toàn giờ nghỉ ngơi cuối ngày, cuối tuần. Dù cho tờ báo làm để kiếm tiền bỏ túi, thì cũng chẳng xứng công chút nào. Phương chi số tiền thu nhập là hoàn toàn chi dùng cho công tác xã hội và sinh hoạt hội. Bù lại, hội trông mong điều gì ở các anh? Chắc chắn không phải là tình cảm cá nhân với cá nhân, không phải sự biết ơn đối với một cá nhân nào, mà là sự đóng góp hợp tác vì mục đích chung, sự có mặt thường xuyên để nói lên sức mạnh đoàn kết quốc gia.

Khi mà bang giao với Hoa kỳ mở đường cho Việt cộng chính thức đi vào xứ sở tự do để hoạt động, thì sức mạnh của hội đoàn Quốc gia cần được củng cố. Như một vũng đất trũng, nếu ta không đổ nước của ta vào được, thì kẻ thù sẽ đổ nước của chúng vào. Hội đoàn Quốc gia mạnh là yếu tố cho sự ngăn chặn hoạt động của Cộng Sản. Mà hội có mạnh là do sự góp mặt của các anh. Các anh khác với quần chúng trong sinh hoạt chính trị. Vì quần chúng thì không có ý thức mà cần được hướng dẫn, lôi kéo. Các anh cũng như chúng tôi, đều có ý thức ngang nhau, cùng đều chia sẻ những đau thương, hận thù, cùng đều là nòng cốt để hướng dẫn sinh hoạt quần chúng. Nếu sinh hoạt hội không linh động, hấp dẫn, đó là sự hạn chế không thể khắc phục khi những người làm việc hội chỉ là những người tình nguyện, bỏ thì giờ riêng ra làm, dù có muôn ngàn sáng kiến cũng bó tay vì thiếu tài chánh, thiếu thì giờ và phương tiện. Mỗi năm hội chỉ có vài ba lần sinh hoạt lớn có ý nghĩa quan trọng, nâng cao uy tín trong địa phương, các anh không nhín chút thì giờ vui chơi để đến sao? Có anh trách chúng tôi đã không gửi thư mời, xin thưa chỉ năm ngoái đây hàng trăm thư mời gửi đi, có ít lắm 20 thư bị gửi trả lại vì khôngcó người nhận; thư mời đăng trên báo, gọi điện thoại đến nhiều anh, nhưng rút cục nghe trả lời rằng các anh bận, hay mệt không đi được. Buồn thay, những nơi tổ chức Karaoke, khiêu vũ thì có hàng trăm người đến, dù phải đi cả hàng trăm dặm. Chúng tôi đã suy nghĩ rất kỹ khi phải nói lên thực trạng đau lòng này, đưa ra công khai trên báo. Trong lúc vận động quyên tiền ủng hộ Nguyễn Chí Thiện, đã có một anh hỏi ngược lại: "ai giúp tôi mà tôi giúp ông Nguyễn Chí Thiện?" Cũng lúc vận động họp mặt để cám ơn các cơ quan thiện nguyện địa phương từng giúp đỡ anh em HO trong những ngày tháng đầu tiên mới định cư, có người nói: "Họ làm việc ăn lương thì việc gì phải cám ơn trọng thể." Tôi không dám tin rằng có những người thốt ra những câu nói như vậy. Quan hệ xã hội là một mối tương giao ân nghĩa. Người bán hàng cám ơn khách bỏ đồng tiền ra mua sắm, mang lại lợi nhuận cho anh ta; thì ngược lại người khách cũng cám ơn người bán đã cung cấp dịch vụ, nhu cầu cho mình. Trong chế độ Cộng Sản, dù bị đàn áp, bóc lột, thậm chí trong nhà tù khổ sai, chúng ta vẫn bị bắt buộc hàng ngày lên tiếng nhớ ơn bác và đảng. Chính quyền chúng ta chưa hề kể ơn với công dân, nhưng thực ra đã làm rất nhiều cho người dân của mình. Tôi còn nhớ có nhà trí thức nọ đã nói: "Tôi ơn gì với xã hội, tôi đỗ đạt là do chăm học, tôi đi làm mới kiếm được đồng lương chứ xã hội cho tôi cái gì?"

Không, chúng tôi cố không tin rằng anh thực tâm nói ra điều vô ý thức như thế. Trong trường hợp chúng ta, nếu không có những người góp sức vào cuộc vận động và những hội đoàn tranh đấu, thì ngày nay chúng ta và gia đình còn lầm lũi nhọc nhằn bên kia bờ Thái Bình Dương. Chúng ta còn còng lưng đạp xe xích lô trên đường đầy ổ gà để nhận đồng tiền không đủ ăn sáng. Chúng ta còn nhọc nhằn trên cánh đồng một khu kinh tế mới nào đó. Nếu không có các cơ quan thiện nguyện bỏ tiền ra cho mượn để mua vé máy bay, chúng tôi tin chắc rằng không tới vài phần trăm là có thể chạy vạy lo được phương tiện mà đi. Nếu không có các cơ quan địa phương, chúng ta như người mù, người câm trong cái xã hội hoàn toàn xa lạ này, lấy đâu mà có nơi ăn, chốn ở, có công việc làm kiếm được đủ qua ngày chờ vươn lên.

Sống trong xã hội, là đã phải chịu ơn xã hội. Đó là đạo lý làm người mà thế hệ chúng ta đã từng được dạy dỗ khi còn thơ. Bưng chén cơm lên miệng ăn, chúng ta được dạy phải nhớ ơn người nông dân chân lấm tay bùn dãi dầu mưa nắng trên các mảnh ruộng khô. Ngày nay, ở trong những căn nhà đầy đủ tiện nghi, đi xe trên những xa lộ êm ái, lẽ nào ta lại vô ơn đối với những thế hệ đã đóng góp, xây dựng từ bao năm nay. Nhớ lại trong chế độ Cộng Sản, chúng bắt ta vào tù, đầy đọa hàng bao năm dài, ly tán gia đình, bạc đãi vợ con ta, mà chúng ta vẫn phải hàng ngày nói ra hay viết lên giấy những câu nhớ ơn cách mạng... Trong khi dưới chế độ Cộng hoà, bao nhiêu người học hành đỗ đạt nhờ phương tiện và tài khoản quốc gia, ít người thấy rằng đó là cái ơn sâu phải đền đáp. Nghịch lý là ở đó. Mỉa mai là ở đó.

Ngày nay, tại Hoa Kỳ, chúng ta đã chứng kiến đến 80 phần trăm anh em HO thành công, mua nhà mới, mua xe mới, con cái học hành thành đạt. Chúng tôi tin rằng đại đa số các anh vẫn ghi khắc trong lòng chút thâm tình đối với những người đã đến với mình hgay trong giây phút đầu tiên.

    Chúng tôi tin rằng chỉ có một số rất nhỏ quan tâm về cơm áo và hưởng thụ còn đại đa số vẫn nuôi trong lòng một lý tưởng để làm gì cho quê hương.

    Xin đừng để những năm tháng lao tù trở thành vô nghĩa. Xin đừng để những điều mà bạn bè chiến hữu, đồng bào còn ở lại gửi gắm nơi ta trở nên mỉa mai. Xin đừng để những người ngoại quốc nhìn chúng ta và nói: "đây cũng chỉ là những người tị nạn kinh tế mà thôi."

Đài Truyền Hình NEWS 8 Austin giới thiệu Đỗ Văn Phúc nhân ngày Quốc Hận 30 tháng 4, 2005

Nhan đề: Cựu Chiến Binh Việt Nam Kể Lại Những Chuyện Khủng Khiếp Trong Trại Tù - Vietnamese war veteran recounts horrors of prison

By: Bob Robuck

The University of Texas Vietnamese Student Association observed the 30th anniversary of the fall of Saigon on Saturday with a banquet and vigil called Black April.

The fall marks the day the United States pulled out of Vietnam, ending the war.

The event's keynote speaker was a Vietnamese war veteran who witnessed many atrocities during the war.

Michael Do spent nine years in the Vietnamese military forces, and even though the horror of the war still lingers in his memory, it's what happened afterward that forever changed his life.

"One month after April 30th, they broadcast on radio and television for all the officers to go to a, they called a school, to learn, to study the new policy. But actually it was a prison," Do said.

At age 28, after serving nine years in the infantry and air force and having seen and done so many things, Do was made a prisoner. And what was supposed to be a 10-day re-education turned into 10 years of torture and starvation.

"We had only two spoons of rice a day and nothing else but salt water for a whole year. There were only three times we had a little piece of meat, no vegetables, and that's all we had for the whole year. And we survived by catching whatever moved," he said.

Life became so excrutiating, and Do worried about his family so much, that he did the only thing he could do to survive. He tried to forget.

"The family, the wife, your mother, your children, get rid of them from your mind. Think nothing about them, because if you think, you can't even help them," Do said.

Finally, 10 years later and after enduring so much, Do was finally released. But he still wasn't free. "They still watched my every movement," he added.

In 1990, Do brought his entire family to the United States. It was his first taste of freedom - and of a new

life. "It's like from the hell to the heaven. When I stepped on the US soil on May 9, 1990, I felt reborn. I got a new life," he said.

Since moving to the States, Do has worked for the CIA counter-terrorism program, received his Bachelor's degree in engineering and a Master's in management.

http://www.news8austin.com/content/your_news/?SecID=278&ArID=136376

Đài Phát Thanh Việt Nam Hải Ngoại
Phỏng vấn Nhà Văn Đỗ Văn Phúc

LC: *Tác giả Đỗ Văn Phúc đã có bài đăng trên Mạch Sống số 66 và 67. Sắp tới đây, ông sẽ xuất bản cuốn hồi ký trong tù có tựa đề "* **Cuối Tầng Địa Ngục"** *Quyển sách này sẽ có lời giới thiệu của Ts Nguyễn Đình Thắng (Chủ Nhiệm nguyệt san Mạch Sống), nhiều nhận xét khích lệ của các văn hữu, bạn tù, và độc giả khác, cũng như của Hoàng Lan Chi phóng viên Sóng Thần (VA) và Đài Phát Thanh Việt Nam Hải Ngoại. Trước khi mời ông ĐVP, chúng tôi xin tóm tắt về tiểu sử của ông.*
Đỗ Văn Phúc sinh năm 1946 tại Quảng Trị, tốt nghiệp khoá 1 Đại học Chiến Tranh Chính Trị Đà Lạt. Ông phục vụ tại Sư đoàn 5 Bộ binh và Sư Đoàn 2 Không quân. Giải ngũ năm 1974 vì bệnh Thyroid. Sau 1975, ông đã bị giam cầm 10 năm qua các trại tù Long Khánh, Suối Máu, Hàm Tân và Xuân Phước. Ông đến Hoa Kỳ năm 1990 trong chương trình HO-1, từ đó đến nay, ông tích cực hoạt động chính trị bằng các bài chính luận sắc bén và các buổi diễn thuyết cho nhiều đối tượng, đặc biệt là với thanh niên và sinh viên. Ông hiện là Chủ tịch Hội Chiến sĩ VNCH tại Austin, Ủy viên Điều hành tại Hải Ngoại của Hội Tù Nhân Chính trị Tôn Giáo VN, hội viên sáng lập Hội Các Nhà Văn VN Lưu Vong. Ông hiện cộng tác với hàng chục tờ báo tại Hoa Kỳ, Canada, và Úc Đại Lợi.

Bây giờ xin quý vị theo dõi buổi phỏng vấn của Hoàng Lan Chi với tác giả Đỗ Văn Phúc. Xin chào ông ĐVP

ĐP: Xin kính chào quý thính giả Đài Phát Thanh Việt Nam Hải Ngoại, chào chị Hoàng Lan Chi

LC: Thưa ông, Ông sắp ra mắt "Cuối Tầng Địa Ngục" coi như một tập hồi ký về những năm tháng tù đày. Xin ông cho biết sách được thai nghén từ bao giờ, dày bao trang, và có những gì đặc biệt vì như ông biết, loại sách này được viết khá nhiều?

ĐP: Khi mới đến Hoa Kỳ, tôi đã bắt đầu viết vài bài về trại tù Xuân Phước A-20. Mục đích là để luôn luôn nhắc nhở những gì mà bọn Cộng Sản phi nhân đã làm đối với anh em quân nhân VNCH. Sách gồm 5 chương. Bốn chương đầu về bốn trại tù : Long Khánh, Suối Máu, Hàm Tân, và Xuân Phước. Độ dài ngắn mỗi chương là do thời gian ở tù của tôi tại mỗi trại. Cuốn sách phải là một chứng tích trung thực và tương đối đầy đủ về một giai đoạn đau thương của những quân cán chính VNCH. Về tình cảnh anh em trong tù, tôi cố gắng nêu lên những khắc khoải, lo âu, nhưng vẫn luôn giữ được tinh thần, ý chí. Tôi muốn cuốn sách là một bản hùng ca nói lên tinh thần bất khuất của anh em chúng ta dù sống trong vô vọng, đói khát, bị đe doạ, khủng bố từng giờ, vừa là bản bi ca về những tấm gương sáng chói của những anh em tuẫn tiết trong tù và tình cảm gia đình dạt dào trong tâm tư người tù cũng như người thân bên ngoài xã hội. Dù tôi không có khả năng để viết một tác phẩm xuất sắc, thì ít nhất, tôi cũng để lại cho thế hệ sau biết rằng cha anh của các em đã sống và chiến đấu anh hùng như thế nào để chống chọi lại hoàn cảnh khắc nghiệt và kẻ thù gian ác trong các trại tập trung mà mức độ tàn bạo không thua kém các trại tập trung của Đức Quốc Xã. Ngoài ra, qua cuốn sách, tôi muốn gửi một thông điệp cho những chế độ phi nhân biết rằng, **không bạo lực nào có thể dập tắt được ý chí quyết sống của con người.**

Tôi muốn cuốn sách ra mắt sớm, vì có hàng ngàn anh em các trại đó hiện còn sống và đang cư trú tại Hoa Kỳ, sẽ đánh giá cho tính trung thực của cuốn hồi ký. Như ký giả Vũ Ánh, hiện là Chủ bút Nhật báo Người Việt ở Cali, nhà văn Nguyễn Chí Thiệp hiện ở Houston, nhà văn Trần Yên Hòa ở California, nhà văn Duy Lam, nhạc sĩ Vũ Đức Nghiêm....

Khi các phân đoạn được đăng trên trang KBC Hải Ngoại, Cánh Thép, Vietland, Việt Báo, Viễn Đông, Ánh Dương, Đối Thoại vân vân. Chỉ trong vòng chưa tới một tháng, đã có hàng ngàn người đọc. Các bài đăng trên Saigongate đều có số lượng độc giả cao gần cả ngàn người mỗi bài. Trên trang Thư Viện Việt Nam, chỉ trong một tuần, đã có hơn 2500 lượt độc giả. Có rất nhiều độc giả đã gửi thư khích lệ, tán thưởng.

Sách dày 260 trang, bìa do họa sĩ Hoàng Việt (nhóm Vietland) vẽ.

ĐP: Chiến tranh Việt Nam dai dẳng và khốc liệt nhất từ sau Thế Chiến thứ 2. Chế độ lao tù của Cộng Sản Việt Nam cũng dã man nhất trong các chế độ lao tù trên thế giới. Thế nhưng đã có một Papillon của Henri Charrière, Quần Đảo Ngục Tù của Aleksandr I. Solzhenitsyn, mà chưa có cuốn sách nào có tầm cỡ của Việt Nam để diễn tả đầy đủ nỗi cơ cực đọa đày trong lao tù Cộng Sản. Sau khi vài bài viết về trại tù A-20 được đăng trên báo và trên web, nhiều vị đã gửi email và điện thoại khuyến khích tôi viết trọn bộ hồi ký kể từ ngày đầu cho đến ngày ra trại. Ngoài ra, tôi đang nỗ lực viết bằng Anh Ngữ cuốn hồi ký này cho độc giả ngoại quốc và các em Việt Nam không đọc được tiếng Việt.

LC: Người ta gọi trại Xuân Phước là trại trừng giới, xin ông giải thích?

ĐP: Theo tâm lý thông thường, ai ở trại nào, cũng đều cho trại tù của mình là kinh hoàng nhất. Mỗi trại tù có một đường lối, chế độ khác nhau. Nhưng phải nói trại A-20 Xuân Phước, hay A-30 cùng ở Phú Yên là hai trại trừng giới của miền Nam. Đó là nơi giam giữ thành phần tù quân chính mà Cộng Sản cho là bất trị hoặc đám hình sự bị án chung thân, tử hình. Trại tù này đã được nhà văn Nguyễn Chí Thiệp viết đến trong cuốn "**Trại Kiên Giam**", nhà văn Phạm Trần Anh viết trong cuốn **Đoạn Trường Bất Khuất**. Về mặt dã man tàn bạo, thì trại A-20 có lẽ thua xa các trại Kà Tum, Vườn Đào, Đầm Đùn và nhiều trại cực Nam... Những nơi đó, họ giết người như nghoé. Bọn Việt Cộng Miền Nam man rợ và hiếu sát, đầy thú tính. coi mạng người như cỏ rác. Nhưng ngược lại, Trại A-20 thì sự khủng bố tinh vi hơn. Đó là đúc kết kinh nghiệm coi tù của mấy chục năm Cộng Sản tại miền Bắc, cộng với bản chất man trá, đểu cáng của bọn Công an Cộng Sản gốc Thanh Nghệ Tĩnh. Chúng nó không giết mình ngay, mà cho chết dần mòn vừa về thể xác vừa về ý chí. Thế mới độc

LC: Vâng, hy vọng với những sự kiện xác thực, nhân chứng rõ ràng và cách hành văn mạch lạc, lôi cuốn sẽ khiến CTĐN sẽ được đón nhận nồng nhiệt. Xin cho biết, muốn mua sách thì liên lạc thế nào, và giá sách bao nhiêu?

ĐP: Sách sẽ được bán tại các nhà sách ở các thành phố lớn, giá bán 15 dollars (cộng 3 dollars cước phí bưu điện, nếu ở xa). Hoặc liên lạc email về cuoitangdianguc@yahoo.com

LC: Bây giờ, xin phép đi sâu vào cá nhân một chút, ông sinh trưởng ở Quảng Trị, vùng đất địa linh nhân kiệt này đã ảnh hưởng thế nào đến ông?

ĐP: Không rõ chị Hoàng Lan Chi muốn nói đến ảnh hưởng về cá tính hay về sự nghiệp. Quý vị cũng biết rằng các vùng đất Quảng ở hai phía Bắc và Nam của xứ Huế thơ mộng là những vùng đất nghèo khổ, dân tình lam lũ. Vì thế, từ bao đời, người dân bốn Quảng phải cật lực đấu tranh bền bỉ trong cuộc sống. Hậu quả là người Quảng rất kiên cường, dứt khoát. Về mặt xã hội, họ là những người hiếu học và bền chí. Về mặt chính trị, họ rất trung kiên và cương quyết. Dù theo bên Quốc Gia hay Cộng Sản, họ rất trung thành và bất khuất. Trong thời chiến tranh Quốc Cộng, các đảng phái Quốc Gia như Quốc Dân Đảng, Đại Việt đã rất vững mạnh ở các tỉnh này. Và ngay cả đảng Cộng Sản cũng thế. Vì thế, đó là vùng đảng tranh mãnh liệt và đổ nhiều máu nhất trong nước.

LC: Ông chọn ngành chính trị từ Đại Học CTCT Đà Lạt rồi Vạn Hạnh. Vậy trong gia phả của ông, có ai hoạt động cách mạng và giòng máu ấy truyền đến ông?

ĐP: Gia đình bên ngoại tôi có vài vị theo kháng chiến chống Pháp và kẹt lại theo Việt Minh. Sau 1975 đã trở về trong tâm tư chán nản, thất vọng và bất mãn cùng cực. Gia đình bên nội của tôi ngược lại, phục vụ vương quyền nhà Nguyễn và hai chế độ Cộng Hoà; không có ai theo Cộng Sản. Cha tôi từng bị Phát Xít Nhật đưa ra chém đầu. May nhờ chú là Cảnh Sát Trưởng Thành Phố Huế cứu kịp. Sau đó, Người lại bị Việt Minh bắt cóc đưa ra giam giữ và thủ tiêu ở trại Lý Bá Sơ ngoài Thanh Hoá. Vì thế, tôi đã bắt đầu có những suy nghĩ rất nặng về chính trị từ lúc bé.

LC: Trước 75, Ông có thường viết bài xã luận chính trị không và cho các báo nào?

ĐP: Từ những năm 1970, tôi đã có bài đăng rải rác trên các báo *Chính Luận, Tiền Tuyến, Thời Nay*. Khi về Không Quân, tôi đã làm chủ bút tờ *Nội San Gió Cát* của Căn Cứ 20 Chiến Thuật Không Quân. Báo ra hàng tháng.

Tôi nhớ một kỷ niệm: Chuyện ông Dân Biểu Ngô Văn Luông (nguyên Trung Úy QLVNCH), cậy thế mình là cháu của Tổng Thống Thiệu, bị Quân Cảnh làm khó dễ ở cổng phi trường, đã viết văn thư đến Chỉ Huy Trưởng Căn Cứ 20 CT để khiển trách. Chỉ Huy Trưởng lúc đó là Đại Tá Nguyễn Đình Giao, vừa bực mình vì bị một anh Dân Biểu Trung Uý cậy thế cậy thần hống hách, vừa e ngại cái thế lực quá lớn của anh ta, đã không vừa ý các thư trả lời do Chánh Văn Phòng đệ nạp. Ông gọi tôi lên nhờ viết thư trả lời. Sau khi đọc thư của tôi, ông nói: "Chú viết rất khéo, vừa đủ để mắng cái tên phách lối, mà vừa không làm cho nó có điều kiện để ton hót lên Tổng thống làm hại mình."

Khi còn học năm thứ Ba tại Đại Học Vạn Hạnh, giáo sư môn Bang Giao Quốc Tế là Đại Đức Thích Giác Đức đã chỉ định các sinh viên trưởng nhóm luân phiên thuyết trình các chương trong cuốn sách của Giáo sư Hans Morgenthau. Sau khi nghe phần thuyết trình của tôi, Giáo sư Giác Đức đã giao hẳn cho tôi việc thuyết trình những chương còn lại của năm thứ Ba, và liên tục trong năm thứ Tư. Còn Thầy thì ngồi cuối phòng để nghe và cho ý kiến bổ sung. Nhân đây, tôi xin mượn qua làn sóng Đài Phát Thanh Việt Nam, gửi lời kính thăm sức khoẻ Giáo Sư Đại Đức Thích Giác Đức, Giáo Sư Nguyễn Văn Canh, Giáo Sư Phạm Như Hồ, Giáo Sư

Phạm Thị Tự, Giáo sư Nguyễn Thị Huệ và Giáo Sư Tạ Văn Tài là những vị thầy khả kính đã nâng đỡ tôi trong những năm học ở Đại học Vạn Hạnh. Tôi cũng đã học được ở Giáo Sư Nguyễn Ngọc Huy phong cách nói chuyện đơn giản mà rất gây ấn tượng trong lòng người nghe.

LC: Được biết ông phục vụ ở Sư Đoàn 5 Bộ Binh, Bình Dương và Sư Đoàn 2 Không Quân, Phan Rang khiến tôi tò mò muốn hỏi vậy "chuyên lính" của ông là gì, thưa ông? Trên bốn vùng chiến thuật với gót giầy đinh hay cánh dù giữa rừng thẳm?

ĐP: Trước khi nhập ngũ, tôi cũng đã làm thông dịch viên cho Cơ quan Chống Khủng Bố của Hoa Kỳ trong gần hai năm. Sau khi tốt nghiệp Trường Đại Học CTCT, tôi được bổ nhiệm làm Đại Đội Phó tại một Tiểu đoàn tác chiến của Sư Đoàn 5 Bộ Binh một thời gian. Nhưng thấy đường binh nghiệp có vẻ bế tắc, cuối năm 1969, tôi quyết định xuất nghành để trở thành Đại Đội Trưởng. Có rất nhiều anh em cùng khoá tôi đã trở thành các Tiểu đoàn trưởng xuất sắc như Đại Úy Nguyễn Văn Mục (SĐ5BB), cố Thiếu tá Nguyễn Đình Cang (SĐ22BB), Đại Úy Đỗ Minh Hưng (Trinh Sát 5 Biệt Động Quân), Cựu Trung úy Dương Quang Bồi thuộc Sư đoàn 5 BB, được chọn là Sĩ quan xuất sắc nhất Quân đoàn 3 năm 1971.
Cuối năm 1972, qua chương trình phát triển Hải và Không Quân, tôi được chuyển về Sư Đoàn 2 KQ, và làm Trưởng Phòng Chính Huấn Căn Cứ 20 Chiến Thuật tại Phan Rang.

LC: Cuộc đời binh nghiệp ngắn ngủi, chỉ 8 năm nhưng ông được thưởng khá nhiều huy chương, nào là 6 Anh

Dũng Bội Tinh, trong đó có một với nhành Dương liễu, các bội tinh cho Quân, Dân vụ, Chiến thương và cả Tưởng Lục cấp sư đoàn khiến tôi vô cùng tò mò, hẳn ông đã phục vụ rất đắc lực trong các ngành mà ông lưu dấu giầy?

ĐP: Tôi là một người lính hiện dịch và rất yêu binh nghiệp. Dù ở hoàn cảnh nào cũng cố gắng làm hết sức mình, phục vụ cho đất nước và cái lý tưởng mình theo đuổi. Ra trận tiền, chính khói thuốc súng, tiếng bom đạn làm mình náo nức, can đảm thêm. Vả lại, với tư cách đơn vị trưởng, nắm trong tay sinh mệnh hơn trăm người, mình phải biết làm gương dù rằng trong cái ranh giới tích tắc của sự sống và cái chết, ai mà không cảm thấy sợ hãi. Tôi xin bày tỏ lòng mến phục sâu sắc, sự biết ơn và cầu nguyện đến những người lính đã góp máu xương để chiến đấu cho quê hương, làm nên những chiến công cho đơn vị. Mỗi lần đọc các cuốn đặc san của các hội đoàn Cựu Quân Nhân, nhìn hình ảnh những quân nhân ưu tú, khôi ngô mà đã hy sinh hay còn sống sót, lòng tôi rất bồi hồi. Năm tháng dù trôi qua, nhưng trong tôi, những người lính Việt Nam Cộng Hoà vẫn là hình ảnh sáng ngời nhất.

LC: 10 năm tù đày, điều gì còn đọng lại trong ông vào ngày hôm nay, sau 32 năm Sài Gòn mất tên? Thù hận vẫn rực lửa, bao dung hay ..?

ĐP: Những năm mới đặt chân đến Hoa Kỳ, lòng tôi chan chứa tràn ngập hận thù. Họ đã cướp của tôi 15 năm đẹp nhất của tuổi thanh xuân; những hạnh phúc quý báu bên người vợ trẻ và đàn con thơ. Họ đã phá hủy tuổi thơ và tương lai các con tôi. Khi chủ trương tờ báo Trách Nhiệm của Hội Cựu Quân Nhân Austin, tôi đã mở một mục lấy tên: *Hãy Nhớ Lấy Để Căm Thù*. Với bài viết đầu tiên nhan đề: Trại Cải Tạo A-20 Xuân Phước, tôi đã trút vào đo tất cả những sự oán thù, khinh bỉ đối với chế độ, con người Cộng Sản. Sau đó, đăng đẳng nhiều năm tôi không ngừng dùng ngòi bút để lên án Cộng Sản. Gần hết một cuộc đời, tôi vẫn giữ ý chí lập trường chống Cộng. Nhưng cái chế độ Cộng Sản tại Việt Nam ngày nay chỉ còn là cái bình phong cho một tập đoàn Mafia phản quốc trong khi nhu cầu cấp bách của đồng bào là Nhân Quyền, Tự Do, Dân Chủ. Vì thế, tôi phải đặt mục tiêu hàng đầu là tranh đấu cho các khái niệm trên.

Dĩ nhiên, tôi có học được sự độ lượng, bao dung qua nhiều năm hoạt động tại Hoa Kỳ. Đó là từ sự cảm thông hoàn cảnh con người sinh ra, sống và bị ảnh hưởng bởi môi trường chính trị, xã hội, kinh tế. Xét cho cùng, những cấp nhỏ cũng chỉ là những nạn nhân của chế độ. Chúng ta quyết liệt lên án bọn đầu sỏ, bọn ngoan cố bám lấy quyền lực, giáo điều để thủ lợi, đàn áp đồng bào, đưa đất nước đến sự suy vong. Nhưng chúng ta cũng cần vận động lôi kéo các cấp thừa hành để tăng sức mạnh đấu tranh của chúng ta. Tôi rất có cảm tình với những người trong nước thuộc giới trẻ hay những vị từng ở phe bên kia mà nay thức tỉnh. Họ từ trong lòng chế độ, sẽ có phương thức đấu tranh hiệu quả hơn, và tiếng nói của họ đối với người dân sẽ có sức thuyết phục hơn chúng ta.

LC: Năm 1996, ông nói chuyện với thanh niên nhân ngày quốc hận cho Đài Truyền Hình ACTV, đền 2002 thì Đài Truyền Hình Fox 7 lại mời ông nói chuyện với sinh viên UT. Thời gian 6 năm có gì khác biệt trong cách nói chuyện với giới trẻ? Và rút tỉa, ông sẽ cho một lời khuyên thế nào với thế hệ 60 về cách gần gũi với thế hệ 20?

ĐP: Tôi xin đưa ra ý kiến, chứ không dám khuyên ai. Sự nghiệp đấu tranh cho Việt Nam Dân Chủ Tự Do phải chuyển qua các bàn tay của thế hệ 40, 20. Đó là luật đời. Thế hệ trên 60 càng ngày càng ít dần và đa số đã tỏ ra mệt mỏi. Mà thế hệ tiếp nối thì càng lớn mạnh và có suy nghĩ khác với chúng ta. Một phần thế hệ trẻ là những người hấp thụ văn minh dân chủ Hoa Kỳ, một phần lớn là những người mới đến Hoa Kỳ sau này. Họ đã sinh ra và lớn lên trong sự tuyên truyền của Cộng Sản Việt Nam. Vì thế, chúng ta không thể xơ cứng, đi mãi trên một con đường mòn mà đã tỏ ra kém hiệu quả trong hơn 30 năm qua. Thế giới thay đổi hàng ngày. Ngay cả chế độ Cộng Sản cũng thay đổi để sống sót. Một khi đối tượng của chúng ta đã có thay đổi, tài nguyên nhân sự của chúng ta cũng khác với chúng ta, thì bắt buộc, chúng ta cũng cần thay đổi cách làm việc. Sự thay đổi về phía chúng ta mà tôi muốn trình bày ở đây là một chiến lược đấu tranh phù hợp nền văn minh dân chủ mà các thế hệ nối tiếp đã thu nhận qua giáo dục tại Hoa Kỳ và các nước tự do. Chúng ta không thể cố nhét cái lòng căm thù CộNG SảN của chúng ta vào tâm thức các em. **Đối với các em, phải nặng về hoạt động xã hội hơn chính trị; phải thuyết phục bằng lý luận, chứng minh cụ thể**. Chúng ta nên truyền đạt kinh nghiệm về Cộng Sản để các em suy nghĩ; mà không nên cưỡng ép, áp đặt một cách độc đoán. Dĩ nhiên, ai cũng biết Cộng sản thì tinh ma, giỏi lừa bịp. **Nhưng chúng ta phải có một niềm tin vào thế hệ trẻ mà nên đóng vai trò hướng dẫn trong tinh thần tương trọng cùng học hỏi nhau thì hơn.**

Một điều cần cảnh giác là hiện nay Cộng Sản đổ công sức, tiền bạc cho những tên Việt Gian len lỏi vào các hoạt động Cộng Đồng nhằm thu hút giới trẻ hải ngoại. Họ đưa ra những mục tiêu nhẹ nhàng hấp dẫn như Văn Hoá, Công tác Nhân Đạo, vân vân. Nếu chúng ta không khéo và sáng suốt, nguồn nhân lực quý báu này sẽ rơi vào tay bọn CộNG SảN. Chừng đó, chúng sẽ dễ dàng thi hành nghị quyết 36, nhuộm đỏ Cộng Đồng hải ngoại.

LC: Vâng, cảm ơn Ông. Trước khi tạm biệt, xin cho biết dự định tương lai?

ĐP: Thưa chị, hiện tôi còn viết dở dang hai cuốn "**Nơi Đó Mùa Xuân Chưa Về**" và "**Nanh Hùm Nọc Rắn**"
"**Nơi Đó Muà Xuân Chưa Về**" là tuyển tập các bài viết về quê hương, về các bà Mẹ Việt Nam và hoàn cảnh quê hương còn đọa đày trong tay giặc. Đó là hồi tưởng một thời thanh bình hoan lạc của Miền Nam, và niềm khao khát về một quê hương an bình trong tương lai. Tuyển tập sẽ có các bài để vinh danh những người Lính Việt Nam đã chiến đấu và xây dựng trong 21 năm của nền Cộng Hoà.
"**Nanh Hùm Nọc Rắn**" gồm các bài tham luận chính trị vạch trần thủ đoạn gian manh của Hồ Chí Minh và bè lũ Cộng Sản Việt Nam, cổ võ cho phong trào dân chủ tự do tại quê nhà; là những bài rất được ưa chuộng tại hải ngoại trong những năm qua.

LC: Xin cảm ơn ông. Xin chúc "Cuối Tầng Địa Ngục" sẽ được đón nhận rộng rãi.

ĐP: Xin chân thành cảm ơn Đài Phát Thanh Việt Nam Hải Ngoại và chị Hoàng Lan Chi. Đồng thời cám ơn quý thính giả đã theo dõi chương trình. Trước thềm năm mới, kính chúc tất cả quý vị một năm Mậu Tý an lành và hạnh phúc. Mong ước được sớm thấy ngày quê hương Việt Nam tự do, dân chủ và phú cường

Chân dung một H.O.: Đỗ Văn Phúc

Huy Phương

Đăng trên nhật báo Người Việt, California
Monday, February 14, 2005

LTS.- Nhân kỷ niệm đánh dấu thời gian ba mươi năm (1975-2005) của người Việt tỵ nạn bỏ nước ra đi và hình thành cộng đồng Việt Nam trên đất Hoa Kỳ, cũng như kỷ niệm 15 năm những người cựu tù nhân chính trị đến Hoa Kỳ theo chương trình H.O, Nhật Báo Người Việt sẽ có một loạt bài về đời sống hiện nay của những anh em H.O. ở quê người. Anh chị em cựu tù nhân chính trị sang định cư tại Hoa Kỳ theo các danh sách H.O. từ năm 1990 đến nay, người đầu tiên lâu nhất là gần mười lăm năm, người trẻ nhất cũng đã đến đây được sáu bảy năm. Gia đình, công việc coi như đều đã ổn định, nhưng số phận đã đem mỗi con người đi theo những con đường khác nhau. Sang đây, tùy cuộc đời đưa đẩy, có người đi học lại có cấp bằng để gia nhập vào đời sống Hoa Kỳ một cách dễ dàng, có người chịu làm nghề tay chân để sống qua ngày, không ít bạn xoay sang các ngành nghề thương mãi, cũng có người xuống tóc xuất gia ngày đêm kinh kệ... Sau bao nhiêu năm lao tù, đói khát, nhọc nhằn, sang đến đây, sức tàn lực kiệt, đã có rất nhiều người hiện đang đang nằm trong nursing home hay đã qua đời. Chúng tôi hy vọng, trong khả năng hạn hẹp, sẽ tìm hiểu và vẽ lại chân dung đa dạng của những người anh em mà chúng ta tạm gọi là những người H.O.

Chúng tôi rất mong đón nhận sự đóng góp bài vở, ý kiến của anh em H.O. cho mục này. Xin liên lạc qua tòa soạn: Nvnews@aol.com hoặc huyphuong37@sbcglobal.net, hoặc gọi số (949) 654-7715 để chúng tôi có thể tiếp xúc và phỏng vấn.

Cũng như những chàng trai khoác áo quân ngũ của miền Nam, cựu Đại Úy Đỗ Văn Phúc đã bị tập trung cải tạo ngay sau ngày Cộng Sản chiếm miền Nam. Sau bốn năm qua các trại Long Khánh, Suối Máu và Hàm Tân, Đỗ Văn Phúc bị bọn cai tù liệt vào hạng cứng đầu, phản động và bị đưa ra trại A-20, nổi tiếng là một trại trừng giới ở Xuân Phước, Phú Yên, thêm sáu năm. Trại này được dựng lên giữa lòng mật khu Kỳ Lộ, trong một vùng đất khô cằn miền Trung, với mục đích dằn mặt và trừng trị thẳng tay những thành phần mà Cộng Sản cho là nguy hiểm như các sĩ quan Việt Nam Cộng Hòa trẻ tuổi đầy hào khí, các quân nhân về nước theo tàu Việt Nam Thương Tín, thành phần phục quốc, hình sự và những người "đầu hàng phản bội" (chiêu hồi).

Theo các bạn tù chung trại Xuân Phước, vào lúc đó, Đỗ Văn Phúc tuy mới khoảng ba mươi lăm tuổi, nhưng rất chín chắn, can trường. Thái độ của Phúc là thái độ của một kẻ sĩ, đã trực diện tranh đấu chính trị với cán bộ Cộng Sản, chứ không phải thái độ chống đối bất mãn nhất thời. Có lúc Phúc đã dồn cán bộ quản giáo vào thế bí, y đã hung hăng chĩa súng vào đầu người tù "cải tạo" này. Sự tranh đấu thường trực của Đỗ Văn Phúc đã cho anh sáu lần biệt giam, cùm chân trong mười bốn tháng ở nhà tù này và được ghép vào các tội chống đối, sách động và dự mưu trốn trại.

Người cựu sinh viên sĩ quan của khóa 1 trường Đại Học Chiến Tranh Chính Trị Đà Lạt đã không hổ thẹn với ngôi trường mẹ mà anh đã xuất thân.

Đỗ Văn Phúc, sinh tại Quảng Trị năm 1946, bên ngoại ông là dòng dõi Quận Công Nguyễn Văn Tường. Thân phụ ông hoạt động chính trị, bị Cộng Sản tập trung tại trại Đầm Đùn Thanh Hóa trong sáu năm, năm 1954 khi Hiệp Định Geneve được ký kết, thân phụ ông được thả về, nhưng mới đến Vinh, Cộng Sản đã cho người bắt trở lại thủ tiêu mất xác. Lúc ấy, Đỗ Văn Phúc chỉ mới lên tám, mẹ ông còn tuổi xuân sắc, nhưng "thương con không lấy chồng", gia đình ông đơn chiếc vì chỉ có hai chị em. Đỗ Văn Phúc theo học tại trường Nguyễn Hoàng, Quảng Trị từ 1957 đến 1964. Xong bậc trung học, ông được tuyển làm thông dịch viên cho phái bộ Hoa Kỳ, Chương Trình Chống Khủng Bố trong hai năm tại Quảng Trị. Cuối năm 1966, Đỗ Văn Phúc trúng tuyển vào trường Đại Học Chiến Tranh Chính Trị Đà Lạt khóa đầu tiên và theo học ở đây gần ba năm.

Trường Đại Học Chiến Tranh Chính Trị Đà Lạt có mục đích đào tạo các Đại Đội Phó Chiến Tranh Chính Trị như vai trò Chính Ủy trong Quân Đội Đài Loan và của Cộng Sản, nhưng thật sự bảng cấp số trong các đơn vị quân đội Việt Nam Cộng Hòa không có chức vụ này, nên sinh viên tốt nghiệp ra trường mang cấp bậc thiếu úy đều bị đem "bỏ chợ" tại các đơn vị bộ binh. Đỗ Văn Phúc được giao nhiệm vụ Đại Đội Phó Bộ Binh thuộc Sư Đoàn 5 Bộ Binh ở Lai Khê. Đụng trận Bunard, Phước Long, vào Tháng Mười Hai 1969, Thiếu Úy Đỗ Văn Phúc bị thương nặng và nằm Bệnh Viện Cộng Hòa ba tháng và được tuyên dương công trạng lần đầu tiên. Trong 3 năm chiến đấu, Phúc được tuyên dương công trạng 5 lần, trong đó một lần cấp quân đội do chiến thắng tại mặt trận Snuol (Kampuchea). Sau một thời gian nắm chức vụ Đại Đội Trưởng, cuối năm 1971, vì nhu cầu cần sĩ quan chiến tranh chính trị trong các quân chủng, Đỗ Văn Phúc được chuyển qua làm Trưởng Phòng Chính Huấn Căn Cứ 20 Chiến Thuật Không Quân tại Phan Rang. Cuối năm 1973, tuy đang còn là một sĩ quan hiện dịch, Đỗ Văn Phúc, được giải ngũ với cấp độ tàn phế 70% vì bị bệnh thyroid và tim rối loạn bất thường. Trở về Sài Gòn, Đỗ Văn Phúc xin được làm việc cho hãng LSI, chuyên bảo trì các loại phi cơ tại Sư Đoàn 5 Không Quân. Trong thời gian này, Đỗ Văn Phúc đã theo học tại Đại Học Vạn Hạnh Sài Gòn và tốt nghiệp thủ khoa cử nhân chính trị học. Điều mâu thuẫn, là chính sự lao động khổ sai đày đọa, kham khổ trong tù đã làm cho Đỗ Văn Phúc lành bệnh, cũng như các bệnh cao máu, mất ngủ, bao tử... của các bạn tù khác.

Ra tù năm 1985, người tù "cải tạo" trở về tổ ấm trống hoác ở Vũng Tàu, đạp xe ba gác phụ với vợ, đong gạo bán lẻ tại các chợ. Đỗ Văn Phúc trong thời túng quẫn đã làm đủ nghề từ thợ mộc, thợ ống khóa, trang trí, làm hàng thủ công mỹ nghệ bán cho du khách, buôn bán máy móc chợ trời, rồi quay sang buôn bán đồ mây khi Sài Gòn bắt đầu phát triển các quán nhậu, cà phê.

Định cư từ 15 năm nay tại Austin, Hoa Kỳ, theo diện H.O.1, trong những năm đầu, Đỗ Văn Phúc được thu nhận vào Lockheed, tại cơ sở sản xuất trang cụ điện tử ngành hàng không, không gian. Nhờ sự cần cù, siêng năng, ông được trợ cấp của hãng, thi tuyển vào Đại Học Texas tại Austin, ngành điện tử. Vì phải vừa đi học, vừa đi làm, những năm học này được coi là một sự cố gắng vượt bực, có ý chí của một người vừa vượt qua chặng đường mười năm tù và thêm mười lăm năm vất vả trong đời sống của một công dân bậc hai tại Sài Gòn và vừa ngoi lên trong xã hội Hoa Kỳ. Ông khởi sự đi làm ca đêm từ 6 giờ tối, rời hãng lúc 7 giờ 30 sáng, đến trường vật vờ suốt một ngày cho hai hoặc ba tiết học, xen vào giữa các tiết học thì kiếm một góc trường yên tĩnh, ngủ chập chờn lấy sức. Trong bốn ngày làm việc, phải tắm rửa tại hãng vì không có thì giờ ghé về nhà.

Năm 1996, Đỗ Văn Phúc tốt nghiệp kỹ sư điện tử, sau đó tiếp tục học và tốt nghiệp M.S. in Engineering Management (quản trị công nghiệp), làm việc cho hãng Motorola chuyên trách các chips điện tử cho ngành vận tải. Do hãng phát triển, đem công việc qua Indonesia và Trung Hoa, Đỗ Văn Phúc bị cho thôi việc, và vì hoàn cảnh, từ đó ông đổi nghề, trở thành giáo sư dạy toán tại các trường Pflugerville HS và Pflugerville Middle School.

Đỗ Văn Phúc là Chủ Tịch Hội Cựu Chiến Sĩ Việt Nam Cộng Hòa tại Austin từ năm 1992. Hội đã mở những lớp dạy nghề miễn phí và kiếm việc làm cho hàng trăm gia đình H.O. mới sang định cư tại Hoa Kỳ, cũng như mở lớp sử dụng máy điện toán cho cộng đồng Austin trong từ 2001-2003. Trong địa hạt chính trị, H.O. Đỗ Văn Phúc đã tham dự Ngày Nhân Quyền Cho Việt Nam tổ chức hàng năm tại Washington DC. Mỗi năm, vào ngày 30 Tháng Tư, ông đều tổ chức những buổi nói chuyện với sinh viên tại Đại Học Texas trong "đêm không ngủ tưởng niệm Ngày Quốc Hận".

Giữa năm 2002, khi Lê Văn Bàng, Đại Sứ Cộng Sản tại Hoa Kỳ, cùng một phái đoàn đến tham dự Hội Nghị Đầu Tư của 10 quốc gia Đông Nam Á ở Austin, Texas, Đỗ

Văn Phúc đã hướng dẫn phái đoàn Việt Nam mà đa số là thành phần trí thức trẻ tuổi cùng với Chủ Tịch Cộng Đồng Austin là Kỹ Sư Châu Kim Khánh, vào trong phòng họp, phát biểu, tranh luận trực diện với Cộng Sản. Sau phần trình bày của Lê Văn Bàng, Đỗ Văn Phúc đã đứng dậy chất vấn về tình trạng kinh tế Việt Nam, đồng thời vạch trần mọi tệ nạn kinh tế, chính trị, xã hội đã dẫn đến sự nghèo khó của đất nước. Trước sự hoan hô đồng tình của cử tọa hiện diện trong phòng họp, Lê Văn Bàng và phái đoàn Cộng Sản đã bẽ bàng ra về bằng cửa sau, không ở lại tham dự tiếp tân theo chương trình đã định do Phòng Thương Mại Austin khoản đãi. Trong các cuộc biểu dương tranh đấu cho nhân quyền và dân chủ, tự do cho Việt Nam tại thủ phủ của Texas, hay như vừa rồi trong Nghị Quyết Cờ Vàng, Đỗ Văn Phúc luôn sát cánh với các vị lãnh đạo đồng hương tại địa phương, trong mục đích chống Cộng và xiển dương chính nghĩa của miền Nam Việt Nam.

Đỗ Văn Phúc cũng đã hai lần đọc tham luận tại hội nghị quốc tế hàng năm về Việt Nam do trường Đại Học Texas Tech tổ chức tại Lubbock (Texas). Ông cũng được mời làm diễn giả chính trong buổi tiếp tân của trường Texas Tech trước 300 quan khách gồm các giáo sư đại học, tướng lãnh và nhân viên ngoại giao của Hoa Kỳ và nhiều quốc gia khác, trong đó có đại diện Việt Nam Cộng sản. Năm 1995, ông được mời thuyết trình về văn hóa Việt Nam tại lớp học gồm hơn 200 sĩ quan cảnh sát chống tội phạm do cảnh sát tiểu bang Texas tổ chức. Trong tất cả nỗ lực này, mục đích của Đỗ Văn Phúc là "giải độc" các luận điệu thiên lệch mà các trang sử về chiến tranh Việt Nam trong các trường học Hoa Kỳ đã viết một cách thiếu công bằng và có ác ý đối với sự chiến đấu của quân dân miền Nam Việt Nam. Các đài truyền hình Fox-7 và News-8 đã phỏng vấn người H.O. này và Đài Austin Channel 11 cũng đã mời Đỗ Văn Phúc trong một chương trình nói chuyện với thanh niên trên đài. Chính nhờ sự hoạt động của ông tại địa phương, Đỗ Văn Phúc đã hai lần được báo Austin American Stateman, giới thiệu về những hoạt động xã hội, chính trị tại xuất sắc của một người Việt Nam.

Năm 1999, một góa phụ Hoa Kỳ là bà Barbara Sonneborn về Việt Nam thăm lại nơi chồng bà đã tử trận 30 năm trước và làm bộ phim "Regret to Inform" để lên án Hoa Kỳ đã gây tang tóc cho đất nước và nhân dân Việt Nam, chính Đỗ Văn Phúc cùng nhà văn Sơn Tùng đã mở một chiến dịch rộng khắp trên báo chí Việt Mỹ, website, để phản đối cuốn phim này. Đài truyền hình PBS đã mời ông tham gia một cuộc hội thoại truyền hình 30 phút với sự tham dự của hai cựu chiến binh Hoa Kỳ và một quả phụ Việt Nam Cộng Hòa để nói lên sự thực về cuộc chiến Việt Nam, lâu nay đã bị một lớp người có cái nhìn thiên lệch và bất công.

Trong địa hạt văn hóa, Đỗ Văn Phúc đã dịch ra Việt ngữ tập truyện cổ Andersen và xuất bản hai tập: Vườn Địa Đàng, Bà Chúa Tuyết (1993). Ông có nhiều bài tham luận chính trị, bút ký cho nhiều báo trên toàn quốc. Đỗ Văn Phúc đã làm chủ nhiệm, chủ bút các nguyệt san Lửa Việt, Trách Nhiệm, Thạch Hãn tại địa phương. Tác phẩm đã xuất bản: Quê Hương và Hoài Vọng, tham luận chính trị - hai tập (1995). Đỗ Văn Phúc lập gia đình năm 1969, khi vừa tốt nghiệp trường Chiến Tranh Chính Trị Đà Lạt, ông bà Đỗ Văn Phúc sinh được bốn con, ba cháu đã thành đạt và có gia đình hiện cư ngụ tại Austin.

Trong quân ngũ, dù xuất thân từ ngành Chiến Tranh Chính Trị, Đỗ Văn Phúc cũng đã hoàn thành nhiệm vụ xuất sắc của một chiến sĩ Bộ Binh. Trong hoàn cảnh nào, trong thời gian giải ngũ ở quê nhà hay định cư tại Hoa Kỳ, Đỗ Văn Phúc đã chứng tỏ có tinh thần hiếu học, làm gương tốt cho lớp trẻ. Vào tù, ông là một người tù khẳng khái, can trường, xứng đáng là một sĩ quan Chiến Tranh Chính Trị của Quân Lực Việt Nam Cộng Hòa. Là một trong những anh em H.O. đến định cư tại Hoa Kỳ trong đợt đầu tiên vào năm 1990, Đỗ Văn Phúc đã vừa đi làm vừa đi học, lại không bỏ qua một cơ hội nào, dùng khả năng và tâm huyết của mình để tranh đấu cho sự tự do và dân chủ ở quê nhà.

HUY PHƯƠNG

Giới Thiệu của Nhà Báo Phạm Kim
Bán Nguyệt San **Người Việt Tây Bắc**
Seatle, Washington DC (17 tháng 4, 2008)

Khởi sự viết từ chương Hồi ký: Trại Cải Tạo A-20, Xuân Phước rồi cứ thế cuốn hút trong ký ức với những năm ở *"Cuối Tầng Địa Ngục"* này. Tác giả nguyên là một sĩ quan cấp úy đã từng được giải ngũ, thế mà sau 1975 vẫn bị lùa vào trại tập trung, luôn được *'biệt đãi'* bằng còng chân ngày đêm, và nhiều tháng trong hộp sắt conex kinh hoàng... suốt 10 năm. Tác phẩm là một bức tranh sống động mà xót xa: *"Nếu có một địa ngục như các tôn giáo thường răn đe thì chắc hẳn địa ngục đó cũng không sánh được với cái địa ngục mà người cộng sản dành cho người quốc gia"* (trang 213)

Có những triết gia cho rằng địa ngục hay thiên đàng chỉ là trừu tượng hoặc thiêng liêng trong niềm tin, thì nhờ tác phẩm này chúng ta biết đến địa ngục trần gian ... cũng "có thực", có thể cảm nhận được. Hai trăm sáu hai trang sách đã dẫn người đọc từ những lời khen ngợi của TS Nguyễn Đình Thắng cho đến những thổ lộ của tác giả qua lời mở đầu... và kế đến như một cuốn phim bi hùng thu hút người xem, dẫn từ *"Lịch Sử Sang Trang"*, đến trại tù Long Khánh, trại tù Suối Máu, trại Tù Hàm Tân, trại Tù A-20 Xuân Phước và cuối cùng đến chương phụ lục với các bài *Xin đừng quên mình là người tị nạn chính trị...* Có lúc kiêu hãnh vì những can đảm của cá nhân và các bạn tù, thường được kể lại với giọng trìu mến, thì cũng có lúc khiêm tốn *"xấu hổ"* vì phải làm văn nghệ và phải hát nhạc *"đỏ"* trong tù; hoặc chuyện về nhiều tay ăng ten, những kẻ *"dùng thủ đoạn làm áp lực- blackmail"* người cùng cảnh ngộ, đã dẫn đưa tác giả nói riêng bị vào conex. Mấy chi tiết này khiến ta nhớ đến hoàn cảnh tương tự, cũng bị *"áp lực đe dọa gây ảnh hưởng"* (blackmail) để phải bán đứng cô bé gái 15 tuổi Anne Frank như thế: Cô bé Do Thái này đã phải bỏ mình trong trại tập trung/ trừng giới Đức Quốc Xã thời Đệ Nhị Thế Chiến bên Âu Châu. Nhưng dẫu sao, khi trải qua những tầng cuối địa ngục đến như thế, văn phong và cuộc sống của tác giả vẫn thể hiện được sắc mầu bàng bạc nhân ái, cuốn hút người đọc.

Ngoài ra, còn có phụ lục về ngày các cựu tù nhân chính trị tri ân và hội ngộ một trong những ân nhân của HO là bà Khúc Minh Thơ (còn những ân nhân khác nữa, chẳng hạn như ông Lê Xuân Khoa qua tổ chức SEARAC hoạt động suốt gần hai thập niên 1980-90).

Bìa sách nền màu đỏ , đen và chữ trắng của họa sĩ Hoàng Việt (VietLand) như cùng nói lên rằng địa ngục trần gian có thật đã xảy ra trong đời tác giả, khiến chúng ta liên tưởng tới những tác phẩm cùng chủ đề , như *"Cùm Đỏ"* của nhà văn Phạm Quốc Bảo xuất bản năm 1983, rồi *"Đáy Địa Ngục"* của nhà văn Tạ Ty, *"Đại Học Máu"* của nhà văn Hà Thúc Sinh...

Không chìm đắm trong than vãn, mà vùng dậy tiến lên. Đó là những thành quả minh chứng mà tác giả Đỗ Văn Phúc đã tạo một kỷ lục hiếm hoi, như lời ca ngợi của Tiến Sĩ James Reckner (thuộc Trung Tâm Việt Nam, Texas Tech University), lời khen ngợi đặc sắc và giá trị của cựu HQ Thiếu Tá Trần Đỗ Cẩm, của cựu Trung Tá Hoàng Minh Hòa, của báo chí truyền hình

News 8-Austin, của Hoàng Lan Chi (Việt Nam Hải Ngoại),.. và hơn cả là lòng ngưỡng mộ của các bạn trẻ sinh viên trong và ngoài tiểu bang Texas.

Qua tóm tắt tiểu sử, Đỗ Văn Phúc từng tốt nghiệp kỹ sư điện tại Austin TX, và Cao học Quản Trị Công Nghiệp (Colorado). Trước đây, tác giả đã xuất bản: *Quê Hương và Hoài Vọng (hai tập), Vườn Địa Đàng, Bà Chúa Tuyết, Nơi Đó Mùa Xuân Chưa Về*. Đồng thời, ông cũng là chủ nhiệm nguyệt san *Lửa Việt (Austin), Trách Nhiệm (Austin-TX)*. Trước đây, những bài viết như "*Người Tù và Chiếc Lon Gô*", và "*Chân Dung Người HO-Đỗ Văn Phúc*" đã xuất hiện trên trang báo Người Việt, và Người Việt Tây Bắc.

Phạm Kim.

Các Nhận Xét của Thân Hữu và Độc giả

♠   ...*Quê Hương và Hoài Vọng là cuốn sưu tập những bài viết của tác giả Đỗ Văn Phúc từ trước đến nay. Ngoài những bài để phản ảnh nhân sinh quan, một số bài khác coi như sự tổng kết hành trình vào đời của tác giả, một chiến sĩ quốc gia.*

...Qua hơn ba trăm trang của cuốn sách, người đọc đã chứng kiến một văn phong vững vàng của một chiến sĩ vừa là một nhà trí thức quốc gia có lập trường kiên định. Các vấn đề đặt ra đã được tác giả trình bày với những lý luận sắc bén...

Qua thiên bút ký "Trại Cải tạo A-20, Xuân Phước," tôi đã chứng kiến một hành động chống đối dũng cảm trong một chế độ tù đày bất nhân, một quan niệm đúng đắn về tính cách anh hùng của những hành động ấy cùng những niềm tin mãnh liệt nơi chính nghĩa của mình, tình trạng vô tội vì là nạn nhân của một sự tráo trở, vi phạm lời cam kết quốc tế, thể hiện dưới ngòi bút linh động và hấp dẫn của tác giả Đỗ Văn Phúc là một điểm son của cuốn Quê Hương và Hoài Vọng.

Là một trí thức tốt nghiệp từ Đại học Chiến tranh Chính trị của Quân lực Việt Nam Cộng Hoà, Đại học Vạn Hạnh và là một kỹ thuật gia được đào tạo từ Đại học Texas ở Austin và Đại học Kỹ Thuật Quốc Gia ở Fort Collins, Colorado, tác giả Đỗ Văn Phúc đã làm việc với một tinh thần logic chặt chẽ.

Cựu Trung Tá Hoàng Minh Hoà, Nguyên Văn Hoá Vụ Trưởng, Trường Đại Học Chiến Tranh Chính Trị, Đà Lạt. Chủ tịch hội Cao Niên VN tại Portland, Oregon

♠   *Văn phong hùng hồn, lập luận sắc bén như chém đinh chặt sắt, có thể làm lung lay cả một chế độ...*

Nhà văn Phạm Ngũ Yên (Cựu Chủ tịch Văn Bút VN Miền Đông Nam Hoa Kỳ.)

♠ *Nhàn mới gửi cho tôi tập tham luận và bút ký mới nhất của anh. Tôi biết ơn Nhàn, tôi biết ơn anh... Anh làm cho tôi tăng thêm phần phấn khởi về tiến trình văn học nghệ thuật Việt Nam mình ở quê người.*

Công trình của anh là một công trình đáng ca ngợi, ở chỗ: Chiến đấu không ngừng nghỉ, không mệt mỏi cho một tổ quốc Việt Nam; anh hùng, bất khuất trước mọi tình huống, trước mọi nghịch cảnh.

Nhà thơ Trần Vấn Lệ (California)

♠ *Mr. Do impressed me not just with the strength and passion of the arguments he presented, but also by his appearance and demeanor. He is very sharp individual, and very articulate.*

... He has lived a life of considerable challenges, including service as an officer in the Armed Forces of the Republic of Vietnam during the war that ended in 1975 and subsequent relocation to the United States. Along the way, he has displayed a range of qualities I wish more young Americans could acquire: a sense of duty to country and community, for example, and a fine sense of personal honor and honesty.

(Ông Đỗ Văn Phúc tạo trong tôi những ấn tượng tốt đẹp không những qua lập luận hùng hồn và nhiệt tình trong lúc ông diễn thuyết, mà còn qua phong thái chững chạc của ông. Ông quả là một con người khuôn thước và rất có sức hấp dẫn.

Ông đã trải qua một cuộc sống đầy thử thách, bao gồm những năm phục vụ trong Quân lực VNCH cho đến khi kết thúc chiến tranh năm 1975, và sau đó đã định cư tại Hoa Kỳ. Trong suốt quá trình, ông đã biểu hiện

những phẩm chất mà tôi ao ước các thanh niên Hoa Kỳ sẽ học hỏi: ví dụ như ý thức trách nhiệm đối với tổ quốc và cộng đồng, sự lương thiện và ý thức về danh dự của cá nhân mình.)
James Reckner, Ph. D., Giám đốc Trung tâm Việt Nam, Trường Đại học Kỹ thuật Texas.

♠   *Dear Phuc,*
... We are working to ensure that POW/MIA progress continues, and we will also pursue more vigorously our concerns about human rights in Vietnam. I know that we share the same goals, and I appreciate your interest in this important issue.
Ông Phúc thân mến,
… Chúng tôi đang làm mọi việc để bảo đảm diễn tiến của chương trình Quân nhân mất tích và Tù binh được tiếp tục, và chúng tôi sẽ theo đuổi một cách tích cực những điều quan tâm của chúng tôi về nhân quyền ở Việt Nam. Chúng ta cũng chia xẻ những mục tiêu chung, tôi cám ơn ông đã lưu tâm tới vấn đề quan trọng này (1994)
Bill Clinton
President of The United States (1992-2000)

♠   *Ong Michael kinh men!*
I was very pleased to meet you Saturday morning at the MOPH meeting. I had already heard of you. I know some of the people at the TTU Vietnam Center, and I have a copy of the letter you wrote to the President of UTA.
I have read part of your Web site, and may I congratulate you on your fine family. They are a really nice looking group, and I am certain that you are very proud of them. I also want to express my sympathy and

admiration for your strong character that enabled you to survive your imprisonment, and then to succeed in your life as you have done and as you are doing. Although I fought and was wounded twice in Vietnam, I cannot imagine the life in the prisons. I have read some books by "North" and "South" Vietnamese who have described the hard life in the early years. However, I am not certain that I truly understand what life was like for you or any of the ordinary people.

Ông Michael kính mến,

Tôi rất vui mừng được gặp ông trong buổi họp của Hội Những người có Chiến Thương Bội Tinh thứ bảy vừa qua. Tôi đã từng nghe về ông, và có quen biết nhiều vị ở trường Đại học Texas Tech. Tôi cũng có bản sao lá thư ông gửi ông Viện trưởng Viện Đại học Texas ở Arlington. Tôi đã đọc một phần web site của ông, và xin chúc mừng gia đình ông. Đúng là một gia đình tốt đẹp, và tôi biết ông rất hãnh diện về họ. Tôi muốn bày tỏ sự cảm thông và khâm phục của tôi về cá tính mạnh mẽ đã giúp ông sống sót qua tù đày, và cũng đã mang lại cho ông những thành công trong đời. Mặc dù tôi đã hai lần chiến đấu và bị thương ở Việt Nam, tôi không thể nào hình dung được cảnh lao tù. Tôi có đọc vài cuốn sách của các tác giả cả Nam lẫn Bắc Việt Nam về hoàn cảnh khó khăn trong những năm đầu sau chiến tranh. Tuy nhiên, tôi thực tình không thể hiểu được khó khăn trong đời sống của gia đình ông hoặc những người bình thường khác.

Charles (Chuck) Gaede, Ph. D.
LtCol USMCR (Ret.)
Associate Director, Division of Instructional Innovation and Assessment, University of Texas.

♠　　*Luôn nhớ đến giọng cười đầy tự tin và lạc quan của bạn*
Cựu Đại Úy Cái Trọng Ty
Cùng trại tù A-20, Xuân Phước. hiện đang sống tại Houston, Texas

♠　　*Tôi đã chứng kiến ở anh Phúc những hành vi chống đối dũng cảm mà ít ai làm dám thực hiện*
Cựu Đại Úy Võ Xuân Hy
Bạn tù cùng trại E, A-20, Xuân Phước. hiện đang sống tại Westminster, CA

♠　　*Chào bạn Phúc,*
Hôm qua gặp được Phúc trong điện thoại, tôi mừng lắm. Rất nhớ và thương Phúc.. Tôi vẫn giữ những hình ảnh đẹp mà tôi có được ở Phúc, lúc đó là một thanh niên còn trẻ, thông minh lanh lợi, có một chí khí bất khuất trước cường địch và có một tâm hồn dũng cảm. Bây giờ mình đã già hết rồi.....
Cựu Đại Úy Nguyễn Thanh Chương
Bạn tù cùng Đội 45, Trại Z30-C, Hàm Tân
(1978), Hiện ở Montreal, Canada.

♠ *Có lẽ không ai viết chuyện tù hay bằng anh. Mong anh cảm hứng nhiều và có hứng dài dài*

Cựu HQ Thiếu Tá Trần Đỗ Cẩm, Chủ nhiệm Nguyệt San Đoàn Kết, Austin

♠　　*À, anh này chính là Đỗ Văn Phúc phải không? anh mà cũng được tha, lạ nhỉ*
Một cán bộ an ninh Cộng Sản tại trại Xuân Phước trong ngày lãnh giấy ra trại

♠   *Thưa chú Đỗ Phúc,*

Chặng đường thánh giá mà chính quyền VC bắt chú phải đi qua tuy đã chấm dứt từ lâu, nhưng vẫn xin được chia xẻ với chú ngày hôm nay những ý nghĩ đồng cảm chân thành.

Xin được nói lên lòng tri ơn và ngưỡng mộ những chiến sĩ anh hùng của VNCH dù trong thời loạn ly hay sau 1975 dù sa cơ thất thế, bị giam cầm mà vẫn thể hiện một tinh thần anh dũng bất khuất. Đó mới là định nghĩa tiêu biểu của "Anh hùng là gì". Hỡi những người chiến sĩ tuy thất trận nhưng không hề thua cuộc, bởi họ chưa hề đầu hàng đối phương. Họ chỉ buông súng theo lệnh cấp trên.

Mong câu chuyện này sẽ có ngày tìm được một chỗ đứng trang trọng trên diễn đàn công luận quốc tế. Thiên bất dung gian .Chính nghĩa phải tất thắng và công lý sẽ về tay những ai có chính nghĩa. Đã là Cộng Sản thì chẳng bao giờ hiểu được công lý là gì.
Mõ Làng
http://s152542055.onlinehome.us/xoops4/modules/newbb/viewtopic.php?topic_id=285&forum=9&post_id=729#forumpost729

♠   *Thưa Ông,*

Chính YN mới phải cám ơn Ông, người đã chiến đấu cho miền Nam Việt Nam ; để những kẻ ở hậu phương như YN được yên vui học hành. Và thêm nữa, cám ơn Ông đã nhắc YN nhớ lại những xúc động kinh hoàng trên biển cả; và nhớ lại những giọt nước mắt của những người Vợ Lính ở miền Nam . Khi đọc bài thơ cảm tác của YN, một chị bạn đã hỏi: "Tại sao YN đọc văn Đỗ Văn Phúc rồi sáng tác thơ hỉ? Có phải vì người tù này can đảm dám chống lại tên cai tù và quyết giữ cái

♦ Cuối Tầng Địa Ngục

lon guigoz; đập nát rồi quẳng nó đi? Hay còn ý gì khác?"

YN đã trả lời: "Người nghệ sĩ phải biết cảm cái khổ chung của nhân loại, của đồng bào. Đỗ Văn Phúc đã dùng cái khổ của bản thân để nói lên cái khổ của bao thân phận nghiệt ngã của bao nhiêu quân dân cán chính miền Nam. Ai đọc mà không thấy đau lòng? YN biến niềm đau ấy thành một sự gợi-nhớ-thứ-hai cho thế hệ đi sau hiểu thêm thân phận của người phụ nữ Việt Nam xa chồng, xa gia đình, dưới gông cùm Cộng Sản.

Nhà thơ Ý Nga (Calgary, Canada)

♠   *Dear Phuc,*

Tôi đã đọc những phần viết về Trại Xuân Phước và hồi ký Cuối Tầng Địa Ngục bạn gửi cho. Thấy như là chuyện mới hôm qua, sống lại những ngày đau buồn, phẫn nộ và uất hận. Nhưng chúng mình đã không bao giờ tuyệt vọng, không bao giờ mất lý tưởng. Rất nhiều chi tiết mà tôi đã quên bẵng đi từ lâu; đọc lại hồi ký của bạn về XP mới nhớ lại, thấy xúc động bồi hồi trong lòng. Trí nhớ của bạn tốt quá, và cũng phải có thêm tấm lòng son sắt tự hào về những tháng năm đọa đày mà không sa ngã của anh em mình thì mới viết được như thế. Bái phục! bái phục!

Bạn đòi góp ý. Tôi chỉ xin nói rằng tôi mong muốn bạn nói nhiều hơn về những diễn biến nội tâm, Những tâm sự ngổn ngang, nợ nước thù nhà, lo buồn hoang mang về tình hình đất nước và đồng bào trong cơn đại hồng thủy; về cha mẹ vợ con đang khốn cùng ngoài xã hội, về mối thất vọng trước những cuộc thí nghiệm ngu ngốc và tàn bạo của bọn người ngông cuồng đang dương dương tự đắc... Về tâm sự những người lính đã chiến bại một cách đột ngột, tức tưởi, còn mãi mãi bị ray rứt, ám ảnh bởi những câu hỏi tại sao? tại sao?

Tôi đề nghị Phúc khai triển thêm về những mặt này. Vì chính những nỗi đau ấy mới làm nên cái giá trị cao quý và bi thảm của những người đã bị dìm xuống đất đen xứng đáng được ghi chép lại hơn những sự đói rét, khổ sai. Cũng đừng quên nhấn mạnh đến tinh thần bất khuất, quật cường và can đảm của những người tù VNCH không còn trông mong mong vào sự giải cứu nào nữa ở bên ngoài. Nói lên tinh thần đoàn kết, tương thân tương trợ, những cuộc biểu dương ý chí và sĩ khí của chúng ta trong nhà tù.

Cựu Tr/Úy PCT, bạn tù Xuân Phước. (VN)

♠ Đọc truyện Trại Cải Tạo A-20 của Đỗ Văn Phúc, tôi rất xúc động và thương cảm những anh em ở tù trại Xuân Phước A20 như thương chính bản thân mình. Vì tôi cũng là người tù đến phân trại A, trại Xuân Phước A-20 tháng 11 năm 1975 sau khi từ Mỹ về trên chiếc tàu Việt Nam Thương Tín. Bây giờ nghe bạn kể mà mình mấy tôi nổi da gà vì quá kinh hãi. Bạn nói rất đúng, ở Xuân Phước, tù nhân khó lòng mà trốn thoát được bởi sự canh gác chặt chẽ và lũ ăng ten mất tính người đã làm anh em tù chúng ta điêu đứng. Chúng chỉ vì một chút bổng lộc được hưởng mà phản bội. Tôi có một người bạn là Trung úy Trần Lưu Úy, hoa tiêu F-5, ở phân trại E cùng bốn người bạn tù đã trốn trại và đã bị chúng bắn chết một ngày sau. Bây giờ nghe bạn kể lại những hung thần ở trại giam làm tôi uất hận bọn bán đứng anh em. Trời cao có mắt. Bây giờ cuộc đời họ chẳng ra gì. Thượng đế đã trừng phạt họ. Nghĩ cũng công bằng thôi. Thân.

Nguyễn Văn Đông, Phi Đoàn 522
Oct 12, 2007 (http://www.canhthep.com/)

♠   Chú Phúc là một người rất đáng khen ngợi, từng ở tù Cộng Sản mà vẫn tiếp tục chiến đấu cho tự do. Cháu nhớ đã gặp chú Phúc, chú Kiến ở Lai Khê khi ba cháu đóng quân ở đó. May mắn cháu được gặp những người như các bác, các chú. Cháu mong sao các bác, các chú sống lâu trăm tuổi để tiếp tục viết cho thật nhiều cho những thế hệ trẻ được biết về cuộc đời binh nghiệp, về những sự hy sinh của các bác, các chú. Cháu xin viết tặng lại các bác các chú câu nói của bậc tiền bối: "Sống mà thác, nước non đòi nợ- danh thơm sáu đỉnh chung đều khen."
Nguyễn Hiền Quân
http://www.generalhieu.com/ykienu-8.htm

♠   *Đối với những tên việt gian Cộng Sản như tên Lê Đồng Vũ, hành động tàn ác của chúng đối với đồng loại, chúng ta có thể hiểu được vì chúng không phải là Con Người . Chúng chỉ mang hình hài Con Người nhưng tim óc của chúng là của loài cầm thú, do đó hành động của chúng không khác loài cầm thú là vậy. Bọn chúng có cả hàng triệu tên đang nhởn nhơ giết hại đồng bào ta hàng ngày, hàng giờ và chưa biết khi nào mới thôi. Nhưng đối với những tên như Dương Đ. M., đã từng là Con Người, mà có hành động như vậy thì thật là đáng phỉ nhổ. Một tên Bùi Đình Thi đã và đang trả giá cho hành động đê hèn, tàn ác cuả hắn khi còn trong trại tù chưa phải là trường hợp cá biệt . Nay rất mong muốn được biết thêm nhiều tên như Dương Đ. M., Bùi Đình Thi được công khai phanh phui trước dư luận và Lịch sử để hậu thế sau này lấy đó làm gương. Nếu anh em Tù Cải Tạo nào biết được những tên vô lại như vậy xin mạnh dạn nêu lên và phổ biến rộng rãi cho mọi người cùng biết họ tên, nơi cư*

trú hầu chúng không còn có cơ hội ẩn nấp dưới bất cứ hình thức nào để làm hại đồng loại nữa
CT Phan Oct 13, 2007 16:50 (Canhthep.com)

♠   *Lời văn tuyệt. Người đọc cảm thấy rất đau đớn khi thấy các chiến hữu đã trải qua những gian khổ không tưởng tượng được. Sự thật vẫn là sự thật. Nên lời văn rất nhẹ nhàng, không câu nệ.*
Mong được có một cuốn trong tủ sách. Bái phục
Nhàn Nguyễn, một độc giả trên web

♠   *Rất khâm phục ý chí bất khuất và lòng yêu nước, yêu đồng bào sâu sắc của tác giả Đỗ Văn Phúc. Rất mong có cơ hội đọc được "Cuối Tầng Địa Ngục" của ông. Hy vọng ý chí sắt đá và lòng dũng cảm của ông sẽ tô đậm tinh thần yêu nước và ý chí đấu tranh dành độc lập của thế hệ trẻ Việt Nam hôm nay và mai sau. Cũng mong rằng những tác phẩm của ông là ngọn đuốc thắp sáng cho nền tự do dân chủ nước nhà, là tiếng chuông cảnh tỉnh cho những ai còn mê muội theo chủ nghĩa tham tàn ác độc của bọn Cộng Sản dã man. Xin chúc tác giả một mùa xuân vui tươi tràn đầy hy vọng, và cũng xin được hỏi: "Nếu ở trong nước thì làm sao có được cuốn sách này?"*
Thanh Thanh - tháng Giêng 21, 2008
http://tvvn.org/tvvn/index.php?categoryid=67

Thấy Mà Thương Những Chiếc Hộp Sữa Guigoz
Thơ Ý Nga
Cảm tác sau khi đọc văn người tù Đỗ văn Phúc

Những chiếc hộp sữa guigoz
Má mua, nuôi đàn em nhỏ
Hết sữa, đựng đường, nho khô,
Kẹo, sen, mè, trà, mứt, bánh…

Ngày Lính bị lùa ra Bắc
Vợ tơi chảo thịt chà bông
Ủ chặt từng lon thăm chồng
Dở chết trong tay của giặc

Đòn thù Đảng Phản Đồng Bào:
Buông súng, kiếm, gươm, chùy, đao…
Không được vắt cơm, bới cháo
Thương ai đói khát cồn cào!!!

Hết *sức Người* Tù lao động
Sỏi đá sao chẳng *thành cơm?**
Nhờ lãnh án tù Việt Cộng
Danh lon sữa càng thêm… thơm

Thấy thương lon chịu gian lao
"Câu kéo"* vào lửa. Kéo, câu…
"Thép" Cộng *"đã tôi thế đấy!"*
Thành nồi, ấm, chén… nghẹn ngào

Cũng như Người Tù… bi ai!
Lon thêm xích, niềng, móc, quai…
Trèo lên *rừng thiêng* vác củi

♦ Đỗ Văn Phúc

Xuống suối uống... *nước độc* hoài!

Người phù thịnh, hiếm phù suy?
Chủ, lon: bất khả phân ly!
Sống, chết theo bao nhiêu Lính*
Thương thay đồ vật vô tri!

Làm lon Xã Hội Chủ Nghĩa
Nên được *"cải thiện"** giấu... rau
Khi lủng, lính dùng cơm trám
Đốt bao nhựa vá, càng... ngầu!

Xé mền quấn làm... bình thủy,
Hàn Sĩ* vượt... rét lao tù
Bạo quyền cầm Cân Công Lý
Chẳng lẽ ngồi khóc hu hu?

Thương Người! Cũng thương chiếc lon
Má đựng đường, chanh: ngào* ngon
Mong em vượt biên thoát chết,
Đứt ruột cho em sống còn

Lon theo người dân, vượt biển
Người khoe: gạo sấy, me, đường
Kẻ giấu: vàng, bạc, kim cương,
Hải tặc tha hồ... bất lương!

Ôi bao ngọt, bùi, cay đắng,
Lon từng đã chia chác, cho...
Đổi Đời còn hơn... trời giáng
"Vì, tại, bởi..." nhiều lý do

Việt Cộng hô: *"Đại thắng lợi"*

♦ Cuối Tầng Địa Ngục

Mình "Đợi thắng lại!" nhé lon
Dốc cao muốn lên phải… bước,
Núi Non quyết giữ phải tồn!

Sá gì một Đảng Bán Nước!
Phải giữ Bất Khuất Việt Nam !
Kẻ sau theo gương Người Trước
Diệt Cộng và chống ngoại xâm!
Ý Nga, 19.12.2007
----
*Khẩu hiệu của Việt Cộng: *"Với sức người sỏi đá cũng thành cơm"*
*Theo người tù Đỗ văn Phúc đã viết trong "Người Tù, Chiếc Lon Gô và Nhà Kỷ Luật", báo Người Việt Illinois tháng 12.2007, thì CÂU KÉO *"mô tả việc người tù đứng xúm xít quanh lò lửa nhà bếp đưa lon gô vào miệng lò để đun nấu"*
*Ngào = nấu với lửa nhỏ và trộn liền tay cho khỏi bị dính thành khối
*Hàn Sĩ = xin hiểu theo cả 2 nghĩa: Thợ Hàn và Người Vô Sản

♦ Đỗ Văn Phúc

♦ Cuối Tầng Địa Ngục

Bản nhạc **Mặn Nồng Cho Nhau** do Nhạc Sĩ Phạm Công Danh sáng tác khi còn ở trại tù Long Khánh 1976. Ông gửi tặng tác giả sau khi đọc Cuối Tầng Địa Ngục

Chụp kỷ niệm với anh chị Phan Công Danh tại Pflugerville, Texas, 2011

♦ Cuối Tầng Địa Ngục

Bản nhạc Muôn Trùng Xa Em Về do Nhạc Sĩ Vũ Đức Nghiêm sáng tác trong trại tù. Ông gửi tặng sau khi đọc Cuối Tầng Địa Ngục.

Đôi dòng về Tác giả:

Đỗ Văn Phúc sinh năm 1946 tại Quảng Trị.
Tốt nghiệp khoá 1, Đại học Chiến Tranh Chính Trị Đà Lạt; Cử nhân Chính trị học, Đại học Vạn Hạnh; Kỹ sư Điện Tử, Đại học Texas tại Austin; Cao Học Quản Trị Công nghiệp, Đại học Kỹ Thuật Quốc Gia (Colorado).
Phục vụ tại Sư Đoàn 5 Bộ Binh và Sư Đoàn 2 Không Quân. 10 năm tù qua các trại Long Khánh, Suối Máu, Hàm Tân và Xuân Phước

Hoạt động Chính trị, Văn hoá

Chủ bút Nguyệt San Gió Cát, Căn cứ 20 CTKQ (Phan Rang). Chủ nhiệm nguyệt san Lửa Việt (Austin), Trách Nhiệm (Austin) từ 1992. Chủ bút Tạp chí Thạch Hãn. Có bài đăng thường xuyên trên các nhật báo Tiền Tuyến, Chính Luận (Sài Gòn, trước 1975) ; hiện cộng tác với hàng chục nhật báo, tuần san, nguyệt san, và đặc san trên toàn quốc Hoa Kỳ; và các báo điện tử, và các đài phát thanh tại Hoa Kỳ, Úc, và Âu Châu.
Được giới thiệu trên các đài Truyền hình Mỹ và Việt: ACTV, PBS, Fox, News 8 Austin, SBTN. Được báo Người Việt giới thiệu trong loạt bài Chân Dung Một HO.
http://www.nguoi-viet.com/absolutenm/anmviewer.asp?a=18681
http://www.michaelpdo.com/ChandungHO.htm

Hai lần được báo Austin American Statesman giới thiệu trên trang 1, section B về hoạt động chính trị xã hội tại địa phương. Diễn giả chính trong bữa tiệc trưa tại Hội Nghị Quốc Tế về Việt Nam tại Texas Tech University năm 2001 và Tham luận viên trong Hội Luận Quốc Tế về Việt Nam 3 lần tại Đại học Texas Tech, Lubbock, năm 2002, 2008, và 2017.

Thường xuyên nói chuyện với Thanh niên, Sinh viên trong Tiểu bang Texas trong các ngày lễ lớn và các trại hè.

Tác Phẩm
Đã xuất bản: Vườn Địa Đàng (1992), Bà Chúa Tuyết, Quê Hương và Hoài Vọng, 2 tập (1995), Quê Mẹ Mùa Xuân Chưa Về, Nanh Hùm Nọc Rắn và Một Thời Áo Trận.

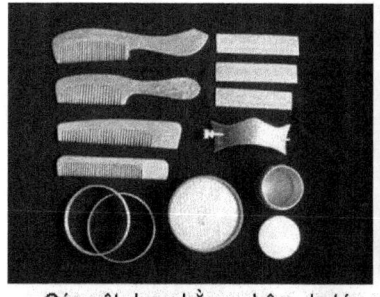
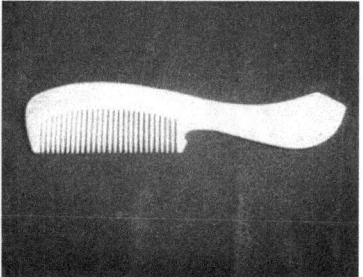

Các vật dụng bằng nhôm do tác giả làm trong tù năm 1976-1978

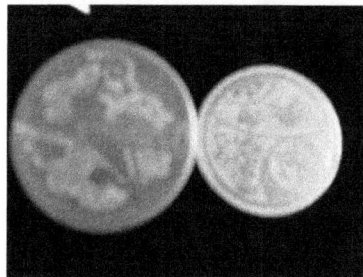
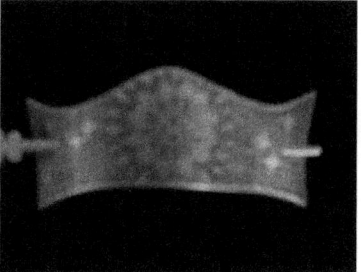

Hộp đựng thuốc lào và chiếc trâm làm bằng vỏ đạn M-72

Chiếc ví tay phụ nữ làm bằng tấm giả da xé ra từ nệm xe Peugeot 504 của trưởng Trại Xuân Phước A-20

Những vật làm trong tù bằng đủ nguyên liệu góp nhặt và dụng cụ tự chế lấy

Tác giả chụp trước và sau những năm tù

Hình trên: Kiếm sống trong thời gian bị quản chế
Hình dưới: Gia đình tác giả trên mảnh đất tự do

Bạn tù Xuân Phước: Đứng: Phan Phú Tỉnh, Đỗ Văn Phúc, Phạm Chí Thành; Ngồi: Cái Trọng Ty, Phạm Đức Nhì

Bạn tù Xuân Phước: với Cái Trọng Ty và Vĩnh Cương

Bạn tù Xuân Phước: chụp với Trần Vinh

Bạn tù Xuân Phước: với Võ Xuân Hy

Bạn tù Xuân Phước: với Nguyễn Chí Thiệp

Anh Chị Nguyễn Chí Hiền (Trại Xuân Phước)

Gặp gở tại Colorado 2010 - Hai bạn tù Xuân Phước Phạm Trọng Nghĩa, Nguyễn Thi Ân từ Utah.

Gặp bạn tù Xuân Phước tại Seattle (2011)
Từ trái qua phải: Hoàng Trai, vợ chồng Phúc, chị Trai, Phạm Văn Thận, Chuyên, anh Minh (thân hữu), Nguyễn Trọng Nghị

Cuối Tầng Địa Ngục
Hồi ký trại tù

Đỗ Văn Phúc

Tác giả giữ bản quyền
Copyright@2008 Michael Do. All Rights Reserved

Liên lạc tác giả

Michael Do
(512) 800-7227
Email: md46usa@yahoo.com
Website: www.michaelpdo.com

Tái bản lần thứ 3
Giá bán: US$25.00

www.ingramcontent.com/pod-product-compliance
Lightning Source LLC
Chambersburg PA
CBHW050138170426
43197CB00011B/1883